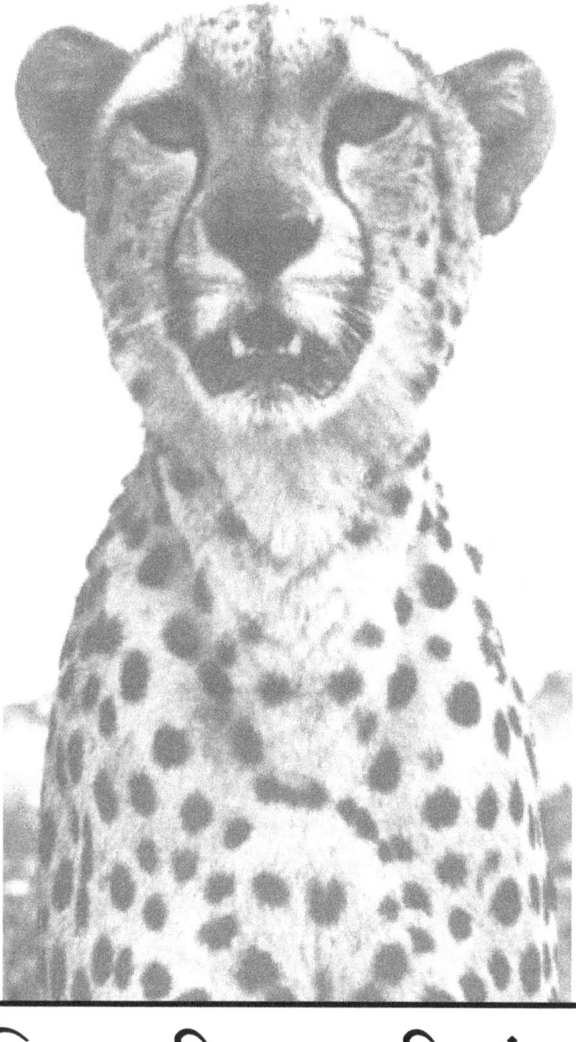

पिप्पाची मृत्यूशी झुंज

'दिलीपराज प्रकाशन प्रा. लि.'च्या नवीन पुस्तकांची यादी व माहिती हवी असल्यास आपला पत्ता, दूरध्वनी क्रमांक किंवा Email आमच्या *diliprajprakashan@yahoo.in* या Email address वर पाठवावा किंवा आमच्याशी दूरध्वनी क्रमांक फॅक्ससहित : ०२०-२४४८३९९५/ २४४९५३१४/ २४४७१७२३ यावर संपर्क साधावा.

आमच्या ब्लॉगला एकदा अवश्य भेट द्या.

Blog: http://diliprajprakashan.blogspot.com

पिप्पाची मृत्यूशी झुंज

(जॉय ॲडम्सन यांच्या वैशिष्ट्यपूर्ण (Pippa's Challange)
पिप्पा विषयक (चित्ता विषयक) रोचक माहिती)

मूळ लेखक
जॉय ॲडम्सन

मराठी अनुवाद/रूपांतर
प्रा. आनंद वैद्य

दिलीपराज प्रकाशन प्रा. लि.
२५१ क, शनिवार पेठ, पुणे - ४११०३०.

प्रकाशक

राजीव दत्तात्रय बर्वे,
मॅनेजिंग डायरेक्टर,
दिलीपराज प्रकाशन प्रा. लि.,
२५१ क, शनिवार पेठ,
पुणे - ४११ ०३०

प्रथम आवृत्ती : १५ एप्रिल २०१२

प्रकाशन क्रमांक : १८५८

ISBN : 978 - 81 - 7294 - 862 - 7

मुद्रक
Repro India Ltd,
Mumbai.

टाईपसेटिंग
पितृछाया मुद्रणालय,
९०९, रविवार पेठ,
पुणे - ४११ ००२

मुखपृष्ठ
कैवल्य राम मशीदकर

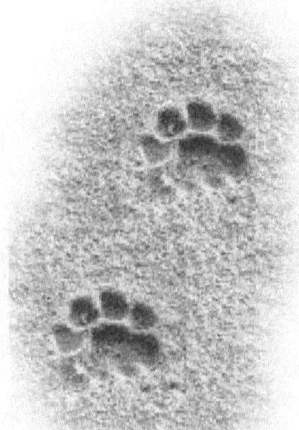

पिप्पाची मृत्युशी झुंज / Pippachi Mrutushi Zunj

|| ॐ नमस्ते गणपतये ||

प्रस्तावना

पिप्पा (The spotted sphinx) या पुस्तकाचं प्रकाशन झाल्यापासून चित्त्यांच्या वर्तणुकीमध्ये मला कोणतं अतिशय अर्थपूर्ण ज्ञान झालंय असं मला वाटतं, असा प्रश्न मला नेहमी वरचेवर विचारला जातोय. साडेचार वर्षं मी मेरू उद्यानात, पिप्पाच्या आयुष्यात भागीदार होते. त्या अवधीत जे सर्व काही मी शिकले त्याचा थोडक्यात सारांश दोन प्रमुख विभागांत देता येईल. संततिनियमन आणि इंद्रियांच्या साहाय्याशिवाय दोन वेगवेगळ्या चित्त्यांच्या मनात एकाच प्रकारचे विचार उद्भवणे. (Telepathy)

चित्त्याचा गर्भधारणेचा काळ शंभर ते एकशे तीन दिवसांचा असतो आणि चित्त्याची मादी दर काही आठवड्यांनी माजावर येते. (अगदी बरोबर काळ मला अद्याप समजलेला नाही) पिप्पाकडून मला समजलं की, ती पिलं वाढवत असते, तेव्हा ती समागम करत नाही. तिच्या मदतीपासून तिची पिलं मुक्त होईपर्यंत ती वाट पाहते, जे साधारणपणे पंधरा महिन्यांनी घडते. या काळात मी तिला कधीही नराच्या संगतीत पाहिलं नाही, जरी अशा प्रसंगी नराच्या पाऊलखुणा त्या कुटुंबाच्या जवळपास पाहिल्या होत्या.

पिलं पाच आठवड्यांची झाली की, ती मांस खाणं सुरू करतात. पण कमीतकमी अकरा आठवडे आणि पाच दिवसांची होईपर्यंत ती मातेच्या अंगावर

पीत असतात. या वयाचा असताना बिग बॉय पिप्पाच्या अंगावर पीत असताना मी पाहिला होता; पण पिलं चोवीस आठवडे आणि पाच दिवसांची असताना, पिप्पाच्या अंगावर अजून थोडं दूध होतं.

दु:खदायक गोष्ट म्हणजे तिच्या चारपैकी दोन खेपेची पिलं, दुसरे प्राणी खाऊन जगणाऱ्या प्राण्यांनी खाल्ली. पहिल्या खेपेची सहा आठवड्यांत. आणि तिसऱ्या खेपेची जेव्हा पिलं तेरा दिवसांची होती, त्या वेळी ती प्रसूतीच्या कष्टांतून नुकतीच सावरली होती. तरीही तिनं समागम केला आणि एका आठवड्याच्या आतच परत गाभण राहिली. तिच्या पहिल्या खेपेची पिलं गमावल्यानंतर तिनं तीन आठवड्यांत समागम केला. या दोन्ही प्रसंगांवरून हे दिसतं की, तिची दुर्दैवी पिलं मरण पावली होती, हे तिला समजलं होतं. या ज्ञानामुळे तिला समागम करायला आडकाठी वाटली नसेल. नाहीतर तिची लैंगिक इच्छा, तिनं पिलं वाढविण्यात मग्न असलेल्या काळापुरती बाजूला करून टाकली असती. त्यामुळे चित्ते हे (Inductive ovulatesrs) 'विचार करून समागम करणारे' असतात, हे सिद्ध होतं. नराच्या अस्तित्वाने उत्तेजन मिळून त्या प्रसूतीतून अजून पूर्णपणे सावरलेल्या नसल्या आणि त्यांच्या अंगावर अजून पूर्ण दूध असलं, तरी त्या माजावर येऊ शकतात. चित्त्याच्या मादींची आणि सिंहिणींची मानसिक अवस्था आणि शारीरिक अवयव (आणि विशेषत: पुनरुत्पादन करणारे अवयव,) यांच्या समन्वयाविषयी मी जास्त माहिती मिळवू शकले. दोन्ही माद्या एकाच प्रकारे वागतात. ही माहिती मानव प्राण्याच्या संकटकारक लोकसंख्यावाढीवर ताबा ठेवण्यासाठी खूप मूल्यवान ठरू शकेल, कारण सर्व सस्तन प्राण्यांचे पुनरुत्पादन करणारे अवयव एकाच प्रकारचे असतात.

तिची पिलं मारली गेल्यानंतर पिप्पा त्वरित कशी गाभण राहू शकली, एवढ्यामुळेच नाही तर, तिला पाहिजे असलेला नर कुठे मिळेल हे तिला कसं कळलं, याचा विचार करताना माझं मन कुंठित झालं. The Spotted Sphinx (पिप्पा) मध्ये जॉय ॲडम्सननं आधीच वर्णन केलंय की, एकदा तिची पिलं शिकार करू शकतात, हे कळल्यावर तिनं समागम करण्यासाठी अजिबात वेळ दवडला नाही. (हे चौदाव्या महिन्यात घडलं. या वयात त्या पिलांना पुरेसा सराव होण्यासाठी अजून काही आठवडे तिची मदत हवी होती.)

'समागमासाठी' एक नर शोधायला ती निघून गेली, तेव्हा व्हिटी, एम्बिली आणि टाटू यांना माझ्या छावणीपासून दोन मैलांच्या आत राहण्याची आज्ञा, ती देऊन गेली असावी. आणि मला वाटतं की, तिच्या गैरहजेरीत मी त्यांना मांस देऊन मदत करेन, हे तिला माहीत होतं. व्हिटी आणि टाटू यांची माता हजर नसताना, त्या जागेवरून हालल्याच नाहीत. मी रोज त्यांना भेट देत होते आणि त्यांनी मी

दिलेलं मांस स्वीकारलं, पण त्यांच्या गुरगुरीनं हे स्पष्ट केलं, की फक्त या कारणामुळेच त्यांनी माझं अस्तित्व सहन केलं होतं. दरम्यान मी पिप्पाचा माग काढला, तो आठ मैल सरळ रेषेत. उघडच तो नर तिथं होता, हे तिला कसं समजलं?

एक आठवड्यानंतर ती परत छावणीत हजर झाली. मी देऊ केलेलं मांस तिनं नाकारलं आणि खूप घाईनं तिची वाट पाहत असलेल्या पिलांकडे निघून गेली. मांस बरोबर घेऊन मी तिच्यामागे गेले. तिचं तिच्या पिलांबरोबर पुनर्मिलन झाल्यावर पिप्पाने ते मांस इतक्या अधाशीपणे खाल्लं, की ती किती भुकेली होती, याचा अंदाज मला आला.

पिप्पाच्या गैरहजेरीत तिचं तिसरं पिलू, एम्बिली सतरा दिवस दूर निघून गेली होती. मला तिची खूप काळजी वाटत होती आणि रोज मी तिला शोधत होते. पण पिप्पाला तिची काळजी वाटत नव्हती, असं वाटलं. जणू काही एम्बिली सुरक्षित होती, हे तिला माहीत होतं. आणि खरंच ती परतली तेव्हा उत्तम परिस्थितीत होती. तरीदेखील आम्ही व्हिटी आणि ड्यूमला पायाच्या जखमेपासून बरे करायला त्या कुटुंबापासून दूर नेलं होतं. तेव्हा पिप्पानं अनेक दिवस त्यांना जिवावर उदार होऊन शोधलं होतं, पण आता ती अतिशय शांत होती.

शेवटी तिच्या पिलांबरोबरचे संबंध तोडून टाकण्यापूर्वी पिप्पानं त्यांच्या भविष्यकालीन शिकारीच्या भूमीची ओळख करून दिली. प्रत्येकीची भूमी दुसऱ्या पिलाच्या भूमीलगतच होती आणि पुरेसा अन्नपुरवठा करण्याएवढी मोठी होती. त्यांची वरचेवर त्यांच्या क्षेत्राच्या सीमेवर पिप्पाशी भेट झाली, तरी त्यांनी पिप्पाच्या मागोमाग छावणीत प्रवेश केला नाही. कोणत्यातरी अस्पष्ट, दुर्बोध कायद्याने कोणत्याही पिलाने सुरुवातीला किंवा नंतर केव्हाही एकमेकांच्या क्षेत्रात अतिक्रमण केलं नाही. त्यामुळे असं वाटतं की, चित्त्यांच्या माद्यांचं उपजत क्षेत्रीय ज्ञान नरांपेक्षा जास्त चांगलं असतं. नर सहजगत्या सगळीकडे फिरत असतात. नर किंवा मादी घुसखोरांना धोक्याची सूचना देण्यासाठी वासाच्या खुणेचा वापर करतात.

ही सर्व माहिती असं सुचवू शकेल की, पिप्पा तिच्या पिलांबरोबरच संबंध ठेवू शकत होती. एवढंच नव्हे, तर तिच्या नराबरोबरदेखील. तेही इतक्या जास्त अंतरावर की ज्या अंतरावर आवाज किंवा वास तिला मदत करणं शक्य नव्हतं. याचं एकच उत्तर ती Telepathy ने (दोन वेगवेगळ्या चित्त्यांच्या मनात एकाच प्रकारचे विचार उद्भवणे) संबंध साधत होती, असं वाटतं. पिप्पा या पुस्तकात वर्णन केलेल्या प्रसंगात त्यामध्ये गीटूचं हृदय त्याला चित्त्यांच्या कुटुंबाकडे मार्गदर्शन करायचं आणि पिप्पा विशेष करून त्याच्या हृदयाच्या संदेशाप्रमाणे आम्हाला

भेटायला येण्यासाठी त्याच मार्गानं परतली. त्यामुळं असं दिसतं की, या टेहळ्यानं सर्व जीवनभर निसर्गाशी जवळीक साधली. त्यानं त्याची संबंध ठेवण्याची शक्ती सुधारलेल्या लोकांपेक्षा जास्त प्रमाणात राखून ठेवली. दोन वेगवेगळ्या चित्त्यांच्या मनात एकाच प्रकारचे विचार उद्भवण्याची Telepathy ज्या प्रमाणात वन्य प्राण्यांत आहे, असं वाटतं, त्या प्रमाणात मानवातदेखील होती, हा माझा विश्वास खरा होता, हे यामुळे सिद्ध होतं; पण जेव्हा मानवप्राण्याने बोलणं विकसित केलं आणि नंतर दळणवळणाची यांत्रिक साधनं (जशी रेडिओ, छपाई, तारायंत्राच्या समुद्राखालून जाणाऱ्या तारा) वाढली, त्यामुळे दळणवळणाला जबाबदार ग्रंथी नष्ट झाल्या. आज फक्त काही लोकच त्यांचा विचार दूरवर पोचविण्याच्या शक्तीवर काहीशा संशयानंच विश्वास ठेवतात. मी देखील गेली तीस वर्षे केनियात निसर्गाच्या सान्निध्यात आयुष्य घालवलंय आणि परिणामत: माझ्यात वन्य प्राण्यांच्या बाबतीत तीव्र अतिसंवेदनात्मक आकलन करण्याची शक्ती प्रगत झाली आहे. उदाहरणच द्यायचं झालं तर जरी ते दोघेही माझ्यापासून दूर होते, तरी ज्या क्षणी एल्सा आणि ड्यूम, मेले त्याच क्षणी ते मला समजलं होतं. माझ्याच जातीच्या बाबतीत ही अतिसंवेदनात्मक आकलनशक्ती कमी प्रमाणात काम करते.

आणखी एक उदाहरण जे टेलेपथी सुचवते असं वाटतं, ते होते The spotted sphinx (पिप्पा) मध्ये वर्णन केलेल्या वेळेचं. जेव्हा पिप्पाला माहीत होतं की, जॉर्जचा मदतनीस नवीन मांस आणणार आहे. तो शिकार आणायला गेलाय याची आमच्यापैकी कुणालाच जाणीव नव्हती; पण तो संध्याकाळी उशिरा छावणीत एका मृत प्राण्याचं शरीर बरोबर घेऊन येईपर्यंत ती अनेक तासपर्यंत रस्त्यावर बसून राहिली. मी एल्साच्या बहिणींना हॉलंडला विमानाने नेलं, तेव्हा एल्सा अशीच वागली होती. दोनशे मैलावरील आमच्या घरी जॉर्ज तिच्याबरोबर थांबला होता आणि मी केव्हा परतेन याची त्याला काहीच कल्पना नव्हती; पण एल्साला माहीत होतं आणि मोटारीच्या प्रवेशमार्गावर ती सर्व दिवसभर मी ज्या दिशेने येणार होते, त्या दिशेकडे पाहत थांबली होती.

एल्सावरील पुस्तकामध्ये मी ज्यांचं स्पष्टीकरण फक्त टेलिपथीनेच करता येईल अशी इतर उदाहरणं नमूद केलीत. उदाहरणार्थ, आम्ही तिच्या छावणीला भेट द्यायचं केव्हा ठरवलंय, हे तिला माहीत असायचं. ती नेहमी आमची वाट पाहत बसलेली असायची आणि नंतर जेव्हा आम्ही तिच्या ताज्या पाऊलखुणांचा मागोवा घ्यायचो, तेव्हा निरपवादपणे आम्हाला भेटायला, तिनं प्रचंड अंतर पार केल्याचं आम्हाला आढळायचं. जेव्हा धोकादायक झटापटीत, 'ती भयंकर सिंहिणीपासून', जी त्या क्षेत्राची पूर्वीची मालकीण होती, तिच्या क्षेत्राचं रक्षण करायची, तेव्हा परत

ती नेहमी तिच्या पिलांवर नियंत्रण ठेवायची, त्यांच्या झटापटीत त्यांना गडबड न करता राहण्यासाठी भाग पाडायची. पिलं हरवलीत अशी जाणीव झाली तर, मला काळजी वाटायची; पण त्यांच्या सुरक्षिततेविषयी एल्साला माहीत आहे, असं वाटायचं.

एल्सा आणि पिप्पा यांची टेलिपथिक जाणीव त्यांच्या आणि त्यांच्या पिलांच्या संवादाबाबतीत आणि माझ्या थेट संवादाशी संबंधित होती, ती विश्वसनीय होती.

वैद्यकीय संशोधन सांगतं, की Rineal आणि Rithitary त्याचबरोबर Telepa ग्रंथी या लैंगिक प्रगतीला कारणीभूत असतात आणि त्या विचार दळणवळणालादेखील जबाबदार असाव्यात; पण आजदेखील या ग्रंथींचं काम आणि सहकार्य याविषयी आपल्याला काहीही माहीत नाही. या वन्य मांजरांच्या वैचारिक दळणवळणाविषयी आपल्याला त्यांच्या वागणुकीवरून जर जास्त जाणून घ्यायचं असेल आणि जर त्यानंतर या ग्रंथींच्या कामाविषयी सूक्ष्म अभ्यास करू शकलो, तर आपण काहीतरी अतिशय महत्त्वाचं शिकू शकू, जे जीवनाच्या काही चांगल्या बाजू समजून घ्यायला मदत करू शकेल. त्या जाणणं, जर आपल्याला तग धरून जिवंत रहायचं असेल तर, आपल्याला अत्यंत आवश्यक आहे. आपल्या बुद्धीच्या अतिविशिष्ट कारणामुळे आपल्याला सभोवार असलेल्या इतर सर्व प्राण्यांपासून धोकादायकरीत्या विभक्त केलं आहे. आपण परत निसर्गाच्या समझोत्याचा योग्य भाग होण्याचा मार्ग शोधला नाही तर इतर जाती जशा अतिविशिष्ट होऊन, नव्हे तर आपल्यासोबत सर्व जीवसृष्टीदेखील नष्ट होईल. आपण इतर सर्व प्राण्यांपेक्षा अतिशय विकसित आणि बौद्धिक बाबतीत पुढारलेले असलो, तरी आपण निश्चितपणे अतिशय विध्वंसक आहोत.

८ सप्टेंबर १९६८ च्या सव्हाना मॉर्निंग न्यूजमधील 'मेंदू मानवजातीचा शत्रू आहे काय?' या मथळ्याखालील एका लेखात जोसेफ एस. मिलर (Myler) (वॉशिंग्टन यु. पी. आय. चे ज्येष्ठ संपादक) लिहितात, 'भीतिदायक आणि उपरोधिक' विचार असा की, मेंदू मानवजातीचा अतिशय वाईट शत्रू असू शकतो.

प्रा. टिन्बरजन आपल्याला स्मरण करून देतात, 'मानव हा एकमेव प्राणी त्याच्या जातीच्या सभासदांचे मोठ्या प्रमाणात खून करतो. फक्त माणूस हा नीतिमत्तेचा विधिनिषेध नसलेला खुनी आहे.'

प्राध्यापक म्हणतात, त्याच्या आश्चर्यकारक मेंदूमुळे मानव, आनुवंशिकतेपेक्षा सांस्कृतिक दृष्ट्या फार जलद गतीनं प्रगत झाला आहे. आनुवंशिकतेच्या दृष्टिकोनातून तो फ्रान्सच्या दक्षिण भागातील गुहांमध्ये चित्रण करणाऱ्या आदिवासींपेक्षा फार वेगळा नाही; पण आपण सांस्कृतिक दृष्ट्या ओळखू येणार नाही इतके बदललो

आहोत आणि जलद गतीनं बदलत आहोत. मानवाच्या मेंदूने त्याला, 'पर्यावरणावर प्रभुत्व स्थापन करायला शक्य केलंय, ज्याचं मानवी जीवनाच्या पूर्वीच्या इतिहासात दुसरं उदाहरण नाही. "त्या मेंदूनं त्याला पृथ्वीवर बलात्कार करणं शक्य केलंय, वातावरण, पाणी आणि भूमी दूषित करायला, सर्व लोकांना उपासमारीनं मृत्यूची धमकी द्यायला, लोकसंख्येचा विस्फोट करायला आणि सर्वसामान्य लोकांचा सर्वनाश घडवण्याजोगी लांब पल्ल्याची शस्त्रे तयार करणं शक्य केलंय, जी संस्कृतीचं पुस्तक बंद करू शकतील."

असं वाटतं की, मानवी मेंदू हा एक प्रकारचा जेकिल हाइड (Jakyl-Hyde) अवयव आहे. त्याच्या एका भागाने मानवाला विवेकशक्तीचं जीवन प्रगत करणं शक्य केलंय, पण त्याच्या मेंदूच्या दुसऱ्या भागाने मानवाला त्याच्या प्राणिज वारशाच्या सहज प्रवृत्तीला जखडून ठेवलंय आणि त्याची वागणूक जितक्या जलद गतीनं तो पर्यावरण आणि युद्ध किंवा शांतीची साधनं बदलतो, तितक्या जलद गतीनं बदलण्याच्या पात्रतेवर मर्यादा आणलीय. सर टिन्बरजन यांच्या म्हणण्यानुसार, 'आपण अद्याप आपल्यासाठी अज्ञात आहोत, मेंदूचा आपला हेतू आणि परिणाम जाणून घेण्यात आपण कमी पडतोय.'

आपल्या वागणुकीवर ताबा मिळवण्यात यश मिळवण्याजोगं आपल्या वागणुकीचं वैज्ञानिक ज्ञान प्राप्त करणं हे आज मानवजातीसमोर अत्यंत तातडीचं काम आहे. आपल्या वागणुकीचे परिणाम हे आपल्या जातीचं नुसतं टिकून राहणं यापेक्षा वाईट म्हणजे पृथ्वीवरील सर्व जीवन धोक्यात आणतंय. मानवी मेंदूच्या उत्क्रांतीनं निसर्गानं निर्माण केलेली सर्वांत उत्तम जीवनसंरक्षक बाब ज्यामुळे बाह्यजगावर प्रभुत्व मिळवण्यात आपल्या जातीला इतकं यशस्वी केलंय की, त्याला अचानक तोल गेल्यासारखं वाटतंय.

'आपल्या मेंदूचं बाह्य पटल आणि त्याचा देठ (आपली बुद्धी आणि आपली सहजप्रवृत्ती) यांत वितुष्ट आलंय. त्या दोघांनी मिळून, एक नवीन सामाजिक पर्यावरण तयार केलंय, ज्यामध्ये आपल्याला तग धरून राहण्याची खात्री करण्याऐवजी ते बरोबर उलट करण्याच्या तयारीत आहेत.'

'या शत्रूला समजणं' हे विज्ञानाचं काम आहे. त्यासाठी प्राण्यांच्या वागणुकीचा अभ्यास करणं हा एक मार्ग आहे. आक्रमक वागणूक दूर कशी करावी हे, हा मार्ग दाखवणार नाही कदाचित; पण तो त्यातील वेदना दूर करण्याचे मार्ग उघड करेल.

वन्य चित्त्यांच्या वागणुकीविषयी जास्त शिकण्यासाठी पिप्पानं अद्वितीय संधी प्राप्त करून दिल्यामुळे, राष्ट्रीय उद्यान अधिकाऱ्यांनी कबूल केलं की, पिप्प्याच्या चौथ्या खेपेची पिलं स्वतंत्र होईपर्यंत मी माझा अभ्यास आणखी अठरा महिन्यांपर्यंत

चालू ठेवावा. त्यामुळे मी या चौथ्या खेपेच्या पिलांची प्रगती तिच्या यापूर्वीच्या पिलांबरोबर करू शकले असते; एवढेच नव्हे तर आतापर्यंत मी जे काही शिकले, ते चित्त्यांच्या वागणुकीचं सर्वसामान्य प्रमाण होतं हे लक्षात आलं असतं. पण पिप्पा तिच्या पूर्वीच्या पिलांना एकटी किंवा तिच्या चौथ्या खेपेची पिलं अजूनही तिच्यावर अवलंबून आहेत, त्यांना अशा वेळी भेटली तर काय होईल, हे पाहण्याची आशा मी करू शकत होते. त्या पिलांच्या क्षेत्रीय हक्काबाबत ती काय निर्णय घेते आणि ती पिलं त्यांचे सोबती कसे निवडतात, हे पाहण्याची संधी मला मिळेल. अद्याप कोणीही वन्य चित्ते वयात आल्यावर कसे वागतात किंवा त्यांचं सहगमन पाहिलेलं नाही.

- जॉय ॲडम्सन

पिप्पासंबंधी थोडंसं

जॉय ॲडम्सननी त्यांच्या आयुष्यात तीन वन्य प्राण्यांना वाढवले, जोपासले. पहिली एल्सा सिंहीण. एल्सा हा जॉय ॲडम्सन यांच्या जीवनातील 'Turning Point' होता. एल्सापासून त्यांनी वन्य प्राण्यांच्या संबंधात त्यांचा अभ्यास सुरू केला आणि तो जीवनभर चालू ठेवला. त्यानंतर त्यांनी 'पिप्पा' या चित्त्याच्या मादीचं संगोपन केलं आणि चित्त्यांच्या जीवनासंबंधातील तोपर्यंत अज्ञात असलेली माहिती प्रकाशित केली. त्यांनी पिप्पाला तिच्या अंतापर्यंत जोपासलं. चित्त्यांची प्रजाती वाढविण्यासाठी सर्वतोपरी प्रयत्न केले. तिच्या अंताच्या वेळी तिची एखाद्या प्रिय व्यक्तीसारखी शुश्रूषा केली.

शेवटी त्यांनी एका ढाण्या वाघाच्या मादीचं-'पेनी'चं-संगोपन केलं. या प्रत्येक वन्य प्राण्याचं सूक्ष्म अवलोकन करून, त्यांच्याविषयी त्या रोज टिपण ठेवत होत्या. त्या टिपणांच्या आधारे त्यांनी एल्साविषयी (Born Free) 'जन्मजात मुक्त' १९६०, (Living Free) 'मुक्तजीवन' १९६१, आणि (For Ever Free) 'तहहयात मुक्त' १९६२ ही पुस्तकं प्रकाशित केली. पिप्पा या चित्त्याच्या मादीविषयी (The spotted sphinx) 'ठिपकेयुक्त पुतळा' १९६९ आणि (Pippa's challenge) 'पिप्पाची मृत्यूशी झुंज' १९७२ आणि पेनीविषयी (The Queen of Shaba) 'शाबाची राणी' १९८०,अशी पुस्तके प्रकाशित केली. याशिवाय त्यांनी

अनेक पुस्तके लिहून प्रकाशित केली.

या पुस्तकांपैकी 'पिप्पा' 'The Spotted Sphinx' या पुस्तकाचा मी केलेला मराठी अनुवाद 'साहित्यसेवा प्रकाशन' औरंगाबाद या प्रकाशनाने मार्च २००१ साली प्रसिद्ध केला आहे. सध्याचं 'Pippa's Challenge' 'पिप्पाची मृत्यूशी झुंज' हे पुस्तक वाचताना यापूर्वीचं 'पिप्पा' हे पुस्तक वाचलेलं नसेल, तर वाचकांना काही बाबतीत अडचण येण्याचा संभव आहे. म्हणून त्या पुस्तकातील पिप्पाच्या जीवनासंबंधी एक छोटंसं टिपणं देणं जरुरीचं वाटल्यामुळं हे टिपण देत आहे.

मेजर डंकी आणि सौ. डंकी हे केनियामधून इंग्लंडला जाणार होते. त्या कुटुंबाने केनियात असताना एक आठ महिन्यांचं चित्त्याचं पिलू पाळलं होतं. ती एक मादी होती. त्या कुटुंबाला ते चित्त्याचं पिलू केनियातच राहावं असं वाटत होतं. जॉय अॅडम्सन यांच्या एका मित्रानं, ते पिलू त्यांनी स्वीकारावं, अशी त्यांना गळ घातली. त्या मित्राची विनंती जॉय अॅडम्सन यांनी आनंदानी स्वीकारली. मेजर डंकी आणि सौ. डंकी यांनी जॉय अॅडम्सनना २७ ऑक्टोबर १९६४ रोजी एका हॉटेलमध्ये भेटायला बोलावलं. त्या हॉटेलमध्ये ते चित्त्याचं पिलू मेजर डंकी आणि सौ. डंकी यांच्याबरोबर एका खुर्चीवर बसलं होतं. जॉय अॅडम्सन यांना ते आवडलं. जॉय अॅडम्सनबरोबर डंकीपतिपत्नीचं बोलणं चालू असताना, त्या पिलाने जॉय अॅडम्सन यांना निरखून पाहिलं आणि त्यांच्याजवळ जाऊन म्यॉव म्यॉंव करत त्यांचा चेहरा चाटला आणि त्यांचा एक कान हळूच आपल्या तोंडात पकडला. ते एक खूप प्रेमाचं चिन्ह होतं.

जॉय अॅडम्सन, नैरोबीच्या उत्तरेला १२० मैलांवर 'बॉर्न फ्री' चित्रपटाचं चित्रीकरण चाललं होतं, त्या ठिकाणी होत्या. तिथं डंकी पतिपत्नींनी 'किटन' नाव ठेवलेल्या त्या पिलाला त्यांच्या हवाली केलं. जॉय अॅडम्सन यांनी त्या पिलाचं नाव 'पिप्पा' ठेवलं. तिथं सिनेमासाठी म्हणून काही सिंह ठेवलेले होते. रात्रीच्या वेळी त्या सिंहांचं उच्च पातळीवर समूहगान चालायचं. त्यामुळे पिप्पाची घाबरगुंडी उडायची. सिनेमाचं काम संपल्यावर जॉर्ज आणि जॉय यांनी मेरू अभयारण्यात बारा मैल दूरवर दोन छावण्या उभारल्या. जॉयबरोबर पिप्पा असणार होती आणि जॉर्ज सिंहाची काळजी घेणार होता. सिंह आणि चित्ते यांचं वैमनस्य लक्षात घेऊन त्यांनी त्यांच्या छावण्या इतक्या दूरवर उभारल्या होत्या. तिथं मोकळ्या, छोट्या झुडपांच्या आणि वाळवीच्या टेकड्यांच्या मैदानात, जॉय अडम्सन पिप्पाला संध्याकाळी साखळीने बांधून घेऊन जायच्या. तिच्यासाठी केलेल्या आवारातील झोपडीवर पिप्पा रोज सकाळी उडी मारायची. त्यानंतर काही काळाने, पिप्पा तिथल्या जंगलात मुक्त फिरत असे आणि मांस खाण्यासाठी छावणीत येत असे. रात्री मात्र जॉय

ॲडम्सन तिला तिच्या आवारात बंदिस्त करत असत. काही दिवसांनी पिप्पा रात्रीदेखील अरण्यात घालवू लागली होती. ती दोन दोन दिवस छावणीत यायचीच नाही. ती प्रथम गाभण झाली. गाभण झाल्यावर तिला पिलं केव्हा होतील, याबाबत जॉय ॲडम्सन विचार करायच्या. २५ फेब्रुवारीला जॉय ॲडम्सनना तिच्या उदरात हालचाल जाणवली. प्रदर्शनासाठी १४ मार्चला हजर राहण्याचं आमंत्रण त्यांना मिळालं. पिप्पाचं सर्व व्यवस्थित असेल, तर त्यांनी प्रथम प्रदर्शनासाठी जायचं ठरवलं. त्यांच्या गैरहजेरीत पिप्पाची काळजी घेण्यासाठी त्यांनी जॉर्जच्या सहायकाला सांगितलं. पिलं जन्मली की, त्यांनी त्या सहायकाला केबलनं कळवायला सांगितलं.

पिप्पानं कदाचित तीन पिलांना जन्म दिलाय. अशी केबल जॉय ॲडम्सन यांना बावीस मार्च रोजी मिळाली. त्या दिवशी संध्याकाळी जॉय ॲडम्सननी ऑस्ट्रेलियाला जाण्याची तयारी केली होती, पण ती रद्द करून त्यांनी नैरोबीला जाणारं संध्याकाळचं विमान पकडलं. नैरोबीला त्यांनी एक छोटंसं विमान भाड्यानं घेतलं. विमान जॉर्जच्या छावणीवरून जात असताना त्याच्यासाठी एक चिठ्ठी टाकून त्या जेवणाच्या वेळी छावणीत पोचल्या. त्या दिवशी पिप्पा आली नाही, पण जॉर्ज आल्यानं त्यांची निराशा थोडी कमी झाली. पिप्पाविषयी सर्व ठीक आहे असं जॉर्जचा सहायक त्यांना सांगत होता. त्यांनी ती रात्र झोपेविना घालवली. पिप्पा पहाटे छावणीत आली व ती म्हशीचं मांस खात होती. तिची चांगली तब्येत व तिची पिलांकडे परतायची घाई पाहून त्यांना आनंद झाला.

त्या पिप्पाच्या मागून ती व्याली होती त्या झुडपापाशी गेल्या. त्यांना ती तीन पिलं दिसली. दुसऱ्या दिवशी ती छावणीत आलीच नाही.

त्यानंतर त्या विमानानं अमेरिका, ऑस्ट्रिया आणि स्वित्झरलंड या देशांना 'बॉर्न फ्री' सिनेमासाठी साहाय्य करायला गेल्या आणि चार मे रोजी छावणीत परत आल्या. त्या वेळी काही दिवसांपासून पिप्पाच्या पिलांना कोणीही पाहिलंच नव्हतं असं त्यांना समजलं.

एका टेहळ्याकडून त्यांना पिप्पा केनमेअर लॉजजवळ दिसली होती, असं कळलं. त्या लँडरोव्हर घेऊन तिकडे गेल्या. थोडा वेळ हाका मारल्यानंतर ती आली. तिनं 'म्याँव म्याँव' केलं. त्यांचा हात चाटला आणि लँडरोव्हरमध्ये उडी मारली, पण नंतर अस्वस्थपणे जंगलाकडे पाहत खिडकीतून उडी मारली. अंधार पडल्याने त्यांनी बरोबर आणलेली कोंबडी रस्त्यालगतच्या गवतात ठेवली. ते पाहून पिप्पा परतली आणि घाईघाईने ती कोंबडी घेऊन गेली. दुसऱ्या दिवशी सकाळी ती छावणीत येईल म्हणून केनमेअर येथील एक बकरी घेऊन त्या छावणीत परतल्या.

पंधरा

पिप्पा भल्या पहाटे छावणीत आली. त्या बकरीला मारून तिनं जवळपास ती सर्व बकरी खाल्यावर, जॉय ॲडम्सननी तिचे आचळ तपासले, ते सर्व कोरडे होते. ती पहिल्या वेळी व्याली त्या वेळची तीन पिलं, एखाद्या इतर वन्य प्राण्याने मारून टाकली असावीत. त्यानंतर दहा दिवसपर्यंत ती छावणीत आलीच नाही. त्यानंतर ती कच्चं मांस खाण्यापुरतीच छावणीत येत होती. काही दिवसांनी पिप्पा परत गाभण झाल्याचं त्यांना आढळलं.

दरम्यान, जॉय ॲडम्सन नैरोबीहून परतल्यावर पिप्पा छावणीत आली आणि अगदी थोडं मांस खाऊन, जॉय ॲडम्सन व गीटू यांना तिच्या दुसऱ्या वेळी व्याल्यानंतरच्या पिलांकडे घेऊन गेली. चार पिलं होती. ती अतिशय लहान होती. त्यांचे डोळे अजून उघडले नव्हते. पिलांपासून फार दूर न जाता, शिकारी प्राण्यांपासून त्यांना वाचविणे तिला शक्य व्हावं म्हणून, जॉय ॲडम्सननी तिच्यासाठी मांस आणि पाणी रोज घेऊन जायचं ठरवलं.

पाच आठवड्यांनी त्या पिलांनी मांस खायला सुरुवात केली. मांस नेण्यासाठी जॉय ॲडम्सन यांनी स्टॅन्ले नावाचा मजुरी करणारा मुलगा कामाला लावला. त्या चार पिलांपैकी तीन माद्या होत्या आणि एक छोटं पिलू नर होते. जॉय ॲडम्सन यांनी त्या छोट्या पिलाचं ड्यूस असं नाव ठेवलं आणि तीन माद्यांना व्हिटी, एम्बिली आणि टाटू अशी नावं ठेवली. जॉय ॲडम्सन त्या सर्वांना मांस आणि पाणी पुरवत असल्यानं पिप्पा आणि ती पिलं चांगली वाढत होती. पण एकदा छोटा ड्यूस थरथर कापत असल्याचं आणि थोडा लंगडत असल्याचं त्यांच्या लक्षात आलं. त्यांनी नैरोबीहून पशुवैद्य बोलावला. त्या पशुवैद्याला ड्यूसचा तपासून निश्चित अंदाज आला नाही. त्या पशुवैद्याने ड्यूसला एक्स रे तपासणीसाठी नैरोबीला नेण्याचा आग्रह धरला. तिथं छोटा ड्यूस मरण पावला. जॉय ॲडम्सन यांनी पिप्पा आणि तिच्या राहिलेल्या तीन पिलांची चांगली काळजी घेतल्यामुळे व्हिटी, एम्बिली, टाटू या स्वतंत्रपणे जगू लागेपर्यंत चांगल्या वाढल्या. तिथं व्हिटी आणि टाटू एकत्र जगत होत्या आणि एम्बिली स्वतंत्रपणे जगू लागली होती.

❑

सोळा

अनुक्रम

- ९ -
पिप्पा
चौथ्या वेळी व्याली

आतापर्यंत पिप्पा तीन वेळा व्याली होती. या वेळी ती चौथ्या वेळी व्याली असती. त्यामुळे तिच्या हालचालीकडे मी जरा जास्तच लक्ष देत होते. गेले चार दिवस ती छावणीत आली नव्हती, पण ती येईल याविषयी मला खात्री होती. १३ जुलै १९६८ रोजी दुपारी चहाच्या वेळी ती छावणीत आली म्हणून मला बरं वाटलं. नेहमीप्रमाणे तिनं मांस खाल्लं. यापूर्वी तिनं मोकळ्या मैदानात पिलांना जन्म दिला होता. आणि काही दिवसांतच एका तरसाने त्या पिलांना मारलं होतं. तिसऱ्या वेळी ज्या मैदानावर ती व्याली, तिथूनच ती छावणीत आली आणि गेल्या अनेक दिवसांपासून त्याच मैदानावर तिचा वावर होता; पण आता ते मैदान खुरट्या झुडपांनी दाट व्यापल्यामुळे ते चित्त्यांसाठी निरुपयोगी बनलं होतं.

मी आणि लोकल साधारण अर्धा मैल तिच्या मागून गेलो, पण आम्ही तिच्यामागून येणं तिला आवडलं नव्हतं; म्हणून तिनं तिथंच ठाण मांडलं. ती काही केल्या तिथून हालेचना. तिची दुधानं भरलेली आचळं चाचपून पाहून

ती साधारण केव्हा विणं अपेक्षित होतं, हे पाहण्याचा प्रयत्न मी केला. त्याच वेळी तिनं कूस बदलली. मी हा प्रयत्न करत असताना चार हत्ती आमच्या दिशेनं जलद गतीनं येत असताना मला दिसले. त्यामुळं आम्हाला तिथून पळून जाण्याशिवाय गत्यंतर नव्हतं. पळून जात असताना मागं वळून पाहिल्यावर ते चार हत्ती पिप्प्याच्या दिशेनं येत असताना मला दिसले. नेहमीप्रमाणे पिप्पानं त्यांच्याकडे दुर्लक्ष केलं. तिच्या तब्येतीवरून ती अठ्ठेचाळीस तासांत पिलांना जन्म देईल, असा अंदाज मला असल्यानं मी थोडी विचारात पडले.

तेच हत्ती गेल्या चार-पाच दिवसांपासून आमच्या छावणीभोवती रेंगाळत होते. आमच्या छावणीभोवतीच्या झाडांचा पाला त्यांना एवढा कसा काय आवडला होता, ते कळत नव्हते. त्यांना हुसकावून लावण्याचे आमचे सर्व प्रयत्न निष्फळ ठरले होते. एवढ्या मोठ्या जंगलात त्यांना आवडण्याजोगी जणूकाही हीच झाडं होती, असं वाटत होतं.

त्या हत्तींच्यामुळे आम्ही तिला सोडलं. त्यानंतर नऊ दिवसांपर्यंत ती छावणीत आलीच नाही. ती निश्चितच व्याली असावी, अशी माझी खात्री होती. तिला शोधण्यासाठी आम्ही तिला वारंवार ज्या मैदानावर पाहिलं होतं, त्या मैदानाचा कानाकोपरा धुंडाळला. हे वन्यप्राणी त्यांच्या पाउलखुणा आणि त्यांची ताजी विष्ठा यामुळे बरोबर सापडतात; पण तिचा अजिबात पत्ता लागला नाही. बहुतेक वेळी मी माझी लँडरोव्हर छावणीमागील उंचवट्यावर उभी करते. तेवीस तारखेला पिप्पा तेथील उंच भूभागावर उभी राहून सभोवतालची पाहणी करत असताना मला दिसली. इतकी बारकाईनं तिनं कधीच पहाणी केली नव्हती, पण ते पाहून मला चांगलं वाटलं.

ज्या अधिकाऱ्यांनी त्यांनी पाळलेली चित्त्याची मादी मला द्यायचं ठरवलं, त्या वेळी त्या अधिकाऱ्याचं कुटुंब व माझी नैरोबीतील एका उपहारगृहात बैठक ठरली होती. त्या जागेची पिप्पाला नेहमी सवय असल्यामुळे ती तिथं आरामात येऊन बसली होती. त्याचप्रमाणे अम्बोसिली आणि नैरोबीतील राष्ट्रीय उद्यानात असलेल्या चित्त्यांना प्रवाशांच्या कौतुकाची सवय असल्यामुळे प्रवाशांचा स्पर्शदेखील ते सहन करायचे. पण मी पिप्पाचं पुनर्वसन करताना तिला अनोळखी पाहुण्यापासून दूर ठेवण्यासाठी माझ्या छावणीत मी स्वत: एकाकीपणा अनुभवला होता. त्यामुळं ती बरीच वन्य प्राण्यासारखी वागू लागली होती. तिनं बराच वेळ छावणीची पाहणी केली व कोणताही धोका नाही याची खात्री करून घेतल्यावरच ती मांस मागायला आमच्यापाशी आली. दिलेलं मांस तिनं इतकं अधाशासारखं खाल्लं, की ती किती भुकेली होती, याची मला कल्पना आली. ती बरीच रोड झाली होती, हेदेखील मी

पाहिलं. मांस खाऊन झाल्यावर ती ज्या मैदानाकडे जाईल अशी माझी अपेक्षा होती, त्याऐवजी तिने लेपर्ड रॉककडे मोर्चा वळवला.

दुपारची वेळ असल्यानं कमालीची उष्णता होती. तरीदेखील पिप्पा जवळपास दोन मैल बरीच जलद गतीनं चालली. तिथून तिनं वळून मुलिका नदीच्या दिशेनं बरंच अंतर झुडपापासून कापलं. तिथं आसपास काळजीपूर्वक हुंगून, ती मला व लोकलला एका बाभळीच्या झाडापाशी घेऊन गेली. (तेच 'wait a bit', 'क्षणभर थांबा', बाभळीचं झाड, जे तिनं नेहमी तिच्या नवजात पिलांच्या संगोपनासाठी वापरलं होतं.) त्या गर्द झाडाच्या सावलीत लपविलेली चार पिलं मला दिसली. त्यांतील दोन पिलं इतर दोन पिलांपेक्षा जरा मोठी दिसत होती. त्यांचे डोळे उघडलेले दिसले. आतापर्यंत ती व्याल्यानंतर तिच्या दहाव्या किंवा अकराव्या दिवशी पिलांनी डोळे उघडले होते. त्यावरून ती पिलं नऊ दिवसांची असावीत आणि १५ जुलैला त्यांचा जन्म झाला असावा, असं मला वाटलं.

ती इवलीशी मऊ, लुसलुशीत पिलं त्यांच्या थरथरणाऱ्या पायांवर रांगत, पिप्पाच्या आचळांकडे सरकण्याच्या प्रयत्नात होती. पिप्पा तिसऱ्या वेळी ज्या मैदानावर व्याली तेच आमच्या छावणीपासून जवळचं मैदान ती या वेळीही पसंत करेल, अशी तिनं आमची समजून करून दिली होती. तिनं आम्हाला किती यशस्वीपणे परत एकदा फसवलं होतं, ते लक्षात आल्यावर मला हसू आलं. तेरा तारखेला आमच्या छावणीजवळ रेंगाळणारे हत्ती तिथं आल्यामुळे आम्ही तिला तिथं सोडून पळालो होतो. तिथून ती इथपर्यंत चालत आली असलीच पाहिजे. इथं गवत फार उंच वाढलं नव्हतं. तिच्या पिलांना वाढवायला काटेरी झुडपं विपुल प्रमाणात होती. त्या झुडपांच्या खाली एखादं संकट उद्भवलं, तर दक्ष राहण्यासाठी मोकळी जागादेखील होती. वसोरोंगी आणि मुलिका या दोन नद्या जवळच होत्या. इतकं असून ती जागा रस्त्यापासून लपलेली होती. रस्त्यावरून जाणाऱ्या मोटारी आणि रस्त्याचा नेहमी वापर करणाऱ्या सिंहांच्या नेहमीच्या गुरगुरण्याचा आवाज ती सहज ऐकू शकत होती.

त्या चार पिलांपैकी दोन जरा मोठी दिसणारी नर असावीत असं वाटत होतं; पण मी त्या पिलांची जननेंद्रियं असतील त्या ठिकाणी तीन कातड्याच्या रंगाचे, मसूरीच्या डाळीच्या आकाराचे त्रिकोनात असलेले डाग पाहिले. तेव्हा त्या चार पिलांपैकी तीन नर होते, असं मला समजलं. ती ज्या वेळी तिसऱ्यांदा व्याली, तेव्हा त्या पिलांपैकी तीन माद्या आणि एक नर असं प्रमाण होतं. या वेळी ते बरोबर उलट झालं होतं. या प्रकारे एक समतोल साधल्याचं माझ्या लक्षात आलं. ती तिसऱ्या वेळी व्याली त्या वेळच्या चार पिलांतील छोटं पिलू असलेला ड्यूम केवळ

पाच महिन्यांचा असताना मेला. त्यामुळे त्यांतील नर आणि माद्यांच्या नात्याचं निरीक्षण करणं मला शक्य झालं नाही. आता मात्र पिप्पा तिचं चौथं कुटुंब माझ्या मदतीनं यशस्वीपणे वाढवेल, अशी माझी अपेक्षा होती. चित्त्यांच्या पिलांची हाडं नाजूक असतात. त्यामुळे त्यांच्या पायांना जखम होण्याची शक्यता असते, हे मी ओळखलं होतं. ते टाळण्यासाठी पिलांनी माझं खाणं सुरू केल्याबरोबर त्यांच्यात जीवनसत्त्व मिसळण्याचा निर्णय मी घेतला होता. पिप्पा तिसऱ्या वेळी व्याली तेव्हा मी रोज तिला कॅलशियम लॅक्टेट देत नव्हते. आता मात्र पिलं अंगावर पिणं संपेपर्यंत तिच्या अन्नातून १५ मिलिग्रॅम कॅलशियम लॅक्टेट देण्याचं ठरवलं होतं.

दुसऱ्या दिवशी आम्ही हाक मारल्याबरोबर ती त्या झुडपांखालून बाहेर पडून तिथून काही अंतरावर असलेल्या दुसऱ्या झुडपाखाली गेली. तिथं ती खूप तहानलेली असूनदेखील भरपूर पाणी पिऊ शकली नाही. पूर्वी ती व्याल्यानंतरदेखील तिनं मांस खाल्लं नव्हतं; त्याप्रमाणे याही वेळी तिनं मांस खाल्लं नाही. त्यानंतर ती आम्हाला तिच्या पूर्वीच्या झुडपाकडे घेऊन गेली आणि तिथं तिच्या पिलांना पाजू लागली. संध्याकाळी आम्ही तिच्यासाठी आणखी पाणी नेलं.

नंतर सकाळी आम्ही पिप्पाकडे गेलो, तेव्हा त्या पिलांचे डोळे उघडले होते. ती सर्व पिलं माझ्याकडे बघून फिसकारत होती. त्या पिलांना अद्याप कोणताही धोक्याचा अनुभव आला नसला, तरीदेखील त्यांचं फिसकारणं ही जंगली चित्त्यांची निशाणी होती. पिप्पा आतापर्यंत तीनदा व्याली होती. त्या वेळी ती माझ्याकडे न येता मांस घेऊन येणाऱ्या स्टॅन्लेकडे जायची. या वेळी मात्र स्टॅन्ले दृष्टिपथात असेपर्यंत मांसाकडे यायची नाही. तेव्हा मला आठवलं की, एल्सादेखील असंच वागत होती. मांसभक्षण झाल्यावर ती तिच्या पिलांकडे परतताना वेगळा मार्ग अवलंबायची. ते अंतर रोज वाढवताना, वाऱ्याच्या दिशेमुळे पिलांना तिचा वास येण्याची काळजी घ्यायची. पिलं जन्माला आल्यानंतर तेराव्या आणि चौदाव्या दिवशी तिनं त्यांना त्याच झुडपांखाली वेगवेगळ्या जागी हालवलं. त्यानंतर तिनं त्यांना एका नव्या झुडपाखाली नेलं. इथं ती जास्तच उघड्यावर होती. ती जरा जास्तच चळवळ करू लागली होती. एक पिलू तर जवळपास नऊ फूट दूर गेलं होतं. पिप्पानं त्याला मागे ढकललं आणि त्याला एक हळुवार फटका मारला.

पिप्पा एकदा जवळच्याच एका झाडाखाली सभोवताल न्याहाळत बसली होती. त्या वेळी मी त्या पिलांच्या जननेंद्रियांच्या जागी हात लावून त्यांचं लिंग जाणण्याचा प्रयत्न केला, पण त्या पिलांच्या लुसलुशीत शरीरामुळे मला ती चांगली ओळखता आली नाहीत, पण त्या चारपैकी तीन नर असावेत, असं मला वाटलं. चित्त्यांच्या पिलांना पहिल्या दहा आठवड्यांत त्यांची नखं मागे घेता येतात,

असं जर्मनीतील क्रेफील्ड प्राणिसंग्रहालयानं म्हटलं असल्याचं मला आठवलं. त्यामुळे मी त्याची सत्यता पडताळत असताना, त्यांना त्या दहा आठवड्यांतदेखील त्यांची नखं मागे घेता येत नाहीत, असं मला आढळलं.

ती पिलं सतराव्या दिवशी उच्च स्वरात हाका मारू लागली.

पिप्पा नेहमीप्रमाणे तिचं मांस खाण्यासाठी 'छायावृक्षापाशी' आली. त्या वेळीच मी पिलांना पाहण्यासाठी गेले तर, ती झोपलेली होती. नंतर पिप्पा पाणी पिण्याकरिता रस्त्यापलीकडील वसोरोंनी नदीपाशी गेली. मीदेखील तिच्या मागेमागे गेले. त्या नदीचं उथळ पाणी असलेल्या मगरीपासून मुक्त जागी ती पाणी प्याली. नंतर ती उड्या मारत रस्त्यापर्यंत आली. तिथं ती धुळीत लोळली आणि रमतगमत लांबच्या रस्त्याने पिलांपाशी आली. कारण पिलं झोपलेली होती, हे तिला माहीत होतं. तिथंच पिप्पानं आणि मी थोडा आराम केला.

रोज सकाळी आम्ही पिप्पाकडे जात असल्याने ती रस्त्यावरच आमची वाट पाहत असे. सकाळी ती धूलिस्नान करायची. त्यामुळे तिचा वास तिथे रेंगाळेल व त्यामुळे तिच्या शत्रूंना तिचा पाठलाग करायची संधी मिळेल, असं मला वाटायचं. एकदा माझ्या छावणीतच तीन सिंहांच्या पाऊलखुणा पाहिल्या आणि त्या पिप्पाच्या संगोपनगृहाकडे जात असताना पाहून मला चिंता वाटली. पण ती नेहमीप्रमाणे आम्हाला छायावृक्षापाशी भेटली, तेव्हा ती चिंतामुक्त असल्याचं जाणवलं. तिनं तिची पिलं एका सुरक्षित झुडपाखाली हालवली होती. त्या झुडपाखाली ती काटेरी फांद्यांवर अडखळत कोलमडत असताना मी पाहत होते. त्यानंतर आम्ही छावणीकडे परतलो.

छावणीत परतत असताना तीन सिंह रस्त्याने आमच्याच दिशेनं येताना दिसले. त्यांच्याकडे लक्ष देऊन पाहण्यासाठी आम्ही थांबलो, तर ते पिप्पाची पिलं ज्या ठिकाणी होती त्या दिशेनं पळाले. आम्ही त्यांचा मार्ग बदलण्याचा केलेला प्रयत्न कितपत यशस्वी झाला, ते त्याच वेळी कळले नाही. दुसऱ्या दिवशी आम्ही पिप्पाकडे गेलो. तेव्हा त्यांनी त्यांची जागा न बदलल्याने आमचा प्रयत्न यशस्वी झाल्याचा पडताळा आला. तिथं आसपास वानरांचे आवाज येत होते. पिप्पा त्यामुळे थोडी काळजीत दिसली. याच कारणाने तिनं आम्ही नेलेलं मांस खाल्लं नाही. त्यानंतरच्या सकाळी मात्र जवळपास तीच वानर आवाज करत असताना, ती झोपलेल्या पिलांना सोडून बराच वेळ पाय मोकळे करायला गेली होती.

पिप्पाच्या अनुपस्थित मी त्या पिलांचे दात तपासले. त्या तीन आठवडे झालेल्या पिलांचे खालचे समोरचे दात आणि सुळे चांगले वाढले होते. त्यांचे वरचे समोरचे दात आणि सुळे आणखी दोन दिवसांनी बाहेर आले. त्या वेळी पिप्पानं

त्यांना दूरवर असलेल्या एका लहान झुडपाखाली नेलं. तिथं त्यांचं अजिबात संरक्षण होत नव्हतं. हळूहळू चालू शकणाऱ्या पिलांसाठी एवढं अंतर चालणं जरा जास्तच होतं. पिप्पानं इतकं छोटं झुडुप का निवडलं कोणास ठाऊक? दुसऱ्या दिवशीदेखील पिलं तिथंच होती. पिप्पा रस्त्यानं सिंहांच्या पाउलखुणा पाहून चांगलीच दक्ष झाली होती. तिचं एक पिलू माझ्याकडे पाहून गोंधळलं. त्यानं माझ्या आणि त्याच्या कुटुंबाच्यामध्ये उभं राहून संरक्षणात्मक पवित्रा घेतला.

जॉर्जला पिप्पाच्या पूर्वीच्या विताची एक मादी दिसली. तेव्हा त्यानं मला निरोप पाठवला. मी माझ्या लॅंडरोव्हरने जॉर्जनं आदल्या दिवशी जिथं तिला पाहिलं होतं, तिथं आम्ही गेलो. जॉर्जच्या छावणीजवळ मी व्हिटी आणि टाटू यांना पाहिलं होतं. जॉर्ज त्याच्या सिंहांना शोधत असताना, एक चित्त्याची मादी त्याच्या मोटारीपासून काही अंतरावर येऊन बसली.

जॉर्जनं देऊ केलेलं मांस तिनं नाकारलं; पण त्यानं देऊ केलेलं पाणी बाउलमधून पिताना जॉर्जनं तिचे फोटो घेतले. त्या फोटोवरून ती व्हिटी होती हे मी ओळखलं. अजूनही मला बिली, व्हिटी आणि टाटू यांच्याबद्दल जिव्हाळा होता; पण पिप्पाला त्यांच्याविषयी काय वाटेल या विचारात मी होते. ते तीनही लहान असताना पिप्पाचं त्यांच्यावर खूप प्रेम होतं. पिप्पा त्यांना चाटायची, पाजायची आणि त्यांच्याबरोबर खेळायचीदेखील. ते कुटुंब सुखी आणि समाधानी वाटायचं. पण ही नवीन पिलं पिप्पाच्या जीवनात आल्यापासून तिची पूर्वीची पिलं तिच्या जीवनात नसल्यासारखीच होती.

पिलं स्वतंत्रपणे जगायला लायक बनल्याबरोबर वन्यप्राण्यांतील मादी, त्या पिलांबरोबरचे माता आणि पिलांचे संबंध तोडून टाकते आणि परत नवीन पिलांना जन्म देण्यासाठी गाभण होते. या नवीन पिलांना जन्म देण्याकरिता निसर्ग त्यांना मदत करतो काय, असा विचार माझ्या मनात आला. हा विचार बरोबर नसेल तर, पिप्पा किंवा तिच्या वयस्कर पिलांनी परत एकमेकांना भेटण्याची इच्छा दर्शविली नाही, याचं कारण काय? आपल्यानंतर येणाऱ्या पिढ्यांशी नातं राखणं हे सर्व सस्तन प्राण्यांमध्ये फक्त मानवाचंच वैशिष्ट्य आहे काय?

अशा अनेक प्रश्नांना उत्तरं शोधणं गरजेचं होतं, असं मला वाटत होतं; पण त्यासाठी माझ्यासारख्या नवशिक्याच्या निरीक्षणाला पूरक म्हणून एखादा शास्त्रज्ञ माझ्यासोबत ठेवून घेण्याचा माझा विचार होता. माझी परस्परांचा विश्वास आणि प्रेमावर आधारित पद्धत आणि प्राण्यांचा शास्त्रीय दृष्टिकोनातून अभ्यास करण्याची पद्धत, या दोन्ही पद्धती एकत्र करणे संभवनीय नसल्याचं मला समजलं होतं; पण असा सहकारी मला मिळाला नाही. त्यामुळे शास्त्रज्ञांनी मला काही वेगळे

मार्ग सांगितले होते. त्यांपैकी मला शक्य असलेले काही मार्ग अवलंबून पाहण्याचा प्रयत्न मी करत होते. त्यांच्याबरोबर सतत चोवीस तास घालवून त्यांच्या वागणुकीची तपशीलवार नोंद ठेवणं हा त्यांतील एक मार्ग होता. तरीपण रात्रीच्या वेळी पिप्पाच्या हालचालींची नोंद ठेवणं अशक्य असल्यानं, त्या कुटुंबाबरोबर दिवसाचा सर्व वेळ घालवण्यात समाधान मानणं मला भाग होतं.

दरम्यान पिप्पानं तिच्या पिलांना एका मोठ्या झुडपाखाली नेल्यामुळे तिथं बसून त्यांच्या वागण्याची बारकाईनं नोंद करता आली. भर दुपारचा उष्मा मात्र माझी सत्त्वपरीक्षा घेणारा ठरला. त्या झाडाची पानं चित्त्यांना चांगली सावली देत असली तरी, मला मात्र चांगली सावली साधण्यासाठी, माझी डोकेदुखी रोखण्यासाठी सतत जागा बदलावी लागत होती. मी माझ्या पोटावर पडून असताना पिप्पाचं डोकं माझ्या डोक्याशेजारी होतं. पिप्पा तिच्या पिलांना पाजताना म्याँव म्याँव आवाज करत होती, मी तिला कुरवाळत होते. इतक्यात एक विमान बऱ्याच खालून घिरट्या घालू लागलं. ते आम्हाला शोधत होतं. विमानाच्या आवाजामुळं पिलं पांगली. त्या पिलांना परत झुडपाखाली पिप्पाजवळ सोडणं मला बरंच अवघड गेले.

काही वेळाने रस्त्यावरून एका मोटारीच्या हॉर्नचा आवाज ऐकून मी लोकलला तिकडे पाठवलं. तो लंडनच्या बी. बी. सी. च्या पथकाची एक चिठ्ठी घेऊन परतला. त्या पथकाला माझी मुलाखत घेऊन लवकर विमानमार्गे नैरोबीला परतायचं होतं. ही भेट राष्ट्रीय उद्यान अधिकाऱ्यांनी ठरविली होती. उष्म्यामुळे तहान लागलेली होती, तरी मी त्यांच्या प्रश्नांना उत्तरं दिली. काटेरी झुडपाखाली लोळल्याने माझा पोशाख खराब झाला होता म्हणून मी माझे फोटो काढून घेण्यास नकार दिला. त्या चमूला चित्त्यांचे फोटो घेण्यात खरी आस्था होती. मी मात्र ते कौशल्याने टाळले. मी जरी माझ्या तत्त्वाविरुद्ध मुलाखत दिली असली, तरी पिप्पाच्या कुटुंबापासून अपरिचित लोकांना दूर ठेवण्याचा माझा निश्चय होता.

दुसऱ्या दिवशी पिप्पा अन्न देण्याच्या झुडपापाशी भेटली. विमानानं गोंधळ केला त्या झुडपापासून काही अंतरावर हे झुडुप होतं. ती रमतगमत मांस खात असताना अचानक चिवचिवटासारख्या आवाजानं ती घाईघाईनं पिलांच्याकडे गेली. पिप्पाच्या पाठोपाठ ती पिलं जात असताना ती गवतात अडकून एकमेकांपासून अलग झाली होती. त्यांना शोधणं मोठं कठीण काम होतं. सर्वांत छोट्या पिलाला गवतातून चालता येत नसल्यानं ते मदतीसाठी ओरडत होतं. प्रथमच मी त्याला उचलल्यावर त्याच्या रेशमी केसांची जाणीव मला झाली. पिप्पानं त्यांना एका उत्तम सावली असलेल्या काटेरी किल्ल्यासारख्या झुडपाखाली नेलं. पण नंतर पिप्पाला ते

झुडुप आवडलं नाही. तिनं रहस्यमय पद्धतीनं पिलांना मागं राहण्यासाठी सांगितलं आणि दुसरी चांगली जागा शोधण्यासाठी ती निघून गेली. नंतर तिनं परतून पर्र, पर्र आवाजाने त्या पिलांना तिच्या मागून येण्याची आज्ञा केली.

ती सर्व पिलं गवतातून मार्ग काढत एका रांगेत पळत असलेली पाहणं हे एक मजेदार दृश्य होतं. दरम्यान ते छोटं पिलू एका अडथळ्यामुळे खाली कोसळलं. पिप्पा त्वरित तिथं आली आणि त्या पिलाच्या मानेच्या मागच्या बाजूला तिच्या तोंडात पकडून उचलून नेऊ लागली. चांगली पकड मिळवण्यासाठी मधून मधून त्याला खाली ठेवत होती. जराशा उघड्या जागी तिनं त्या पिलांना ठेवलं. ती जागा मला अपुरी वाटली. पिप्पानंदेखील तोच निर्णय घेतला. माझ्यावर पिलांची जबाबदारी सोपवून ती निघून गेली. ते छोटं पिलू दरम्यान माझ्याजवळ आलं. त्यानं मला त्याच्याबरोबर खेळण्याच्या मोहात पाडलं; पण मी मोठ्या प्रयत्नांनी त्याला प्रतिसाद दिला नाही. मग ते परत त्याच्या भाईबंदांकडे गेलं. ती पिलं त्यांच्या लुसलुशीत शरीरांचा ढीग करून पेंगू लागली.

सकाळचे दहा वाजत आले होते. पिलांना पाजायची पिप्पाची वेळ होती. त्यासाठी तिला घड्याळ पाहण्याची गरज नव्हती. बरोबर दहाच्या ठोक्याला ती आली, पण पिलांना पाजायला तिथं न बसता खुरटी झुडपं असलेल्या जमिनीच्या तुकड्याच्या शेवटी गेली आणि तिथं खाली पडली. ती खूप लांबून आल्यामुळे तहानलेली असेल, म्हणून मी तिला थोपटणं थांबवून पाणी आणण्यासाठी गेले; आणि मी परतेपर्यंत सर्व चित्ते तिथून नाहीसे झाले होते.

बऱ्याच झुडपांखाली मी त्यांना शोधलं. त्यानंतर बऱ्याच दुरून पिप्पा येत असताना मला दिसली. ती अतिशय तहानलेली होती. तिनं सर्व पाणी पिऊन टाकलं. तिथून ती एका उघड्या झुडपाकडे गेली आणि तिथून हालेचना. मी खूप प्रयत्न करूनदेखील, पिलांकडे जायला तिला प्रवृत्त करू शकले नाही. मी त्या छोट्याला स्पर्श केला किंवा विमानाने कमी उंचीवरून घिरट्या घातल्याने ती अस्वस्थ होती का, याविषयी मी विचार केला. ती तिथून हालत नसल्याने मी छावणीत परतले.

❑

– २ –

फुरशासारख्या सापाचं विष काढण्यातील धोका

आम्ही छावणीत परतलो, तेव्हा एक विमान बऱ्याच कमी उंचीवरून छावणीवर घिरट्या घालत असल्याचं माझ्या लक्षात आलं. पण नंतर ते विमान दोन मैल दूर असलेल्या 'केनमेअर' हवाईपट्टीकडे निघून गेलं. याचा अर्थ मी त्यांना छावणीकडे घेऊन यावं, अशी विमानातील प्रवाशांची इच्छा असावी. या प्रसंगानं मला आश्चर्य वाटलं असलं, तरीही त्या विमानात कोण पाहुणे असतील याचा मात्र मी अंदाज केला. कारण काही दिवसांपूर्वीच अमेरिकेतील 'सायर-व्ह्यू-मास्टर' स्टीरिओ कंपनीने एल्साच्या नावाने आफ्रिकी वन्य प्राणिजीवनावर एक नवीन मालिका तयार करण्यासाठी मी त्यांना सहकार्य करावं असं सुचवलं होतं. वन्यजीवनाचे सुंदर फोटो काढणारे सुप्रसिद्ध फोटोग्राफर 'ॲलन रूट', त्या मालिकेसाठी जास्तीत जास्त फोटो काढून देणार होते. मी त्यात पिप्पा आणि तिच्या पिलांच्या फोटोंची भर घालावी अशी त्यांची इच्छा होती; पण ॲलन रूट यांनी किंवा मी यापूर्वी कधीही स्टीरिओ कॅमेरा वापरलेला नव्हता. त्यामुळे त्या कॅमेऱ्याच्या तंत्रज्ञानाबद्दल

आम्हाला माहिती देण्यासाठी सॉयर, फ्रेड बेन्नियन या त्यांच्या प्रमुख फोटोग्राफरना केनियात पाठवणार होते. फ्रेडबेन्नियन नुकतेच केनियात येऊन गेले होते, हे मला माहीत होते.

मी त्या धावपट्टीकडे माझी गाडी घेऊन गेले, तेव्हा तिथं फक्त फ्रेडबेन्नियनच नव्हे तर, त्यांचं खाजगी विमान चालवणारा 'टिप्पेट' या पायलटबरोबर ॲलन रूट आणि त्याची पत्नी जोन हेदेखील होते. ॲलन आणि जोन यांची पुन्हा भेट झाल्यामुळे मला आनंद झाला. गेल्या अनेक वर्षांपासून आम्ही त्यांना ओळखत होतो. त्यांच्याबद्दल आम्हाला कुतूहल होतं. त्यांना वन्यप्राणी-जीवनाविषयी खरोखरच आस्था होती. त्यांनी अतिशय उत्कृष्ट अशा फिल्म्स तयार केल्या होत्या. अनेक लोकांचे फोटो काढले होते. अनेकांसाठी ते काम करत होते. त्यांनी जगभर प्रवास केला होता, पण गेल्या बऱ्याच दिवसांत आम्ही एकमेकांना भेटलो नव्हतो. त्यामुळे त्यांच्याबद्दलची अगदी अलीकडची सारी हकीगत जाणून घ्यायला मी उत्सुक होते; पण त्याच दिवशी ते नैरोबीला परतणार असल्याचं समजलं, त्यामुळे मी निराश झाले.

आम्ही छावणीत जेवण तयार करीत असताना, त्या मंडळींनी ती रात्र छावणीतच घालवावी, यासाठी त्यांचं मन वळवलं. स्टीरिओ कॅमेरा कसा हाताळायचा हे मला शिकविण्यासाठी फ्रेड बेन्नियन ओरेगॉनहून हजारो मैलांचा प्रवास करून आले होते. त्यामुळे मला वाटलं की, ते मला शिकविण्याला बराच वेळ देतील आणि मेरू उद्यानही डोळ्यांखालून घालतील, कारण फ्रेड बेन्नियन किंवा रूट्स पतिपत्नी यापूर्वी इथे आलेले नव्हते. नंतर संध्याकाळी आम्ही जॉर्ज आणि त्याच्या सिंहांना भेटायचंही ठरवलं.

स्टीरिओ कॅमेरा कसा वापरायचा याचं प्रात्यक्षिक फ्रेड बेन्नियन मला दाखवीत असताना, रूट्स पति-पत्नी फिरायला गेले. ते परत आले तेव्हा रूट्स यांच्या उजव्या हाताभोवती एक वेटोळे घातलेला फुरशासारखा साप पाहून मी घाबरून गेले. त्या सापाला चावता येऊ नये म्हणून सापाच्या डोक्यामागचा भाग त्यांनी पंजाने पकडला होता. मुळात साप मला आवडत नाही. विशेषत: आफ्रिकेतील अतिशय प्राणघातक फुरशासारखे साप त्यांना पकडताना ते विजेच्या चपळाईनं प्रतिहल्ला करतात. मला अतिशय घाबरलेली पाहून ॲलननं, तो अगदी लहान असल्यापासून साप पकडतो, असं मला सांगितलं. साप पकडताना सापाच्या डोक्यामागे पकडून तो उचलण्यापूर्वी, तो एखादी बेचक्याची काठी सापाच्या मानेवर ठेवून, तो सापाला जमिनीवर दाबून ठेवतो. त्यामुळे साप पकडणं सोपं जातं, असं स्पष्टीकरण त्यानं दिलं.

लोकल, स्टॅन्ले आणि आचारी तिघंही ॲलन आणि त्या सापाकडे पाहून गर्भगळीत झाले. आश्चर्यानं डोळे विस्फारून आणि तोंड वासून ते एकमेकांजवळ उभे होते. ''ॲलन रूट हा सापांना हाताळण्यात पटाईत असून, चेटूक करणारा एक डॉक्टर आहे.'' असं मी त्यांना सांगितल्यावर तर त्या तिघांचे डोळे खोबणीतून बाहेर पडतील की काय, असं मला क्षणभर वाटलं. सापाचं विष कसं काढतात हे ॲलन आम्हाला दाखवणार होता. सापाचं विष कसं काढतात, हे मी कधीच पाहिलं नव्हतं. ॲलन विष काढण्याचं काम करत असताना मी पटकन माझा सीने कॅमेरा घेतला आणि तो असामान्य प्रयोग सुरुवातीपासून शेवटपर्यंत चित्रित केला. त्या सापाचा वरचा आणि खालचा जबडा अलग करण्यासाठी ॲलनने प्रथम त्या दोहोत एक बारीक काडी घातली. तेव्हा ते जबडे जवळपास काटकोनात उघडत असल्याचं पाहून मी आश्चर्यचकित झाले. नंतर त्याने वरच्या जबड्यातील एका सुळ्यावरील त्याला झाकणारा संरक्षणात्मक पापुद्रा मागे सारला. तो सुळा उघडा पडल्यावर त्यातील दुधासारखं पांढऱ्या रंगाचं विष थेंबाथेंबाने टपकू लागलं. नंतर ॲलननं विष काढण्याचा तोच प्रयोग दुसऱ्या सुळ्यावरही केला. पूर्ण विष निघेपर्यंत.

तोपर्यंत त्या मोठ्या फुरशासारख्या सापाच्या वजनानं ॲलनचे हात गळून गेले होते. सापाच्या दोन्ही दातांत विष शिल्लक नाही या विश्वासाने, ॲलनने त्या सापाला सोडून दिले. ताबडतोब तो साप वळवळत जवळच्याच झोपडीकडे गेला. ती आमची जेवण करायची जागा होती. त्यामुळे पुन्हा त्याला पकडण्यासाठी ॲलन त्याच्या पाठीमागे धावला आणि बेचक्याची काठी न वापरता त्यानं सापाला पकडण्याचा प्रयत्न केला, पण त्याचा प्रयत्न फसला. त्याने पुन्हा प्रयत्न केला, पण दुसऱ्या वेळीही तो अपयशी ठरला. तिसऱ्या वेळी त्याने सापाला स्पर्श केल्याबरोबर त्या सापाने उलट हल्ला करून ॲलनच्या उजव्या हाताच्या अंगठ्याजवळच्या बोटाला दंश केला. कोणताही साप त्याच्या गतीच्या विरुद्ध दिशेला त्याचं डोकं एवढ्या पटकन वळवू शकतो, यावर मी कधीच विश्वास ठेवला नसता. पण तसं घडलं होतं. आमचं सर्वांचं लक्ष ॲलनवर केंद्रित झालेलं असताना तो साप त्या झोपडीत दिसेनासा झाला. तो नेमका ज्या शेल्फवर मी जी सापाच्या दंशाविरुद्ध वापरली जाणारी साधनं ठेवली होती, त्याच्या खाली गेला. सापाच्या दंशावर सर्वांत उत्तम समजली जाणारी (Fizimons Serum) फिझिमॉनची लस आमच्याकडे नव्हती. त्याऐवजी पाश्चर इन्स्टिट्यूटनं बनवलेली एक आणि जर्मनीत तयार झालेली एक अशा दोन्ही लसी मी ॲलनला देऊ केल्या, पण 'अशा औषधांची ॲलर्जी आहे', असं सांगून त्यांचा वापर करण्यास ॲलननं साफ नकार दिला. शिवाय सापाच्या दोन्ही विषारी दातांतून त्यानं विष काढलेलं असल्यानं

त्याच्या अंगात अगदीच कमी विष गेलं असेल, याची त्यानं खात्री दिली. तरीही काळजी घेण्यासाठी म्हणून त्याने हाताला वरच्या बाजूला गच्च बांधायला सांगितलं. तो स्वस्थ राहिला तर आराम वाटेल, याचीही त्याला खात्री होती. ती बांधलेली जागा थोड्या थोड्या वेळाने आम्ही सैल करत होतो. त्यामुळे आम्ही तो सांगेल त्याप्रमाणे करत होतो. तो पलंगावर आराम करत असताना त्याचे काही अनुभव सांगत होता. त्याच्या इच्छेचा मान राखण्यासाठी आम्ही ते ऐकत होतो. त्याला खूप तहान लागत असल्यानं मी वरचेवर त्याला चहा आणि ग्लुकोज देत होते. दरम्यान त्याच्या पत्नीने जर्मन लसीवरील सर्व सूचना काळजीपूर्वक वाचून काढल्या.

'जॉर्जकडे जाण्यासाठी मी लवकरच बरा होईन,' अशी खात्री त्यानं दिली असली, तरी त्याच्या हाताची अवस्था पाहवत नव्हती. काळजी वाटावी असा तो हात सुजला होता. त्यामुळे त्याने ताबडतोब विमानाने नैरोबीला जाऊन डॉक्टर गाठावा, असं मी त्याला सुचवलं. पण तो काही ऐकायलाच तयार नव्हता. उलट, ती रात्र त्या छावणीतच घालवण्याबद्दल तो ठाम होता. त्याच्या इच्छेविरुद्ध मी त्याला जबरदस्ती करू शकले नाही. त्याच क्षणी नील्स लार्सन या आमच्या वैमानिक मित्राला घेऊन एक लँडरोव्हर छावणीपाशी आली. तेव्हा मला हायसं वाटलं. ताजी फळं आणि भाज्या साठवून ठेवणं आम्हाला शक्य नाही, हे त्याला माहीत असल्यामुळे त्याने बरोबर आणलेली द्राक्षं आणि इतर फळं मला दिली. त्याला एक पॅसेंजर घेऊन त्वरित नैरोबीला परतायचं होतं. त्यामुळे त्याचं आगमन मला ईश्वरी कृपाच वाटली. त्याला बाजूला घेऊन मी त्याला ॲलनविषयी सांगितलं. ते ऐकून तो ॲलन आणि जोन यांना स्वत:बरोबर नैरोबीला घेऊन जायला तयार झाला. ॲलनच्या विरोधाकडे लक्ष न देता, त्याला आणि जोनला लार्सनबरोबर पाठविण्यात आम्ही यशस्वी झालो आणि गरज भासलीच तर जवळ असावीत म्हणून काही जर्मन औषधंही त्यांच्याबरोबर दिली.

ते निघून गेल्यावर मी नि:श्वास टाकला. कारण ॲलन कबूल करायला तयार नसला तरी, सर्पदंशामुळे त्याची तब्येत बरीच बिघडलेली होती. स्वत:ची हिंमत टिकवण्यासाठी आणि आमची जॉर्जबरोबरची संध्याकाळ खराब होऊ नये म्हणून निष्काळजीपणाने तो नैरोबीला जाण्याचं टाळत होता.

ॲलनला नैरोबीला पाठवलं हे चांगलं झालं असं वाटत होतं. त्यानंतर आम्ही जॉर्जला भेटायला जायचं ठरवलं. त्यापूर्वी आयन टिप्पेटने मोठ्या धाडसाने तो फुरशासारखा साप पकडला होता. त्या सापाला जिवंत सोडून द्यावं, असा त्याचा आग्रह होता. त्यामुळे आम्ही त्याला एका कार्डबोर्डच्या खोक्यात बंद केला आणि जॉर्जकडे जाताना वाटेत सोडून दिला. जॉर्जकडे जात असताना तीन

काळवीट (Lesser kudu) ही आकर्षक पण तेवढीच लाजाळू हरणं दाट झुडपातून ऐटबाजपणे बाहेर पडून अगदी फोटोसाठी पोझ दिल्याप्रमाणे आमच्यासमोर उभी होती. त्याचप्रमाणे आम्ही काही जिराफ, एक रानम्हैस आणि इतर अनेक लहान प्राणीही पाहिले. आम्ही जात असलेला काही रस्ता माडाच्या जातीच्या झाडांच्या राईतून, तर काही रस्ता उघड्या मैदानातून जात होता. मावळत्या सूर्यप्रकाशात सारं कसं शांत होतं.

जॉर्जकडे आम्ही पोचेपर्यंत ॲलनही नैरोबीला विमानातून उतरेल आणि तो सुरक्षितही असेल, अशी आशा आम्ही बाळगली होती. जॉर्जकडे गेल्यावर तो ज्या सिंहांची काळजी घेत होता, ते सिंह मात्र आमच्या दुर्दैवाने आम्हाला दिसले नाहीत. तरीही इतर सर्व प्राणी प्रथमच पाहिल्यावर फ्रेड बेन्नियन मात्र खूपच भारावून गेले आणि ताबडतोब सुटीतील आफ्रिकेच्या ट्रिपची योजना आखू लागले.

दुसऱ्या दिवशी सकाळी आयन टिप्पेटला एका बैठकीला हजर राहण्यासाठी नैरोबीला जायचं होतं. तो संध्याकाळी रूट्स पतिपत्नीबरोबर परतणार होता. त्या वेळी फ्रेड बेन्नियन माझ्या सोबतीला होते. दुपारी चहाच्या वेळी आयन टिप्पेट एकटाच परतलेला पाहून आम्हाला काळजी वाटली. त्या वेळी त्यानं सांगितलं, "ॲलनला विमानानं नैरोबीला पाठवलं त्या वेळी विमानानं हवेत झेप घेतल्याबरोबर ॲलनचा आजार फारच बळावला. त्यामुळे त्याच्या पत्नीला विषप्रतिकारक लसीचा एक पूर्ण डोस ॲलनच्या शरीरात टोचावा लागला. ते नैरोबीला उतरण्याच्या सुमारास ॲलन भ्रमिष्ट झाला होता. त्या वेळी त्याच्या शुश्रूषेसाठी आलेल्या तीनही डॉक्टरांना तो हॉस्पिटलमध्ये पोचेपर्यंत जिवंत राहतो की नाही, याची शंका वाटत होती. सापाने दंश केलेला त्याचा हात भयंकर सुजून काळाठिक्कर पडला होता. त्याची नाडी हाताला लागत नव्हती. फक्त औषधांच्या माऱ्यामुळे तो जिवंत होता. त्याचा उजवा हात तोडून टाकावा लागतो की काय, अशी भीती डॉक्टरांना वाटत होती..." अशा वेळी परमेश्वराची प्रार्थना करणं एवढंच आमच्या हातात होतं.

ॲलनला हॉस्पिटलमधील ज्या खोलीत ठेवलेलं होतं, त्याच्या शेजारच्याच खोलीत सापांच्या विषयीचे जागतिक कीर्तीचे तज्ज्ञ सी. जे. पी. आयोनिडस पडून होते. हा एक विलक्षण योगायोग म्हणावा लागेल. त्यांचं एक ऑपरेशन झालेलं होतं. त्या ऑपरेशनमुळे ते कधीही बरे होणार नव्हते. ॲलनच्या अपघाताचे तपशील ऐकल्यावर ॲलनची तब्येत बिघडण्याला आमच्याकडून ज्या अनेक चुका झाल्या होत्या, त्या ऐकून ते भयचकित होऊन म्हणाले, "फुरशासारख्या सापाचं सोडून द्या, तो १८०° अंश कोनात परतून हल्ला करू शकतो; पण बेचक्याच्या काठीशिवाय साप पकडण्याचा विचार कोणीही झालं तरी कसा काय करू शकतो?

दुसरं म्हणजे विष काढून घेतल्यावर त्या सापाचे विषाचे दात रिकामे होतात ही कल्पनाच चुकीची आहे. त्या दातात असणारं विष काही काळासाठी कमी झालं, तरी क्षणार्धात परत भरलं जातं आणि ते विष जास्त शक्तिशाली असतं. तिसरी गोष्ट म्हणजे (Lematoic) सापासाठी दंश केलेल्या जागेच्या वरच्या बाजूस कधीही बांधून ठेवायचं नसतं. कारण देहाच्या लहानशा भागात जेव्हा विष साठतं, जे त्या भागातील पेशी व मांस यांचा ते फार लवकर नाश करू शकतं. बिचारा ॲलन अज्ञानाचा बळी झाला होता. याशिवाय विमानप्रवासात त्याच्या पत्नीने त्याला विषप्रतिबंधक लस टोचायला सुरुवात करण्यापूर्वी दोन तासांचा महत्त्वाचा वेळ वाया गेला होता...जोन आणि ॲलनने नंतरचे चार महिने खूप कठीण अवस्थेत घालवले. पण दक्षिण आफ्रिकेतून विमानाने आणलेल्या सर्पदंशावरील तज्ज्ञांनी त्याचा हात आणि पंजादेखील वाचवला. शेवटी इंग्लंडमध्ये त्याच्यावर औषधोपचार केले गेले. सापाच्या विषामुळे पेशींचा नाश झालेल्या त्याच्या उजव्या हाताच्या अंगठ्याजवळ बोटाच्या पेशींचा नाश झाला होता. बोट मात्र त्याला गमवावं लागलं. पण तरीही चार बोटांच्या साहाय्याने तो त्याचं फोटोग्राफीचं काम करायला शिकला.

हा भयानक अपघात पाहून मला सापांची प्रचंड भीती बसली असली, तरीही मी सतत हेच सांगेन की, जोपर्यंत तुम्ही सापांना डिवचणार नाही, तोपर्यंत साप आक्रमक नसतात. ॲलननं त्या सापाचं विष काढून त्याला डिवचलं होतं. पहिल्या वर्षी मी इथं छावणी उभारली, तेव्हा पावसाळ्यात मी जवळजवळ रोजच साप मारत असे; पण त्यानंतर सापांच्या जगतात माझी छावणी त्यांना मोहात पाडत असली तरी ती त्यांच्या आसऱ्यासाठी सुरक्षित नाही, ही वार्ता पसरली असावी. कारण त्यांनी आमच्यावर आक्रमण करणं जवळपास थांबवलंय.

आपण माणसं ज्याप्रमाणे सापापासून सावधगिरी बाळगतो. त्याचप्रमाणे वन्य प्राणीदेखील त्यांचं स्वत:चं आणि त्यांच्या पिलांचं सापापासून संरक्षण करण्याचा प्रयत्न करतात. जॉर्जच्या आचाऱ्याने काही दिवसांपूर्वी एक दृश्य पाहिलं होतं. ते जेव्हा त्याने आम्हाला सांगितलं, ते ऐकून मी अगदी भारावून गेले. जेवण केल्यानंतर दुपारच्या गरम वातावरणात तो त्याच्या झोपडीत विश्रांती घेत होता. तेव्हा त्याने त्या जागेभोवती असलेल्या तारेच्या कुंपणापाशी घर्षण झाल्यासारखा विचित्र आवाज ऐकला. आवाज कसला झाला हे पाहण्यासाठी तो झोपडीतून बाहेर पडला, तेव्हा त्याने पाहिलं की, एक लहानसा उंदीर तोंडात धरलेल्या व्हाल नागावर त्या उंदराची माता जोरदार हल्ला करत होती. त्या मातेनं त्या नागाला डोक्यामागे पकडून, त्याचा जोरदार चावा घेतला. हल्लेखोरापासून सुटका करून घेण्यासाठी

तो नाग त्याचा फणा जोरात हालवत होता. त्यामुळे त्या छोट्या उंदराची माता जोरात इकडेतिकडे आपटली जात होती. तरीही त्या मातेनं सापाची पकड सोडली नाही. शेवटी तो नाग एका बिळापाशी पोचला. तो बिळात जात असताना त्या बिळाच्या काठाला त्या मातेचं शरीर घासलं गेलं. तेव्हा तिनं पकड सोडली. त्यानंतर तो साप दिसेनासा झाला. त्या मातेनं धैर्यानं हल्ला चढवूनही दुर्दैवानं ते पिलू मात्र मरण पावलं.

❑

- ३ -
कुटुंबातील एक मृत्यू

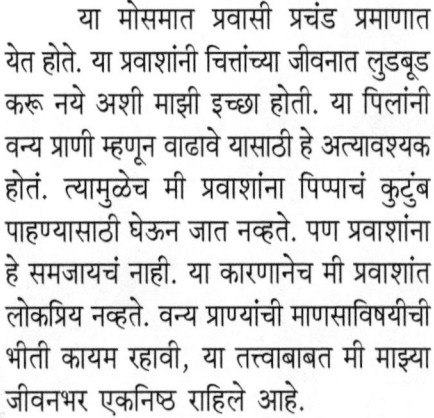

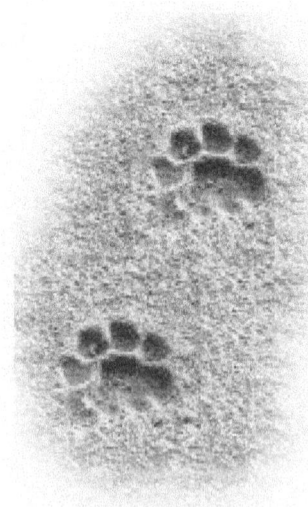

या मोसमात प्रवासी प्रचंड प्रमाणात येत होते. या प्रवाशांनी चित्तांच्या जीवनात लुडबूड करू नये अशी माझी इच्छा होती. या पिलांनी वन्य प्राणी म्हणून वाढावे यासाठी हे अत्यावश्यक होतं. त्यामुळेच मी प्रवाशांना पिप्पाचं कुटुंब पाहण्यासाठी घेऊन जात नव्हते. पण प्रवाशांना हे समजायचं नाही. या कारणानेच मी प्रवाशांत लोकप्रिय नव्हते. वन्य प्राण्यांची माणसाविषयीची भीती कायम रहावी, या तत्त्वाबाबत मी माझ्या जीवनभर एकनिष्ठ राहिले आहे.

पिप्पालादेखील माझी भूमिका आवडत असावी. क्वचित केव्हातरी मी तिच्या पिलांशी जास्त सलगीनं वागले, तर ते तिला आवडायचं नाही.

एक दिवस ती पिलं माझ्याबाबत जास्तच आपुलकी दाखवून, माझ्या पायांना त्यांचं अंग घासत होती. सारखी माझ्याभोवती वावरत होती. तो खेळ थांबवण्यासाठी पिप्पानं पर्र पर्र असा आवाज काढल्यावरदेखील त्यांनी त्याकडे लक्ष दिलं नाही. पिप्पानं त्यांना झाडीत नेलं, पण ती तिथून परत आली आणि तोच खेळ परत

सुरू झाला. सकाळी दहा वाजता पिप्पानं नेहमीप्रमाणे त्यांना पाजण्याचा प्रयत्न केला नाही. तेव्हा मी तिथून निघून छावणीत आले. दुसऱ्या दिवशी सकाळी एका झुडपामागे लपून त्यांचा पिप्पाबरोबरचा खेळ पाहिला. ती पिलं पिप्पाच्या शरीरावर एका बाजूने चढायची आणि दुसऱ्या बाजूने उतरायची. तिचे कान तोंडात धरायची. पिप्पानं डोकं हालवलं की, खाली पडायची. खेळकरपणे जमिनीवर लोळायची. एकमेकांना खाली दाबून धरायची. एकमेकांच्या डोक्यावर बसायची. बरोबर दहा वाजता पिप्पानं त्यांना पाजलं. मी तिच्या पिलांबरोबर सलगीनं वागत नसल्यामुळे पिप्पा आनंदी दिसत होती. माझी आणि तिची मैत्री फक्त तिच्यापुरतीच मर्यादित असावी असं तिला वाटत असावं, असं मला वाटलं. पिप्पा अगदी सहा महिन्यांची असल्यापासून तिनं, मी तिची पालनपोषण करणारी माता म्हणून माझा स्वीकार केला होता. दुसऱ्या दिवशी ते कुटुंब एका नव्या झुडपाखाली होतं. इथल्या मैदानात गवत बरंच लहान. ती पिलं मोकळेपणाने हालचाल करू शकत होती.

मी तिथं गेल्यावर पिप्पा बाहेर आली आणि मांसाचा वास घेऊन परत पिलांकडे गेली. पिलं चांगली लपविलेली आहेत याची खात्री करून घेतल्यानंतर तिनं मला शंभर-दीडशे यार्ड दूर नेलं. तिथं मांस खाताना तिनं लोकलच्या अस्तित्वाला गुरगुरून आक्षेप घेतलेला पाहून मला आश्चर्य वाटलं.

दुसऱ्या दिवशी सकाळी ते कुटुंब एका मोठ्या बाभळीपाशी होतं. एका वाळवीच्या टेकाडावर त्या बाभळीच्या फांद्या एखादा घुमट असावा तशा पसरल्या होत्या. त्या टेकाडाभोवती लहान झुडपांची दाटी झाली होती. त्या झुडपांत मी पिलांना शोधलं. ती शांत बसलेली होती. पिप्पा काही वेळानं मुलिकाकडून आली. पिलं सुखरूप आहेत याची खात्री वाटल्यावर परत गेली. तिला मांस देऊ करण्यासाठी मी तिच्यामागून गेले, पण तिनं फारच कमी खाल्लं. ती पिलांपाशी आल्यावर मी उरलेलं मांस जमिनीवर ठेवलं. त्या वासानं पिलं तिथं आली आणि जवळ आल्यावर तिटकाऱ्यानं त्यांनी त्यांची नाकं वाकडी केली. लवकरच मी तिथून निघून छावणीत परतले.

दुपारी चहाच्या वेळी आम्ही सहज तिकडे चक्कर टाकली. त्यावेळी पिप्पा काही अंतरावर आमची वाट पाहत होती. ही काही तिच्याकडे जाण्याची वेळ नसल्यामुळे, आम्हाला त्याचं आश्चर्य वाटलं. तहानलेल्या पिप्पानं आम्ही नेलेलं सर्व पाणी पिऊन घेतलं. पिलांपासून काही अंतरावर तिनं लोकलकडे कठोर नजरेनं पाहून तिथंच ठाण मांडलं. मी त्याला परत पाठवल्यानंतरच ती पिलांकडे, त्यांना पाजायला गेली.

दुसऱ्या दिवशी सकाळी आम्ही त्यांना दोन तास शोधलं. शेवटी माझा पाय त्या पिलांवर पडता पडता राहिला. मी तिला मांस देऊ केलं, पण तिला प्रथम पिलांसाठी चांगली सुरक्षित जागा शोधायची होती. मुलिका नदीच्या मार्गावरच

आम्ही त्यांना गाठलं होतं. त्यामुळे ती सर्व मुलिका नदीकडे जाऊ लागली. सर्वांत छोट्या पिलाला मात्र पिप्पाला तोंडात उचलून न्यावं लागत होतं. इतर पिलं तिच्यामागून चालत होती. तिनं मुलिका नदीकडे जाताना पिलांना थोडी विश्रांती दिली. काही अंतर गेल्यावर पिप्पानं मांस खाण्याची तयारी दाखवली आणि काही दिवसांपूर्वी मांसाकडे पाहून नाकं वाकडी करणारी पिलंदेखील ते खाऊ लागली. पिले आता पाच आठवड्यांची झाली होती. साधारण याच वयात पूर्वीच्या पिलांनी मांस खायला सुरुवात केली होती. मांस खाण्यात सामील व्हायला त्यांना तीन दिवस लागले. या तीन दिवसांत पिप्पानं अनेक आश्रयस्थानं बदलली.

पिलं मांस खायला लागल्याबरोबर, त्या मांसाच्या वासाने शत्रू आकर्षित होतील म्हणून, मी ते मांस एका कॅनव्हासच्या तुकड्यावर ठेवत असे. मी मांस त्यांच्यासाठी समोर ठेवल्यानंतर लगेच पिप्पा पिलांना फटके देत असे किंवा पर्र पर्र आवाज करून तिथून जाऊ लागत असे. याचं कारण मात्र मला समजलं नाही. पिलं मांस खायला उत्सुक असली आणि त्यासाठी त्यांचे दात तयार झाले असले, तरी त्यांना मांस खाण्याऐवजी गवताच्या काड्या चघळत बसावं लागायचं. पिलं आता खूप उत्साही झाली होती. ती सकाळी खेळायची आणि ऊन तापलं की शांत झोपायची.

पिलांनी मांसाबाबत त्यांची गोडी दाखविल्यानंतर पिप्पानं मांस कसं खायचं, याचं प्रशिक्षण त्यांना दिलं. मांसातील आतडी पिप्पा दातात धरून तोंडात शोषून घ्यायची. त्यामुळे आतड्यांतील गोष्टी बाहेर टाकल्या जायच्या. त्याप्रमाणेच तिनं बाऊल मधलं पाणी जिभेचा वापर करून कसं प्यायचं, हेदेखील दाखवलं. पण ते शिकायला मात्र पिलांना वेळ लागला.

अलीकडे ते कुटुंब मैदानाच्या जास्त उघड्या भागाकडे गेलं असलं तरी तिथं दाट पानांखाली लपलेली सुरक्षित आश्रयस्थानं होती. खूप दूरचा किंचितसा धोकादेखील पिप्पाला तिथून समजत होता. एकदा ती जागा सात हत्तींच्या कळपांनी व्यापलेली दिसली. पिप्पा ज्या झुडपाखालून मांस खायला आली त्या झुडुपाजवळची जागा हत्तींनी व्यापली होती. त्या झुडपाजवळच हत्ती चरत होते, पण त्यांच्याबाबत पिप्पाला चिंता नव्हती. त्यांच्यापैकी एका हत्तीनं त्याच्यासमोरच्या पायाने जमिनीवरील धुळीचा लोट उठवला. तरीही पिप्पानं त्याची काळजी केली नाही.

त्या हत्तींच्या अस्तित्वामुळे आम्हाला पिलांजवळ जायला उशीर व्हायचा. आम्ही पिलांपर्यंत जाईतोवर ती खूप भुकेली व्हायची आणि त्यांच्या वाट्याच्या मांसासाठी झगडायची. ती पिप्पापासूनदेखील त्यांच्या मांसाचं रक्षण करायची. त्यांची पोटं भरल्यावर मात्र ती त्यांच्या मातेच्या अंगावर उड्या मारायची. तिची कातडी आणि कान ओढायची. पिप्पाला त्यांचा खेळ आवडायचा. पिलांनी पिप्पाच्या

डोक्याशी खेळ केल्यावर ती म्याँव म्याँव आवाज काढायची.

नंतर काही दिवस ते हत्ती आमच्यासाठी उपद्रवच बनले होते, पण पिप्पा मात्र नेहमी त्यांच्या कळपामध्येच आढळायची. पाणघोडे, हत्ती यांसारख्या जाड कातडीच्या प्राण्यांना पिप्पा कधीच घाबरत नसे. तिथं असलेल्या वानरांपासून संरक्षण करण्यासाठी पिप्पानं हत्तींचा चांगला उपयोग करून घेतला होता.

एकदा त्यांचं अलीकडील आश्रयस्थान बनलेल्या तीन काटेरी झुडपांच्या जवळपास त्यांना शोधलं. पण त्या कुटुंबाचा शोध आम्हाला लागला नाही. दुपारी चहाच्या वेळी आम्ही त्यांचा शोध सुरू केला. मी आवाज दिल्याबरोबर पिप्पा त्या तीन झुडपांपैकी एकाच्या खालून बाहेर आली. तिथं अजूनही एक हत्ती होताच. इतक्यात सहा हत्ती चित्कारत आले; पण आमचा वास आल्यावर विरुद्ध बाजूला वळले आणि तो एक रेंगाळलेला हत्ती रस्त्याकडे गेला. मी पिप्पाला कॅलशियमचा एक डोस मांसाच्या तुकड्यात लपवून दिला; पण इतर मांस मात्र दिलं नाही. मला वाटलं की, ती आम्हाला पिलं दाखवेल. तिनं अंधार पडेपर्यंत हालचाल न केल्यामुळे राहिलेलं मांस मी तिला देऊन टाकलं. त्यानंतर ती रस्त्याच्या दिशेनं काही अंतर चालत गेली. तिथं मी चिंतातुर होऊन पिलांना शोधलं, तर ती माझ्या पायापाशीच उंच गवतात लपवलेली दिसली. पिप्पानं पर्र पर्र आवाज काढेपर्यंत ती तिथून हालली नाहीत, पण नंतर मात्र ती मांस खाण्यासाठी धावत आली. तिथं उघड्या जागेवर ती हळूहळू मांस खात होती, म्हणून आम्ही तिथंच थांबलो. पिलं त्या वेळी पिप्पाच्या पर्र पर्र आवाजाचं अनुकरण करण्याचा प्रयत्न करत होती.

पिलं आता सहा आठवड्यांची होती. या सहा आठवड्यांत पिप्पानं त्यांची आश्रयस्थानं चौदा वेळा बदलली होती. त्यांत हे आश्रयस्थान जास्त काळ टिकलं होतं. ती पिलं आता चांगली चालू शकत होती. या आनंददायक चौकडीतील दोन मोठ्या नरांत एक दुसऱ्यापेक्षा किंचित मोठा आणि धीट होता. या दोघांत आत्मविश्वास जाणवायचा. इतर दोघांत इतका आत्मविश्वास नव्हता. त्यांतील एक मादी खूप भित्री होती. ती त्या दोन भावांच्या खेळण्यात सामील होत नसे. ती सर्व पिलं खूप प्रेमळ होती.

त्यानंतर दुसऱ्या दिवशी सकाळी ते कुटुंब तिथंच होतं. पिप्पा तिथल्या हत्तीजवळ पडलेल्या झाडाच्या खोडावर बसलेली होती. तिचं ते मोठं नर पिलू तिच्यापाशी चढून जात असताना, अनेक वेळा तोल जाऊन पडलं. ते बाउलमधील पाणी जिभेनं लपलप करत प्यायला शिकलं होतं. त्यानंतर ते कुटुंब रस्त्यापासून काही अंतरावर असलेल्या झाडाखाली दुपारच्या विश्रांतीसाठी विसावले. मी संध्याकाळी परतले, तेव्हा पिप्पा तणावग्रस्त होती. तिनं त्या झुडपाखालील जागा सोडली नाही.

रात्री मला खूप काळजी वाटत होती. सकाळी लवकर दिसू लागल्यावर आम्ही त्यांना शोधायला गेलो. तेव्हा त्यांनी ती जागा सोडलेली दिसली. रस्त्यावर सिंहाच्या पाऊलखुणा दिसल्या. आम्ही तिथं खूप शोधलं. त्यानंतर रस्त्यावर असलेल्या 'पाच मैल' खुणेच्या दगडापासून पिप्पा आली. ती मला एका झुडपासारख्या झाडाकडे घेऊन गेली आणि तिथंच बसून राहिली. मी त्या झुडपाच्या दुसऱ्या बाजूला गेले, तेव्हा मी दचकले. कारण मला तिथं ते मोठे नरपिलू मरून पडलेलं दिसलं. त्याच्या मानेला चावा घेतला गेला होता. त्याचं शरीर मी मोटारीकडे नेण्यासाठी उचललं, तेव्हा त्याच्या मानेवरील रक्त ताजं दिसत होतं. मी ते पिलाचं मृत शरीर नेत असलेलं पिप्पाला कळलं नाही.

पिप्पा हुंगत हुंगत जात असताना लोकल आणि मी तिच्यामागे गेलो. काही अंतरावर आम्ही तिच्या पाऊलखुणांबरोबर तिच्या सकाळच्या पाउलखुणा मिसळलेल्या पाहिल्या. तिथून ती त्या तीन झुडपांच्या दिशेनं गेली. जाताना वाटेत येणाऱ्या प्रत्येक झाडावर आणि वारुळावर चढून सभोवार न्याहाळलं. त्यानंतर ती एका झुडपाजवळ सूक्ष्म हालचालींचीही नोंद घेत आणि सावधानतेनं प्रत्येक आवाज ऐकत बसली. लोकलनं तिच्यासाठी मांस आणलं; पण ते खाण्यासाठी तिनं खूपच वेळ लावला. त्यामुळे तिची इतर पिलंदेखील मेलीत की काय, असं मला वाटलं. नंतर ती जात असताना जवळजवळच्या दोन झुडपांतून एखाद्या पक्ष्याचा चिवचिव आवाज येत असलेला मी ऐकला. त्या झुडपाकडे तिनं दुर्लक्ष केलं, पण मी निरखून पाहिलं असता मला तिथं तीन पिलं दिसली. तिथून पुढे गेल्यावर ती तो चिवचिवाट ऐकत थांबली. ती परत रस्त्याच्या दिशेनं जात असताना त्या दोन झुडपांना तिनं हेतुत: टाळलं. यावरून ती तिच्या जिवंत पिलांचा ठावठिकाणा दाखवायला तयार नव्हती, हे समजलं. जिथं तिचं पिलू मारलं गेलं होतं, त्या ठिकाणी ती खाली बसली.

पिप्पावर लक्ष ठेवण्यासाठी लोकल मागे राहिला आणि मी त्या पाचव्या मैलाच्या दगडापर्यंत गेले. तिथं पिप्पाच्या पावलांचे ठसे आणि एका सिंहिणीच्या किंवा तरुण सिंहाच्या पावलांचे ठसे बऱ्याच अंतरापर्यंत मिसळलेले आढळले. त्यानंतर पिप्पाच्या पावलांचे ठसे मुलिका नदीच्या मैदानाकडे, जिथं तिनं तिची पिलं लपवून ठेवली होती, तिकडे गेले. एक सिंह रस्त्याने येत होता, त्याला चित्त्यांचा वास आला, तेव्हा तो त्या झुडपांकडे गेला. त्या वेळी कुटुंबाच्या रक्षणासाठी तो मोठा नर बाहेर पडला आणि त्वरित मारला गेला. त्या दरम्यान पिप्पा झुडपाच्या पलीकडून बाहेर पडली. त्याबरोबर त्या सिंहाने तिचा पाठलाग केला. तिथंच त्या दोघांच्या पाउलखुणा एकत्र दिसल्या. त्या ठिकाणापासून पिप्पा

बाकी पिलांना, दोन जवळजवळच्या झुडपांखाली लपविण्यासाठी घेऊन गेली. ती सापडत नसलेल्या पिलाच्या शोधात परत गेली असावी. ते पिलू कधीही परतणार नाही, हे तिला अजूनही माहीत नसावं.

पिप्पा पिलांकडे परत जात असताना मी लोकलला मागे राहण्याविषयी सांगितलं आणि पिप्पाच्या मागून जाऊ लागले. तिनं मला, एका हत्तीनं संरक्षण दिलेल्या दोन झुडपांकडे नेलं. तो हत्ती तिथून निघून जावा म्हणून मी पिलांसाठी मांस आणि पाणी घेण्याच्या निमित्तानं थोडा वेळ घालवला. मी परत जाण्याच्या वेळी तो हत्ती तिथून निघून गेला होता. त्यानंतर पिप्पानं बोलावल्यामुळं पिलं झुडपाखालून बाहेर आली. ती खूप घाबरलेली होती. पिप्पानं त्यांना आतडी कशी खावी याचं प्रात्यक्षिक दाखविलं, तरीही ती हळूहळू खात होती. माझ्या थोड्याशा हालचालीनं ती मादी झुडपापाशी पळून जायची. ते पाहून मी त्यांना तिथं सोडून, तो प्रसंग उद्यानाधिकाऱ्यांना सांगायला मोटार घेऊन गेले. त्या मृत पिलाच्या सर्व दाढा बाहेर पडल्या होत्या. ते पिलू पुरण्यासाठी मी छावणीत नेलं. त्याला पुरण्यापूर्वी त्याचं एक चित्र काढायचं मी ठरवलं.

ते पिलू सर्वांत सशक्त आणि सुंदर होतं. त्या पिल्लाचं चित्र रंगवत असताना इतक्या चांगल्या प्राण्याचं आयुष्य सुरुवातीलाच का संपवलं गेलं, याचा विचार मी करत होते. मांसाहारी प्राणी इतर मांसाहारी प्राण्यांची पिलं, त्यांना नष्ट करण्यासाठी नेहमी मारून टाकतात. अनेक वेळा चित्त्यांची पिलं सिंहांनी, त्याचप्रमाणे उलटपक्षी सिंहांची चित्त्यांनी मारून टाकलेली आढळतात. या पिलाचा मृत्यू मात्र त्याच्या धाडसामुळे झाला. त्याचं चित्र काढण्यात व्यस्त असताना हळूहळू माझं दुःख नाहीसं झालं. या बदलाचं स्पष्टीकरण देणं मला शक्य नाही. त्या पिलाला, पिप्पा नेहमी ज्या झाडाखाली विश्रांती घ्यायची, त्याच झाडाखाली आम्ही पुरून टाकलं.

दुसऱ्या दिवशी चित्त्यांना शोधायच्या कामावर मी पुढे चालत होते. लोकल माझ्या मागं चालत होता. अचानक एका सिंहानं लोकलवर हल्ला करण्यासाठी उडी मारली. लोकलनं त्याच्या खांद्यावरील बंदुकीचा बोल्ट जागेवर बसवला. इतक्यात मी त्या सिंहाला ओळखलं. तो जॉर्जचा सिंह 'उगास' होता. मी उगासला ओरडून थांबायला सांगितलं. त्याने ऐकल्यामुळे एक शोकांतिका टळली. उगास रस्त्यालगत विश्रांती घेत असावा आणि आमच्या येण्यानं आश्चर्यचकित झाला असावा. तो क्षण आम्हाला धक्का देणारा होता.

उगास पिप्पाजवळ असणं मला पसंत पडलं नाही. मी गाडी घेऊन जॉर्जकडे गेले आणि उगासला तिथून त्याच्या क्षेत्रात आकर्षित करण्याची विनंती जॉर्जला केली. उगास वरचेवर माझ्या छावणीजवळ येऊ लागला होता. पिप्पा आणि तिची

पिलं तिथं असल्यानं मला चिंता होती. जॉर्जनं तिथं येऊन माझ्या छावणीत एक रात्र घालवली; पण उगास एका जंगली सिंहिणीच्या सहवासात गुंग झाला होता. त्यानंतर जॉर्जनं त्या दोघांचं मिलन झालेलंदेखील पाहिलं.

नंतर दोन दिवस पिप्पाचा पत्ता लागला नाही. अनेक झुडपे तपासताना एका झुडपाखाली मला एक तरुण मांजरी (Serval cat) सापडली. ती खूप घाबरली होती. तिनं आजारी असल्याचा भास निर्माण केला. तिला मदत करण्यासाठी मी लोकलच्या शोधात गेले. आम्ही परतेपर्यंत ती मांजरी तिथून निघून गेली होती. अडचणीत सापडलेले प्राणी पूर्ण स्तब्ध राहून मरण पावल्याचं ढोंग करतात. माझ्यापासून इतक्या जवळ आणि इतका वेळ असूनदेखील तिथून पळून जाण्याएवढं सुरक्षित वाटेपर्यंत स्तब्ध राहणाऱ्या त्या मांजरीचं मला कौतुक वाटलं.

पण पिप्पाचा मात्र पत्ता नव्हता. मुलिका नदीच्या काठावरील वेळूच्या वनात शोध घेत असताना एका सिंहाची गुरगुर ऐकू आली आणि आम्ही थांबलो. जवळचे वेळू हालत होते त्यावरून त्या झोपलेल्या सिंहाच्या अगदी जवळ आमचा पाय पडला असावा, हे आम्हाला समजलं. लगेच थोड्या वेळाने दुपारची विश्रांती घेत असलेल्या एका सिंहाला आम्ही दचकवलं, पण आम्ही थोडक्यात वाचलो. आम्ही ज्या झुडपाखाली शोध घ्यायला सुरुवात केली, त्या झुडपाखाली तो विश्रांती घेत होता. या दोन्ही प्रसंगी त्या वनचरांना माघार घ्यायला भरपूर जागा असल्यामुळे आम्ही आमचा बचाव करीत शोध चालू ठेवू शकलो.

त्यानंतरच्या दिवशी संध्याकाळी मुलिका नदीजवळच आम्ही पिप्पाला शोधलं. आम्ही तिला हाका मारत होतो, ते तिनं कदाचित ऐकलं असावं. ती अति भुकेली होती. तिनं भरपूर मांस खाल्लं. तिनं पिलांना बाहेर येण्याची परवानगी दिली नाही. त्यामुळे आम्ही त्यांना न पाहताच छावणीत परतलो.

अंधार पडल्यानंतर पिप्पाला तिची पिलं उघड्यावर आणण्यात वाटणारी भीती साहजिकच होती. त्यामुळे मी शक्य असेल तेव्हा त्या कुटुंबाला सकाळी अन्न देण्यास सुरुवात केली. पिलं त्यावेळी थोडंसच खात असल्यानं मी त्यांच्याबरोबर दिवसभर राहून वारंवार त्यांना खाऊ घालत असे. मी मांसाच्या पातळ चकत्या करायची, त्या ती भराभर खाऊ शकत होती. मी भरपूर मांस आणत होते; तरी पिप्पा त्यांना पोटभर खाऊ द्यायची नाही. त्याचं कारण मला समजत नसे. ती तिसऱ्या वेळी व्याली, त्या वेळी तिनं आठ आठवड्यानंतर पिलांना पाजणं बंद केलं होतं. पण या वेळी त्याच वयाची पिलं मुख्यत: तिच्या दुधावरच जगत होती. त्या बुजऱ्या मादीची भरपूस मांस खाण्यासाठी खुशामतच करावी लागायची.

ती मादी इतर दोन पिलांइतकी सशक्त होण्यासाठी मी एखाद्या मोठ्या

डॉक्टरकडून तिला इंजेक्शन द्यावं असं लोकलनं सुचवलं. इतर अशिक्षित आफ्रिकींप्रमाणे त्याचाही सुईच्या जादुई शक्तीवर विश्वास होता.

माझा योग्य पूरकांच्या उपयोगावर विश्वास होता म्हणून मी तिला फॅरेक्स, ॲबडेक आणि हाडांचा चुरा तिच्या अन्नातून देत असे.

सकाळी आम्ही गेल्यावर, त्या कुटुंबाचं मांस खाणं तास-दीड तास चालायचं. त्यानंतर ती पिलं एकमेकांचा पाठलाग करायची. काही वेळा त्या खेळात पिप्पादेखील सामील व्हायची. खेळल्यानंतर पिलं थकून डुलकी घ्यायची. त्या वेळी पिप्पादेखील एके ठिकाणी बसून ती पिलं दुसऱ्या वेळी मांस खाण्याला उठेपर्यंत त्यांच्यावर लक्ष ठेवायची.

याच वेळी आम्ही पिलांना नावं ठेवली. त्या छोट्या मादीला आम्ही सोम्बा असं नाव ठेवलं. त्या मोठ्या नरपिलाला बिग बॉय आणि त्याच्या लहान भावाला टायनी, टायनी मला आवडायचा. तो पूर्वीच्या पिलांतील एम्बिलीसारखा दिसायचा. तो आकर्षक असून, त्याचे डोळे अर्थपूर्ण होते. तसा बिग बॉयदेखील आकर्षक होता, पण जरासा वेगळा. त्या तिन्ही पिलांत तो उत्तम स्वभावाचा होता. या लहान वयातदेखील तो बॉस वाटायचा.

या तिन्ही पिलांत सोम्बा खूप हुशार होती. तिच्या स्वभावात खूप गुंतागुंत होती. तिच्या दुर्बलतेची तिला जाणीव असल्यानं, तिच्या संरक्षक वृत्तीनं ती दुर्बलतेवर मात करायची. ती विचित्र कुबड काढून बसायची. त्यामुळे ती त्वरित उडी मारू शकायची. ती एकाच वेळी दोन्ही पंजांनी हल्ला करू शकत असे. विशेष म्हणजे हल्ला करताना ती खाली पडायची नाही. ते एक परिणामकारक संरक्षण होतं. ती हल्ला करण्याच्या मूडमध्ये असताना मीदेखील हालचाल करण्याचं धाडस करत नव्हते. तिनं अद्याप नैसर्गिक भक्ष्याचा अनुभव घेतला नव्हता. ती लहान हाडं खाताना डोळे मिटून घ्यायची. एखाद्या गोष्टीवर लक्ष केंद्रित करताना मीदेखील माझे डोळे मिटून घेत असे. ती गोष्ट एकाग्रतेला सहायक होते असं मला वाटायचं.

बिग बॉय नऊ आठवड्यांपेक्षा जास्त वयाचा असताना मी त्याला पिप्प्याच्या अंगावर पिताना अखेरचं पाहिलं होतं. मला वाटलं की तो हे फक्त समाधानासाठी करत असावा. यासाठी मी पिप्पाचे आचळ दाबून पहायची. तेव्हा पिलं चोवीस आठवडे आणि तीन दिवसांची होईपर्यंत पिप्पाच्या आचळातून दूध स्रवत होतं. पूर्वी पिप्पा व्याली तेव्हा तिच्या पिलांत मुडदुसाची किरकोळ लक्षणं होती. मात्र सध्याची पिलं धडधाकट आणि सशक्त होती.

❑

- ४ -
वणवा आणि पूर

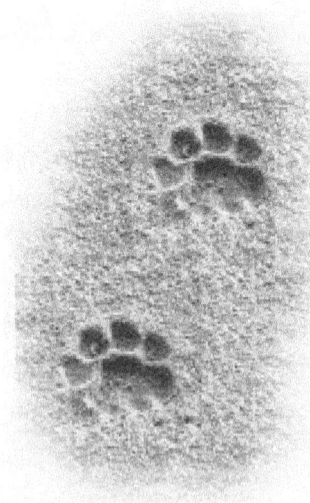

पावसाळा जवळ आला होता. ऑक्टोबर महिना सुरू झाला होता. राष्ट्रीय उद्यानांच्या प्रथेप्रमाणे नवीन गवत जाळून टाकत असत. या प्रथेचा एक फायदा म्हणजे वन्य प्राण्यांना हानिकारक असे परोपजीवी कीटक जुन्या गवताबरोबर मारले जात. जुन्या गवताचा वणवा पेटविणे आणि माझ्या छावणीभोवताली वणव्यावर लक्ष ठेवणे यासाठी मजुरांचा एक गट पाठवावा, असे मी वनाधिकाऱ्यांना सांगितलं. ते मजूर सर्व ठिकाणी वणवा पेटवायला इतके उत्सुक होते की, मला माझ्या छावणीची काळजी घेणं भाग पडलं. हे काम करत असताना ते मजूर खूप गुदमरून जात होते. तरीही त्यांना वाळलेल्या गवतात काड्यापेटीच्या जळत्या काड्या फेकताना आनंद वाटत होता.

पिप्पासाठी असा वणवा नवीन नव्हता, पण तिची पिलं मात्र धुराच्या वासामुळे घाबरल्यासारखी व्हायची. त्यातल्या त्यात सतत हुंगण्यात दक्ष असलेली सोम्बा! मुलिका नदीजवळ वाळवीच्या वारुळावर एका झाडाची सावली पडलेली, असं ते ठिकाण त्यांना सापडलं होतं.

त्या वाळवीच्या वारुळाच्या टेकडीवरून ती पिलं घसरत उतरायची आणि हवेसाठी त्या टेकडीत असलेल्या झरोक्यातून लपंडाव खेळायची. तसंच त्या टेकडीवर एका पिलाला बसण्याजोगा एक खळगा होता. त्या खळग्यात बसलेल्या पिलाच्या बाजूला, मागच्या पायावर उभं राहून त्याच्यावर उडी मारायची आणि त्या राजासारख्या बसलेल्या पिलाला तिथून ढकलायची. त्याचप्रमाणे मुलिका नदीच्या पात्रावरून पाण्यात न पडता उलटसुलट उड्या मारायला शिकली होती.

वणवा जवळ येऊ लागल्याचा अंदाज येताच पिप्पानं पिलांना सुरक्षित ठिकाणी नेण्याचं ठरवलं. तरीदेखील पिलं खूप घाबरली होती आणि त्यामुळे मुलिका नदीवरून उडी मारताना ती पाण्यात पडली. धडपडत सुरक्षित बाहेर येऊन पलीकडच्या किनाऱ्यावर दिसेनाशी झाली. या चित्त्यांच्या वणव्याबाबतचा प्रतिक्रियेच्या तुलनेत सेरेनगटी इथले सिंह झेपावणाऱ्या ज्वाळांपासून निसटून जाणाऱ्या प्राण्यांची वाट पाहत, त्या ज्वाळांच्या निकटच शेकत बसलेले असायचे. क्वचित ते वणव्यातून उठणाऱ्या ठिणग्यांनी होरपळायचेदेखील. हे पाहणं मनोरंजक होतं.

अशा वणव्यामुळे अनेक वन्य प्राणी त्यांचं कायमचं वास्तव्यक्षेत्र काही काळापुरतं सोडून द्यायचे. एकदा पहाटे पहाटे सहा लहान हरणांचा एक कळप माझ्या छावणीपाशी पाहिला, तेव्हाच ती हरणं किती दूरवरून आलीत हे मला कळलं. साधारण दहा मैलांवरील घनदाट अरण्यात वास्तव्य करणारी ही सुंदर हरणं असंख्य मगरींचं वास्तव्य असलेली राजोवेरु नदी पार करून इथवर आली असलीच पाहिजेत. एक-दोनदाच फक्त मी त्याना पाहिलं; कारण वणवा शांत झाल्यावर त्यांनी हा प्रदेश सोडला असावा, असं समजलं.

ते पिप्पाचं कुटुंब आम्हाला दोन दिवस सापडलंच नाही. त्या कठीण दिसणाऱ्या, भेगा गेलेल्या जमिनीवरून चालताना मी पातळ चिखलात गुडघ्यापर्यंत रुतले होते, हे मला समजलं. माझ्या चालण्यामुळे तो पातळ चिखल मला खोल खोल नेत होता. सुदैवानं माझा एक सहकारी एक मोठी काठी मला देण्याइतका जवळ होता. त्याने मला त्या काठीच्या साहाय्याने ओढून बाहेर काढले.

एका तीन झुडपांच्या समूहात लपून राहिलेले चित्ते शेवटी आम्हाला सापडले. एका पिलाने पक्ष्यासारखा आवाज काढल्यानेच आम्ही त्यांना शोधू शकलो. वणव्यामुळे जळून काळ्या पडलेल्या मैदानावरून आमची मोटार चालवताना त्या झुडपांजवळ थांबवली, तेव्हा ती पिलं घाबरली असावीत. त्या काळ्या पडलेल्या परिसराने ती पिलं गोंधळून गेली होती. त्या चित्त्यांचा सोनेरी रंग काळ्या जमिनीच्या पार्श्वभूमीवर उठून दिसत असल्याने पिप्पा त्यांना बाहेर आणायला घाबरत होती. जेमतेम तीन महिन्यांची चपळ सोम्बा दूरवर वणव्याचं चिन्ह दिसतंय का, हे न्याहाळत होती.

तसं दिसताच ती पळून जायची. आता ती खूपच उग्र झाली होती. तिचं दबा धरून हल्ला करणं पिप्पालादेखील तिच्यापासून चार हात दूर राहणं भाग पाडायचं.

मी दिलेलं मांस त्या पिलांनी अधाशासारखं खाऊन टाकलं. ती पिलं खेळत असताना पिप्पानं सोम्बाचं डोकं पकडण्याचा प्रयत्न केला. सोम्बा पटकन गडबडा लोळली आणि अचानक उडी मारून तिनं पिप्पावर हल्ला केला; पण पिप्पानं जमिनीवर उंच उडी मारून तो चुकवला. सोम्बाचा परत केलेला हल्ला पिप्पानं तसाच चुकवला. पिप्पानं सोम्बा शांत होण्याची वाट पाहिली. थोड्या वेळानं सोम्बानं पिप्पाला प्रेमानं मिठीच मारली आणि त्या दोघी एकत्र आनंदानं जमिनीवर लोळू लागल्या.

पिप्पाच्या मत्सराला न डिवचता, पिलांना तिच्या आधी अन्न देताना मला कमालीचं चातुर्य दाखवावं लागायचं. माझं असं करणं पिप्पाला अजिबात आवडायचं नाही. पिलांचं मांस खाणं झालंय, की नाही हे न पाहता ती दूर जाऊ लागायची आणि पर्र पर्र असा आवाज करून पिलांना बोलवायची. सोम्बा तिच्यावर दबून हल्ला करण्यात तरबेज झाली, तेव्हा टायनीनं त्याच्या मांसाच्या वाट्यासाठी झगडणं कमी केलं. कारण सोम्बाच्या हल्ल्याला तो तोंड देऊ शकत नसे. टायनी बाजूला होऊन, त्याला मी माझ्या हाताने खाऊ घालण्याची वाट पाहत असे. हा नेहमीचाच परिपाठ झाला होता. मी त्याचा वाटा कसा आणि कुठे लपवते, याकडे तो लक्ष देत असे. नंतर माझ्याकडून तो बिनधास्तपणे मांस खायचा. त्या सर्वांना झेब्र्याचं मांस पसंत होतं. त्यांच्या मांसात मी त्यांना न आवडणारा हाडांचा चुरा भुरभुरायची. मी असं करताना पाहिल्यावर सोम्बा मला नेम धरून मारायची.

पिप्पा नेहमी वावरायची त्या जवळजवळ सर्व भागात वणवा होता. वसोरोंगीच्या पलीकडील मैदानात वणवा नव्हता. ते मैदान माझ्या छावणीजवळच्या ओढ्याच्या वरच्या बाजूला चार मैलांवर होतं. तिथं पिप्पानं तिचा मुक्काम हालवला. तिथंच एका नुकत्याच मारलेल्या तरुण ग्रँटच्या हरणाजवळ ती आम्हाला सापडली. त्या हरणाचा गळा आवळून त्याला गुदमरवून पिप्पानं त्याला मारलं होतं; पण त्यानंतर तिनं त्या हरिणाच्या शरीराला स्पर्शही केला नव्हता. मी जवळ गेल्यावर सोम्बानं माझ्यावर गुरगुरत जोरदार हल्ला केला. त्यामुळं मी घाबरले, पण तिची एखाद्या जंगली प्राण्याच्या मादीप्रमाणे प्रतिक्रिया पाहून मला आनंदही वाटला. नर पिलांनी माझं अस्तित्व सहज मान्य केलं. मी जेव्हा त्यांच्यासाठी दूध देऊ केलं, तेव्हा सोम्बा तिच्या भावांबरोबर त्वरित सामील झाली. माझं शिकारीकडे जाणं मात्र तिला हल्ला करायला प्रवृत्त करत होतं. मी सिने कॅमेरा तिथं आणला नव्हता म्हणून त्या कुटुंबाला लोकलवर सोपूवन, मी छावणीतून तो आणला. अजूनही त्यांनी शिकार

संपवली नव्हती आणि सोम्बा अजूनही तितक्याच उग्रपणे शिकारीचं रक्षण करत होती.

हवेत उष्मा कमालीचा वाढला. चोहोबाजूंनी आकाशात काळे ढग तरंगत होते. विजांचा गडगडाट पिलांना घाबरवत होता. पिप्पानं पर्र पर्र आवाज केल्याबरोबर ती पिलं तिथून तिच्याबरोबर निघून गेली. त्या हरणाचे अवशेष आम्ही त्यांच्या दुसऱ्या दिवसाच्या आहारासाठी जमा केले आणि छावणी गाठली.

या भागात सात-आठ दिवस पिप्पाचा मुक्काम होता. आम्हाला त्यांच्यापर्यंत पोचवण्यासाठी पूर आलेल्या नदीतून चालतच जावं लागायचं. एका रात्री जोरदार पाऊस झाला आणि त्यामुळे आम्हाला नदी पार करणं अशक्य झालं. पण आम्हाला ते कुटुंब आमच्याच भागात सापडलं. चित्त्यांनी वेळेवर नदी पार केली असावी. पिलांना मांसाचा नियमित पुरवठा व्हावा म्हणून पिप्पानं काळजी घेतली असावी, असं मला वाटलं. तिच्या विचाराबाबत मी किती अज्ञानी होते, हे मला लवकरच समजलं. माझ्याजवळ मांस होतं हे पिप्पाला ठाऊक असूनही तिनं पिलांना छावणीजवळ आणण्याऐवजी झेब्रा आणि ग्रँटची हरणं मुबलक होती, अशा भागात दोन मैल लांब नेलं. यामुळे पिलांना छावणीची सवय होऊ नये व त्यांची वन्य प्राणी म्हणून वाढ व्हावी, असं तिला वाटत होतं हे स्पष्ट झालं.

एकदा सकाळी आमच्या लँडरोव्हरपासून काही अंतरावर ते चित्ते आम्हाला दिसले. मोटार रस्त्यावरच सोडून आम्ही त्यांच्यासाठी मांस नेलं. ते चित्ते त्या मांसावर ताव मारत असताना एक प्रवासी मोटार आली. ती मोटार आमच्या लँडरोव्हरपर्यंत येण्यापूर्वीच, त्यांचं मांस खाणं पूर्ण व्हायचं असूनदेखील पिलं पळून गेली आणि दृष्टिआड झाली. ही गोष्ट ती पिलं किती जंगली झाली होती, ही बाब अधोरेखित करते.

पिप्पा आणि एम्बिली गेल्या अनेक महिन्यांपूर्वी वेगळ्या झाल्या होत्या. त्यानंतर प्रथमच पिप्पा एम्बिलीच्या क्षेत्रात होती. सभोवतालच्या बहुतेक प्रदेशाचं पाणथळ भागात रूपांतर झालं होतं. तिथं शिकार करणं फार अवघड झालं होतं. त्यामुळं पिप्पा तिनं स्वत:वर लादलेला नियम तोडून इथं हजर झाली होती. त्या भागातील झाडांच्या बुंध्यावर एम्बिलीच्या विष्ठेच्या खुणा होत्या. अशा वेळी जर एम्बिली हजर झाली तर काय घडेल, असा विचार माझ्या मनात आला.

एकदा सकाळी त्या कुटुंबाला मांस दिल्यावर आम्हाला पिप्पा एका लांबवर असलेल्या टेकडीकडे एकटक पाहत असलेली दिसली. मी माझ्या दुर्बिणीतून तिकडे पाहिल्यावर, तीन वर्षांपूर्वी दक्षिण आफ्रिकेतून केनियात आणलेल्या गेंड्यांच्या तीन जोड्यांपैकी एक जोडी मला तिथे दिसली. थोडे दिवस ते सहा गेंडे कुंपण

असलेल्या आवारात लेपर्ड रॉकपाशी होते. पांढरे गेंडे आकारमानाने काळ्या गेंड्यापेक्षा मोठे, तोंड जास्त रुंद असलेले होते. हा त्यांच्यातील फरक पिप्पाला घाबरावयाला पुरेसा होता की नाही कुणास ठाऊक! पिप्पानं पर्र पर्र आवाज केला आणि ते सर्व चित्ते शक्य तेवढ्या वेगानं पळून गेले. स्थानिक काळ्या गेंड्याकडे ती नेहमी दुर्लक्ष करत असे. नंतर साधारण एक-दीड वर्षांत पिलांनीदेखील तसाच प्रतिसाद दिला.

चित्त्यांच्या माग आम्हाला मुलिका मैदानावर घेऊन गेला. त्या मैदानावर चित्त्यांच्या पाऊलखुणाबरोबर सिंहांच्या ताज्या पाउलखुणा मिसळल्या होत्या. त्यानंतर काही दिवस चित्त्यांच्या पत्ता नव्हता. हे मला अपेक्षितच होते. स्टॅन्लेला एक चित्ता पाच मैलांच्या दगडाच्या दिशेनं, त्याच्याकडे पाहून गुरगुरत धावत गेलेला दिसला. मला पाहिल्यावर त्याने उडी मारली आणि आम्हाला पाठलाग करायला उद्युक्त करून पुढे जात राहिला. सिंहापासून पिलांना लपवून ठेवून पिप्पा त्यांच्यापासून लांब जात आहे, असं मला वाटलं. पाठलाग करून मी त्या चित्त्याला शेवटी गाठलंच; पण त्याला ओळखण्यासाठी मी खूप दूर होते. मी पिप्पा म्हणून हाक मारल्यावर तो चित्ता मुलिकाकडे पळाला, उडी मारून मुलिका पार केली आणि दिसेनासा झाला. मग मात्र मला वाटलं की ती एम्बिलीच असावी. आठ-साडेआठ महिन्यांपासून स्वतंत्र जगत असलेली एम्बिली इतकी धडधाकट पाहून माझं समाधान झालं.

त्या जागेपासून अर्ध्या मैलाच्या आसपास ते कुटुंब आम्हाला सापडलं. तिथं शिकारीसाठी बरेच प्राणी होते. पिप्पाचा ग्रँटच्या कळपावर दबा धरण्याचा प्रयत्न सर्व आडोसे जळून गेले असल्यानं निष्फळ ठरला. तिला एम्बिली भेटली तर काय होईल असा विचार मी केला. दुसऱ्या दिवशी सकाळी एम्बिली ज्या ठिकाणी नाहीशी झाली त्या ठिकाणी ते कुटुंब पाहिलं. ते सर्वजण कुणाची तरी वाट पाहत आहेत, असं वाटत होतं.

ते ठिकाण छावणीपासून सहा मैल अंतरावर रस्त्याच्या जवळ होतं. दुसऱ्या दिवशी सकाळी आम्ही तिथवर मोटारनं गेलो आणि रस्त्यापासून काही अंतरावर मोटार उभी केली. त्याच वेळी ग्रँट हरणांचा एक कळप आमच्या दिशेनं पळत येत असताना दिसला. त्यानंतर लवकरच पिप्पा पिलांना घेऊन तिथं आली. आम्ही त्यांच्यासाठी मांस तयार करत असताना पिप्पा नाहीशी झाली. तिनं जाताना ती जागा न सोडण्याची पिलांना आज्ञा दिलेली असल्यानं ती पिलं मांस खाण्यासाठीदेखील आमच्याजवळ आली नाहीत. त्यांच्यासाठी ते मला तिथपर्यंत न्यावंच लागलं. ती पिलं मांस खात असताना पिप्पा परत आली आणि काही अंतरावर एका झुडपाजवळ

बसली. ती हळुवार आवाजात पिलांना बोलावत होती. मी थोडं मांस तिच्याजवळ नेलं, तेव्हा तिच्या पुढच्या पंजावर आणि तोंडावर रक्त लागलेलं दिसलं. तिनं मला तिच्या पंजाची तपासणी करू दिली नाही. मी दिलेल्या मांसाला न शिवता ती रस्त्याकडे पाहत राहिली. मला तिची वागणूक उशिरा समजली. तिनं मारलेल्या एका ग्रँटच्या हरणाचं संरक्षण करत ती बसली होती. रस्त्याजवळच तिनं शिकार केली होती. त्यामुळं मी ती शिकार मैदानावर बरीच आतल्या बाजूला आणली. तिथं ते कुटुंब ती शिकार स्वस्थपणे खाऊ शकले असते.

त्या शिकारीभोवती पिलं नाचत होती. पिलं बराच वेळ त्या शिकारीबरोबर खेळली, पण ते मृत शरीर ती उघडू शकली नाहीत. मग पिप्पानं त्या हरणाच्या मृत शरीराच्या मागच्या दोन पायांमधील नरम कातडी असलेल्या ठिकाणी ते कसं उघडायचं हे त्या पिलांना दाखवलं.

सोम्बा, मी शिकारीच्या दिशेनं हालले की, खूप उग्रपणे फिसकारत दोन्ही पायांनी मला मारायचा प्रयत्न करू लागली. मी सावधपणे माघार घेत असताना, मला मारायला माझ्यामागे आली; पण तिचे भाऊ त्या शिकारीत गुंतून पडलेले पाहताच तिकडे पळाली आणि तिच्या भावांना तिनं तिथून पळवून लावलं. तिच्या भावांना मी आणलेलं मांस देऊ केलं, तेव्हा तीदेखील आली आणि माझ्या हातातून तिनं तिचा वाटा घेतला. पण मी शिकारीकडे जाण्याचा प्रयत्न केल्यास मला मारण्यासाठी तिच्या तोंडातील मांस टाकण्याचीदेखील तिची तयारी होती. तिनं अनेक वेळा त्याची पुनरावृत्ती केली. एक वेळ तिला मांस देऊ करण्यात मी विश्वासू होते, पण तिच्या नैसर्गिक शिकारीचं संरक्षण करण्याच्या बाबतीत तिला माझा विश्वास वाटत नव्हता. ती तिच्या भावांपेक्षा शारीरिक दृष्ट्या कमजोर आहे, याचं तिला भान होतं. त्यामुळे तिच्या भावांपेक्षा तिला कमी मिळू नये यासाठी ती जागरूक असायची. तिच्या या आक्रमकतेला प्रोत्साहन द्यायचं नाही, या हेतूनं मी तिला प्रथम मांस देत होते.

तिच्या सर्व पिलांना ताब्यात कसं ठेवायचं हे बऱ्याच अंशी पिप्पानं मला शिकवलं होतं. पिप्पा तिच्या पिलांच्या वेगवेगळ्या स्वभावांची जाणीव ठेवून त्यांना मोठ्या कौशल्यानं शिस्तीत ठेवायची. आजकाल सोम्बाचं माझ्याशी तर सोडूनच द्या, तिच्या सर्व कुटुंबाबरोबर वागणं धोकादायक झालं होतं. तिला नष्ट करून टाकलं पाहिजे, असा विचार माझ्या मनात यायचा. पिप्पा मात्र तिच्या भांडखोर मुलीला चांगली तोंड द्यायची. त्यामुळे त्यांच्या कुटुंबात लक्ष घालायची जरुरी नाही, हे मला समजलं.

पिप्पाला पिलं झाल्यानंतर तिचा प्रेमळ स्वभाव दिसून येत होता आणि

पिलांच्या आव्हानाला तिनं चांगलं तोंड दिल्यामुळे मला ती आवडू लागली होती.

आदल्या दिवशी आम्ही त्या कुटुंबाला सोडलेल्या जागेपर्यंत मोटारने गेलो. तेव्हा ती तीन पिलं मोटारजवळ आली. त्याच वेळी पूर्ण वाढ झालेले दोन चित्ते जवळपासच्या दलदलीच्या प्रदेशाकडे वेगाने पळत गेले आणि झाडोऱ्यात नाहीसे झाले. लवकरच मला समजलं, की ते दोन चित्ते म्हणजे एम्बिली आणि पिप्पा होते. एम्बिली मोटारचा आवाज ऐकून आली असावी; पण पिप्पाने तिला प्रतिस्पर्ध्यासारखी वागणूक दिली. तो भाग एम्बिलीचाच होता. तेव्हा वातावरण सुधारलं की तिची माता तिचा प्रांत तिला परत करेल, अशी मला आशा वाटली.

एम्बिलीला पाठलाग करून घालवून दिल्यानंतर पिप्पा धापा टाकत परतली. तेव्हा आम्ही त्यांना ग्रँटच्या हरणाचे अवशेष खाऊ घातले. त्या मांसाचे तुकडे केलेले होते आणि ते शिळं होतं. त्यामुळे ते मांस मी सोम्बासाठी हातात धरलं, तरी तिनं त्याला आक्षेप घेतला नाही.

नंतर आम्ही एम्बिलीला शोधण्याचा प्रयत्न केला; पण दलदलीच्या जागेवरील चिखलामुळे अयशस्वी झालो. जॉर्जच्या एका मदतनिसाची मोटार या दलदलीत रुतून बसली होती. या दलदलीला आम्ही 'हॅन्स लग्गा' हे नाव दिलं होतं. त्या मदतनिसाला एका सिंहांच्या कळपाच्या वेढ्यात डासांच्या त्रासात रात्र काढावी लागली होती. त्याला लेपर्ड रॉकपर्यंत चालत जावं लागलं होतं.

हॅन्स लग्गामध्ये फक्त पावसाळ्यातच पाणी वाहायचं, पण पूर्ण वर्षभर लहान डबकी कायम असत. मुरेरा आणि मुलिका या दोन नद्या या हॅन्स लग्गापासून दोन्ही बाजूंना सात मैलांवरून एकमेकांना समांतर वाहत होत्या. हॅन्स लग्गाच्या दोन्ही बाजूंना कोरडी मैदानं होती. हॅन्स लग्गाच्या आसपासच्या झाडाझुडपांत वन्य प्राण्यांना आडोसा मिळत होता. त्यामुळे तिथं अनेक वन्य प्राणी वस्ती करायचे. या ठिकाणी पिलांना संकटापासून दूर ठेवणं पिप्पाच्या हुशारीवर अवलंबून होतं.

दुपारी मला मोटारनं लेपर्ड रॉकला जावं लागलं. त्या भागात एम्बिली जिथं नाहीशी झाली होती, तिथून जवळच ती एका वाळवीच्या वारुळावर बसलेली दिसली. मला तिनं तिच्या जवळ येताना पाहूनदेखील ती शांत बसली. अगदी जवळ गेल्यावर गुरगुरली, पण तिथून हालली नाही. मी हळुवार आवाजात तिच्याशी बोलले आणि ती गाभण आहे का ते पाहण्याचा प्रयत्न केला, पण ती खाली बसलेली असल्यामुळे मला निश्चित कळू शकले नाही. नऊ महिन्यांपासून ती एकटी राहत होती. आता मी तिच्या काहीच उपयोगाची नव्हते, तरीदेखील तिनं माझ्यावर इतका विश्वास ठेवला आणि मला मित्रत्वाची वागणूक दिली. यामुळे मी भरून पावले.

पाऊस आता खूपच वाढला होता. एकदा दुपार सरता सरता आम्ही चित्यांकडून परतताना पूर आलेल्या मुलिकामध्ये आमची मोटार बंद पडली. चिंब भिजलेल्या आम्हाला ती लँडरोव्हर इंचाइंचाने ढकलत रस्त्यावर आणण्यासाठी खूप कष्ट घ्यावे लागले. जवळच दोन सिंहांच्या गर्जना ऐकू येत होत्या. कदाचित त्यांना आमच्याकडे पाहून गंमत वाटली असावी.

पाऊस सतत पडत असल्याने चित्ते सतत ओलेच होते. त्यामुळे ते चिडखोर बनले होते. आम्ही त्यांना मुसळधार पावसात एकमेकांच्याजवळ पावसाचा मारा चुकवत उभे असलेले अनेक वेळा पाहिले. पावसाचा जोर ओसरल्यावर ते परत खेळू लागले. लहान डबक्यांतून ते एकमेकांचा पाठलाग करायचे, त्यात आमच्याही अंगावर पाणी उडवायचे. एकदा रात्रभराच्या अखंड पावसानंतर ते छावणीपासून अर्ध्या मैलावर आम्हाला भेटले. त्यांनी तिथं येण्यासाठी पूर आलेली मगरींनी व्याप्त वसोरोंगी नदी कशी काय पार केली असेल कुणास ठाऊक! आम्हालादेखील वसोरोंगी पार करताना, वाहून जाऊ असं वाटल्यानं परतावं लागलं होतं.

छावणीत मांस होतं हे पिप्पाला माहीत असूनही ती छावणीच्या विरुद्ध दिशेला शिकार करायला का गेली, हे समजलं नाही. हॅन्स लग्गाजवळ पिप्पा एका ग्रँट हरणाच्या मागावर होती, पण अयशस्वी झाल्यानं एका उंचवट्यावर शांत बसली. जड ओझी घेऊन, चिखलाने भरलेला सहा मैल मार्ग चालायला आम्हाला चार तास लागले. या कसोटीच्या आठवड्यात मला त्या कुटुंबाची उपासमार होऊ द्यायची नव्हती.

पिलांनी आम्ही दिलेलं मांस भराभरा खाल्लं आणि ती एका निसरड्या झालेल्या झाडावर चढली. या कामात टायनी तरबेज होता. तो त्याचे पाय कोरडे राखणे आणि शिकार शोधणे यासाठी उंच टेहळणीच्या जागी चढायचा. कोणतीही सूक्ष्म हालचाल टिपण्यात सोम्बा कुशल होता. बिग बॉय मात्र या बाबतीत खूप आळशी होता, पण चांगल्या स्वभावाचा होता. पिप्पा शिकार करावी लागत असल्यानं काहीशी चिडखोर झाली होती. तिचं वरचेवर जांभया देणं, ती किती थकली होती हे दर्शवत होतं.

मुसळधार पाऊस सर्वच वन्यप्राण्यांना त्रासदायक झाला होता. एकदा गिधाडांमुळे आम्हाला नुकतंच जन्मलेलं चार इंच खोल पाण्यात पडलेलं एक रानम्हशीचं रेडकू दिसलं. विंचवांनादेखील पोहता येतं, हे आम्हाला या दरम्यान कळलं. सतत उपस्थित असणाऱ्या (francolins) पिवळ्या गळ्याच्या पक्ष्यांची अनुपस्थिती आणि त्यांच्याऐवजी पाण्यातील बेडकांची पिलं आणि बेडूक उचलून खाणारे करकोच्यांचे कळप मात्र दिसत होते. साळींनादेखील त्यांची लपण्याची ठिकाणं सोडून द्यावी

लागली होती. एका कपारीखाली लपलेल्या साळीच्या जोडप्यानं त्यांच्या शरीरावरील काट्यांचा खडखड आवाज करून आम्हाला घाबरवून सोडण्याचा प्रयत्न केला, पण आम्हीच त्यांना चकित करण्यात यशस्वी झालो. माझ्या जेवण करण्याच्या झोपडीच्या दरवाजामागे एक विष थुंकणारी नागीण वेटोळं घालून बसली होती. तिनं माझ्या डोळ्यांत विष थुंकू नये म्हणून एका लांब काठीनं तिला हाकलण्याचे प्रयत्न करूनदेखील ती तीन दिवस तिथंच राहिली.

पावसाचा खूप तडाखा सोसल्यामुळे माझा आचारी पळून गेला. यामुळं खूपच त्रास झाला. वसोरोंगी नदीचं पाणी आता छावणीच्या पातळीवर आलं होतं. तिच्या प्रवाहातील दाट झाडेझुडपे काढून टाकल्यामुळे आमच्या झोपड्यांत पाणी शिरलं नव्हतं. या पावसाळ्यात दुसरा आचारी मिळणं शक्य नव्हतं. त्यामुळे माझा अमूल्य वेळ स्वयंपाक करण्यात वाया जात होता. त्या चित्त्यांसाठी लांबवर चालत जाऊन मदत करण्यात दिवसाचा बराचसा वेळ खर्च होत होता. केनमेअर लॉजमधील आमचा बकऱ्यांचा कळप भराभर संपत होता. ते कुटुंब सापडलं नाही तर दमट हवेत ते मांस खराब होणं परवडणारं नव्हतं. म्हणून मी लोकलबरोबर त्यांना शोधायची. लोकल परत छावणीत परतून स्टॅन्लेबरोबर ते मांस घेऊन यायचा.

❑

– ५ –
पिप्पा एम्बिलीला परत भेटते

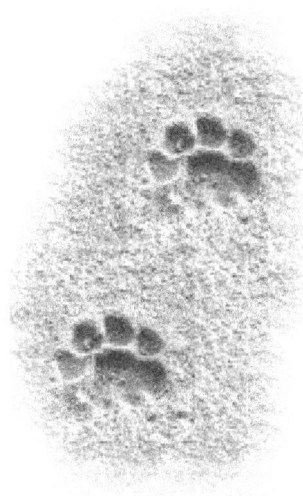

एकदा सकाळी पिप्पाच्या कुटुंबाकडे जाण्याच्या वाटेवर, रस्त्यावरील पाच मैलाच्या दगडापाशी आम्ही मुलिका नदी पार करत होतो. त्याच वेळी (Vervet) वानर क्षुब्ध झाल्याचा गोंगाट ऐकला. रस्त्यापासून साधारण शंभर यार्ड आतल्या बाजूला एका चित्त्याचं डोकं गवतातून वर डोकावताना आम्ही पाहिलं. तिच्या प्रांताच्या सरहद्दीवरील ती एम्बिली होती. पावसामुळे तिची उपासमार होत असेल म्हणून मी बकरीची एक तंगडी तिच्यापासून थोड्या अंतरावर खाली टाकली. तिनं ती जवळच्या झाडाकडे नेली. मी तिच्या मागे जाऊन, एम्बिली ती तंगडी शेवटच्या अंशापर्यंत खात असताना पाहिलं. त्या पायाची हाडंदेखील तिनं खाल्ली. ती किती भुकेली होती, हे मला त्यावरून समजलं. तिची प्रकृती उत्तम होती, पण रंग मात्र अधिक गडद झाला होता. पिप्पाचं कुटुंब ओळखता यावं म्हणून मी तिच्या सर्व पिलांच्या शेपटाच्या मुळाशी असलेले ठिपके दिसावेत असे, मी त्यांच्या पार्श्वभागांचे फोटो घेतले होते. त्या ठिपक्यांच्या रचनेवरून मी त्यांना ओळखू

शकत होते.

आम्ही पुढे हॅन्स मैदानापर्यंत गेलो. तिथं पिप्पाचं कुटुंब उन्हात आनंदानं खेळत होतं. पावसाळ्यात हे दृश्य दुर्मीळच होतं. सर्वांचं खाणं झाल्यावर, कदाचित एम्बिली भेटली आणि ती गाभण असली तर, म्हणून मी राहिलेल्या मांसाचा प्रत्येक तुकडा गोळा केला.

यापूर्वी तिला सोडलं होतं त्या ठिकाणावरून मी तिला हाका मारल्या. उत्तर म्हणून साधारण पाचशे यार्ड दूर एका चित्त्याचं डोकं गवताच्या वर आलेलं दिसलं. मी सावधपणे जवळ गेल्यावर तिथं टाटू आणि व्हिटी या दोघी दिसल्या. त्यात टाटूनं हल्ला केल्यामुळे, मी मांसाचे तुकडे खाली टाकले. ती मांस खाण्यात मग्न असताना गाभण असलेली व्हिटी मांस खाण्यासाठी तिला सामील झाली. व्हिटीला कोणत्याही क्षणी पिलं होतील, असं दिसत होतं. अचानक एक तिसरा चित्ता तिथं पळत आला. ती एम्बिली होती. तिचं फक्त टाटूनं मित्रत्वानं स्वागत केलं. त्या दोघी एकमेकींना चाटत, म्याँव, म्याँव करत, एकमेकींभोवती नाचत होत्या; पण एम्बिली व्हिटीजवळ जाताच ती उग्रपणे गुरगुरत होती. व्हिटीला प्रसन्न करायचा प्रयत्न एम्बिली करत होती. एकमेकींवर मात करण्याच्या प्रयत्नात त्या एका झाडापाशी गेल्या. व्हिटी तिथं धापा टाकत बसली आणि एम्बिली चतुराईनं हळूहळू तिच्याजवळ सरकत होती. एम्बिली व्हीटीपासून एक यार्ड अंतरावर खाली बसली. मांसाचे तुकडे खाऊन झाल्यावर टाटूदेखील तिथं येऊन विसावली.

हा पूर्ण वेळ लोकल आणि मी शांत बसलो होतो. त्या बहिणी विसावताना पाहून, त्यांच्यात मैत्री होईल असं वाटून आम्ही रस्त्याच्या दिशेनं माघार घेतली; पण आम्ही मुलिका नदी पार करून तिच्या प्रांताबाहेर जाईपर्यंत एम्बिली आमच्या मागे आली.

सर्व तिन्ही बहिणी एम्बिलीच्याच प्रांतात होत्या. त्याचप्रमाणे पिप्पादेखील पूर आलेल्या हॅन्स लग्गापलीकडे हजर होती. मी इथून चौदा मैलांवरील, पिप्पा होती त्या मुरेरा गेटजवळ तिच्या तीन पिलांबरोबर होते. त्याला आता नऊ महिने आणि वीस दिवस झाले होते. त्यानंतर मी साधारण बारा मैलांवरील मगवांगो टेकडीच्या जवळपास व्हिटी आणि टाटू यांना एकत्र पाहिलं होतं. पाच मैलाचा दगड आणि लेपर्ड रॉक या परिसरात एम्बिली एकटीच होती. या तिन्ही बहिणी त्यांच्या मातेपेक्षा मोठ्या दिसत होत्या आणि तब्येतीनंही चांगल्या होत्या.,

फक्त व्हिटीच्या दिसण्यावरूनच नव्हे तर, एम्बिलीजवळ गेल्यावर तिच्या जोरदार गुरगुरण्यावरूनदेखील ती अठ्ठेचाळीस तासांत पिलांना जन्म देईल, याची मला खात्री होती. या तिन्ही बहिणी कसोटीच्या पावसाळ्यातदेखील स्वत:ची

काळजी घेऊ शकतील असं वाटल्यानं, ती व्याल्यानंतर तिला मदतीची अत्यंत आवश्यकता असल्याखेरीज त्यांना अन्न द्यायचं नाही. यामुळे त्या जंगली बनण्यासाठी केलेले प्रयत्न वाया जातील, असं मी लोकल आणि स्टॅन्ले यांना सांगितलं.

एम्बिलीला एकदा मांस दिलं होतं. त्यामुळे ती पाच मैलाच्या दगडापाशी आमची वाट पाहत होती. तिच्याकडे मी दुर्लक्ष केलं, पण लोकल आणि स्टॅन्लेनी, माझ्या सूचना न मानता एम्बिलीला बोलावलं. ती आमच्यामागून आली. एम्बिली आणि पिप्पा यांची लढत टाळण्यासाठी मी तिच्याकडे दुर्लक्ष केलं होतं, हे त्यांना समजलं नाही. एम्बिलीला टाळण्यासाठी मी सर्व मार्ग अवलंबले आणि ती नाहीशी झाली. त्या कुटुंबाला मी माझ्या दुर्बिणीतून पाहिलं आणि त्यांच्या मांसाची तयारी करताना त्या मांसात व्हिटॅमिनचा अंश टाकला. त्या दरम्यान एम्बिलीनं आम्हाला गाठले. ती आमच्याकडे हेतुपूर्वक लक्ष देऊन पाहत होती, ते माझ्या लक्षात आलं नाही.

या दरम्यान पिप्पा आणि तिची पिलं जवळ आली होती; पण एम्बिलीला पाहिल्याबरोबर पळून गेली. मी आश्चर्यचकित झाले. पिप्पाला मी किती कमी ओळखत होते, ते यामुळे सिद्ध झालं. पिलांना सुरक्षित ठिकाणी नेण्यासाठीच पिप्पा परतली. आता एम्बिलीकडे पहायला धमकीवजा गुरगुरत तिनं दबा धरला. आपलं डोकं खांद्याच्या खाली करून ती एम्बिलीकडे निश्यचानं पाहत होती. एम्बिलीची ही प्रतिक्रिया तशीच होती. मी धोका पत्करून लढाई थांबवण्याचा प्रयत्न केला. एम्बिली पिप्पापेक्षा मोठी आणि तिच्या स्वत:च्या प्रांतात होती. एम्बिली जिंकेल याविषयी माझी खात्री होती. त्या दोघी एकमेकींच्या जवळ आल्या. लढाई सुरू होणार इतक्यात एम्बिलीनं कण्हल्यासारखा आवाज करत पाठीवर लोळण घेतली. त्वरित पिप्पानं तिला सोडून दिलं. मी कोठ्याचा भाग आणि आतडी साठवली होती, त्या झाडाखाली जाऊन पिप्पानं ती बकाबका खाऊन टाकली. दरम्यान व्हिटॅमिन घातलेले मांसाचे तुकडे मी पिलांसाठी वाचवले. पिप्पा आता पिलांत मिसळली. झटापट होणार म्हणून तिनं पिलांना शंभर यार्डांवर शांत बसायची आज्ञा केली होती. आम्ही एका झाडाच्या फांदीला टांगून ठेवलेल्या टोपल्यातील मांस त्या पिलांना दिलं. ती त्यावर ताव मारत असताना, एम्बिलीनं पिप्पाकडून शिल्लक राहिलेले मांसाचे तुकडे संपवले. नंतर ती दूर दिसत असलेल्या ग्रँटच्या कळपाच्या दिशेनं गेली.

एम्बिलीच्या वागण्याचा कोणी कसाही अर्थ लावो, त्यानंतर काही दिवसांपर्यंत तिच्या पाऊलखुणा पिप्पापासून दोन-चारशे यार्डाच्या आत आम्ही कधीच पाहिल्या नाहीत. पिप्पा हॅन्स मैदानावर एम्बिलीच्या क्षेत्रात राहिली. ते मैदान सर्वांत कोरडं

असल्यानं अनेक प्राण्यांना आकृष्ट करत होतं. एकदा ती एका सव्वीस मोठ्या हरणांच्या कळपात एकच पाडस असलेल्या कळपावर दबा धरून बसलेली दिसली. आणखी एकदा एका ग्रँट हरीण पाडसावर तिनं दबा धरला; पण त्या पाडसांच्या मातांनी तिला पळवून लावलं. आमच्याजवळच्या बकऱ्यांची संख्या टिकवणं कठीण झालं होतं. त्यामुळे एक जिराफ जॉर्जला दिसण्यापूर्वी थोडासा आधीच मेला असावा असा, चिखलात रुतलेला सापडला. त्यामुळे आम्हाला आनंदच झाला. जिराफ हा तरी चित्यांच्या खाण्याच्या यादीत नसला, तरी ते मांस त्यांना आवडायचं.

एक दिवस आम्हाला पिप्पा एकटीच दिसली; पण तिनं पर्र, पर्र असा आवाज करून पिलांना बोलावलं. त्यामुळे माझी काळजी दूर झाली. त्या पिलांत, सोम्बा जरा विचित्र पद्धतीनं चालत होती, असं दिसलं. ती माझ्याजवळ आल्यावर तिचे दोन्ही डोळे बंद होते आणि अतिशय सुजलेले होते हे लक्षात आलं. तिचे डोळे पातळ पापुद्र्याने व्यापलेले होते. ती अक्षरशः आंधळ्याप्रमाणे चालत होती. एखादा नाग तिच्या डोळ्यांत थुंकला असावा, असं मी समजले. ती खाऊ शकेल तितकं सर्व मांस मी तिला दिलं आणि तिनं ते माझ्या हातातून घेतलंदेखील. ती इतर पिलांबरोबर खेळात सामील होऊ शकली नाही. ती तिचे डोळे मिटून खाली पडून राहिली. या सर्व गोष्टीत गुंतागुंत वाढवण्याजोगी घटना म्हणजे रस्त्यालगत शंभर-दोनशे यार्डावर मी एम्बिलीला पाहिलं, त्याच वेळी एक लँडरोव्हर जवळ आली. त्यामुळे एम्बिली तिथून पळाली. त्या लँडरोव्हरमध्ये वनाधिकारी होते. मी त्यांना थांबवून, सोम्बाच्या परिस्थितीची माहिती त्यांना दिली. त्यांनी सोम्बाचे डोळे परमँगनेटच्या पातळ द्रवाने धुण्याची सूचना केली. ते घेण्यासाठी आम्ही छावणी गाठली. चहाच्या वेळी परतताना एम्बिलीच्या पाऊलखुणा पाच मैलाच्या दगडापाशी दिसल्या, पण त्या पिप्पापासून दोन मैल दूर होत्या. म्हणून आम्ही हॅन्स मैदानाकडे गेलो. मी भरपूर परमँगनेटचा द्रव व कापूस बरोबर घेतला होता. ती सहजगत्या तो द्रव टाकू देत नसल्यानं, ती दूध पीत असताना तो तिच्या डोळ्यांवर टाकला. नंतरदेखील संधी मिळेल तितक्या वेळा तो औषधोपचार केला. त्यामुळे तिचे डोळे बरेचसे सुधारले. तिला नेऊन तारांच्या जाळीने तयार केलेल्या आवारात ठेवण्यासाठीदेखील सर्व तयारी मी केली होती, पण त्याची गरज पडली नाही. मी लोकलला माझ्या झोपण्याच्या झोपडीजवळील बाथरूममधील लाकडी फळी दुरुस्त करायला सांगितलं. ते काम अर्धवट टाकून तो लवकर परतला आणि त्याने त्याच्या पायाच्या नडगीवरील पुढच्या भागावर दुधासारख्या पांढऱ्या पदार्थाचे शिंतोडे दाखवले. ते थुंकणाऱ्या नागाचं विष होतं. जमिनीवर बसवलेली ती फळी उचलताना त्याला एक नागीण दिसली. ती फळी त्या नागिणीच्या अंगावर पडावी म्हणून,

लोकलनं ती सोडून दिली, पण त्यापूर्वीच ती नागीण थुंकली. ती नागीण अडचणीत असल्यानं तिचा लोकलच्या डोळ्यांचा नेम चुकला; पण ते विष पडलेल्या त्याच्या पायावर रंगहीन चट्टे उमटले होते. आम्ही अतिशय सावधपणे त्या फळीजवळ गेलो आणि खरंच, त्या फळीखालच्या अंधूक प्रकाशात मला एक माझ्या दंडाएवढ्या जाड करड्या नागिणीचं प्रचंड वेटोळं दिसलं. एवढ्या मोठ्या सापाला मारण्याजोगं कोणतंच साधन माझ्याकडे नव्हतं. यासाठी वनाधिकाऱ्यांकडे त्यांची मदत मागायचं ठरवलं. आम्ही थोडं अंतर पार करतो न करतो इतक्यात वनाधिकारी त्यांची वोल्वो मोटार घेऊन आले. लोकलनं उचललेली लाकडी फळी त्या नागिणीच्या अंगावर टाकूनही, वनाधिकाऱ्यांनी त्या नागिणीच्या वेटोळ्यात गोळी मारेपर्यंत ती नागीण तिथंच होती, याचं आश्चर्य वाटलं. ती सात फूट चार इंच लांब होती. याच प्रकारचा मोजमाप नोंदवलेला सर्वांत जास्त लांब नाग नऊ फुटांपेक्षा जास्त लांब होता. तरीदेखील, तिच्याबरोबर बाथरूममध्ये भागीदार होऊ नये असं वाटण्याजोगी ती खचितच मोठी होती. नंतर त्या फळीखाली आम्ही जे अनेक खड्डे पाहिले, त्यावरून ती बराच काळ तिथं राहिली असावी.

माझ्या बेडरूममध्ये माझ्याबरोबर राहणारी एक (Female agama) पाल होती. ती एक फूट लांब होती. तशाच नेहमी आढळणाऱ्या अनेक निरुपद्रवी पाली माझ्या छावणीत राहत होत्या. संध्याकाळी मी माझा गॅसचा दिवा पेटवायची. त्याने आकर्षित केलेल्या अनेक किड्यांना त्या विलक्षण चपळाईने पकडायच्या.

बेडूक इतर प्राण्यांना मारून खाणाऱ्या प्राण्यांसाठी किती उपयुक्त असतात, हे मला पिप्पाकडे लक्ष देऊन पाहिल्यावरच समजलं. एकदा हॅन्स मैदानावरील दलदलीत बेडकांचा कर्कश आवाज मी आणि पिप्पा ऐकत होतो. अचानक त्यांचं ते समूहगान थांबलं. त्याबरोबर पिप्पानं पर्र पर्र आवाज केला आणि ते कुटुंब त्वरित तिथून निघून गेलं. नंतर आम्हाला त्या दलदलीकडे जाणाऱ्या सिंहाच्या ताज्या पाऊलखुणा सापडल्या. सिंहांनी बेडकांना अस्वस्थ केलं आणि बेडकांच्या आकस्मिक शांततेनं पिप्पाला धोक्याचा इशारा दिला.

हवामान सुधारलं होतं. मुलिका नदीपासून एक मैलाच्या अंतरावर पिप्पाला एक चांगलं झाड सापडलं होतं. ते झाड आमच्या भेटीचं ठिकाण झालं होतं. आम्ही तिथं जाऊन बोलावलं आणि ते भुकेले असतील, तर त्वरित यायचे. एक-दोन वेळा ते कुटुंब आलं नाही, तेव्हा पिप्पानं एका तरुण ग्रँट हरणाची शिकार केली होती. आम्हाला तिथपर्यंत घिरट्या घालणारी गिधाडं घेऊन गेली. तिच्या पिलांनी ते मृत शरीर कसं उघडावं हे शिकावं, या हेतूनं त्या शरीराबरोबर खेळत असलेल्या पिलांकडे पाहत, पिप्पा बसली होती. सोम्बा शिकारीचं रक्षण करत

होती. त्यामुळं तिथं बिग बॉयच काय तो राहिला होता. त्याने त्या हरिणाची शेपटी चावून चावून खाऊन टाकली, तेव्हा त्याला त्या शरीरात थोडी उघडी जागा दिसली आणि ते शरीर कसं उघडायचं याची त्याला कल्पना आली. त्याने ते शरीर उघडल्यावरच पिप्पा मांस खाण्यात सामील झाली.

खिसमसचा सण आणि माझ्या काम करण्याच्या झोपडीतील पाकोळ्यांच्या पाचव्या पिढीतील पिलांचं अस्तित्व, यांची वेळ एकच आली होती. या मित्रत्वाने वागणाऱ्या पाकोळ्यांचा माझ्यावर पूर्ण विश्वास होता. नेहमीप्रमाणे झोपडीतील वळचणीच्या आधाराने त्यांनी त्यांचं घरटं बांधलं होतं. त्या घरट्याखालून चाललेल्या माझ्या हालचाली त्या अजिबात मनावर घ्यायच्या नाहीत. त्या घरट्यापासून पाच फुटांवर मी एक काठी रोवून ठेवली होती. या काठीवर त्या पिलांचे मातापिता बसलेले होते. ते त्या पिलाला घरटं सोडायला सांगत होते, पण त्या पिलाला ते धाडस होत नव्हतं. त्याचे मातापिता खूप उत्साहवर्धक चिवचिवाट करत होते, पण ते पिलू हालचाल करताना घाबरत होतं. शेवटी ते मातापिता झोपडीबाहेर उडाले. निश्चितच, ते त्याला त्यांच्या मागून यायच्या मोहात पाडण्याच्या प्रयत्नात होते आणि खरंच, त्या पिलानं एक मोठी उडी घेतली आणि ते त्या काठीवर उतरलं. त्या पिलानं ती काठी गच्च पकडली. तात्काळ त्याचे पालक परतले आणि त्या घाबरलेल्या पिलाच्या उजव्या आणि डाव्या बाजूला बसले. ते पालक जोरात चिवचिवाट करत होते. मी पत्र लिहीत बसते, तिथून एक-दीड यार्डावर हे सर्व घडलं. ते सुखी कुटुंब आमच्याबरोबर दोन वर्षांपासून राहतंय. त्यांनी आम्हाला निरुपद्रवी म्हणून स्वीकारलंय.

खिसमसचं झाड म्हणून मी एक लहानसं (Balamits) झाड निवडलं होतं. मी जंगलातील छावण्यांत राहत असल्यापासून 'खिसमस ट्री' सुशोभित करणाऱ्या मी जमवलेल्या आंतरराष्ट्रीय वस्तू झाडांच्या काट्यावर अडकवल्या. त्यांपैकी अनेक वस्तू सर्व जगातील माझ्या मित्रांनी पाठविल्या होत्या. त्यावर कलाबतूची भर पडल्यावर ते झाड बरचसं आकर्षक दिसू लागलं. या वर्षी माझ्या नोकरवर्गासाठी माझ्याजवळ एक खास गोष्ट होती. ती म्हणजे 'silent night holy night' या इंग्लिश खिसमस गीतांचा स्वाहिली अनुवाद. ऑस्ट्रियन वकिलातीनं या खिसमस गीतांची रेकॉर्ड मला भेट म्हणून दिली होती. जॉर्जनं मला बक्षीस म्हणून एक रेकॉर्डप्लेअर दिला होता. माझ्या नोकरवर्गाला सिगारेट, साखरेचे स्फटिक आणि पैसे वगैरे बक्षीस दिलं. त्यानंतर मी ती खिसमस गीतांची रेकॉर्ड लावली. ते ऐकताना माझ्या लोकांना पाहणे हृदयस्पर्शी होतं.

ऑस्ट्रियात जन्मलेल्या माझ्यासाठी, जंगलात वास्तव्य असणाऱ्या या तीन

पुरातन काळच्या आफ्रिकींवर त्याचा होणारा परिणाम पाहणं याला खूप अर्थ होता. जर युद्धावर निघालेल्या, भीती आणि धास्ती यांनी ग्रस्त सैनिकांसमोर, ते जाण्यापूर्वी ही रेकॉर्ड वाजवली, तर ते संगीत त्यांना माणसांना मारण्यापासून परावृत्त करेल.

ख्रिसमसच्या संध्याकाळी जॉर्ज आणि मी असे फक्त दोघंच छावणीत असण्याची अनेक वर्षांतील ही पहिलीच वेळ होती. आम्ही आकाशातील तारे पाहत आणि सभोवतालची स्तब्धता ऐकत बसलो होतो. आमच्या परिस्थितीपेक्षा वेगळ्या परिस्थितीत, शहरात निऑनचे दिवे आणि फटाके रात्रीचा अंधार प्रकाशमान करतात. लाउड स्पीकर्सवरून मोठ्या आवाजात ख्रिसमस गीते वाजवली जातात. याविषयी माझं मन विचार करू लागलं. शहरातील ही मूल्ये निसर्गाच्या नियमापेक्षा वेगळी आहेत, याचा मी विचार केला. थोडीशी फट असलेल्या गगनचुंबी इमारतींच्या खोल्यांत अडकलेल्या रहिवाशांना, ताजी हवा आणि एकान्त या गोष्टी अतिशय चैनीच्या झाल्या आहेत. अशा रहिवाशांना प्राणिमात्रांच्या सहकार्यावर आधारित जीवन कसं समजणार? ते त्यांच्या बँकेतील खात्यावर त्यांची सुरक्षितता निगडित राखतात. निसर्गाच्या नियमांनी फार पूर्वीपासून पृथ्वीवर जीवनाचं अस्तित्व चालू ठेवलंय, हे त्यांना समजणं शक्य नाही.

वन्य प्राण्यांच्या सान्निध्यात मी जितकी जास्त राहते आहे, तितकं आम्ही त्यांच्यापासून खूप काही शिकू शकतो, याची जाणीव होत आहे. वन्य प्राणी त्यांच्या भूप्रदेशासंबंधीचे प्रश्न कसे सोडवतात, त्यांच्या अन्नाचा पुरवठा कसा पुरा करतात, ते त्यांच्या जननसंख्येचं प्रमाण मर्यादित कसे ठेवतात, ते त्यांच्या पिलांना कसं शिस्तीत ठेवतात, त्यांना कसं वाढवतात, एकमेकांना समजून घेण्यासाठी ते एकमेकांशी संवाद कसा साधतात, हे सर्व जाणून घेणं आपल्याला अत्यंत जरुरीचं आहे.

आमच्या भागातील लोकांची वन्य जीवनाच्या संरक्षणात रुची कशी वाढवायची, हा महत्त्वाचा प्रश्न आमच्यापुढे होता. 'वन्य प्राणी आवाहन' या संस्थेचं इंग्लंडमध्ये मुख्यालय होतं. ती संस्था १९६१ मध्ये सुरू झाली. त्या संस्थेनं अनेक योजना राबविल्या होत्या. ती संस्था माझी पुस्तके आणि फिल्म्स यांच्या मानधनावर अवलंबून होती. ती मानधने थांबल्यावर, ती संस्था चालवायला आणखी एखादा मार्ग शोधायला हवा होता. त्याचप्रमाणे मी अमेरिकेत 'एल्सा वन्य प्राणी आवाहन' ही संस्था स्थापन केली. ती संस्था द्रव्यनिधी जमवणं, तरुण पिढीला वन्यप्राणी संरक्षणात सहभाग घेण्यासाठी शिक्षित करणं, हे काम करायची. या दोन्ही संस्था करमुक्त होत्या.

आफ्रिकेतील तरुण पिढीला आपलंसं करण्यात आम्हाला रस होता. स्थानिक

तरुणच स्थानिक प्राण्यांचं संरक्षण करतील, असं आमचं मतं होतं. मी माझ्या मित्रांना सांबरू वन्यप्राणी अभयारण्यात नेलं होतं. आफ्रिकी विद्यार्थ्यांचा एक गट तिथं मला भेटला. त्या विद्यार्थ्यांनी वन्य प्राण्यांवर निबंध लिहून, या अभयारण्याला विनामूल्य भेट, हे बक्षीस मिळवलं होतं. तिथल्या वनाधिकाऱ्याने मला विनंती केली, त्याप्रमाणे मी त्या विद्यार्थ्यांसमोर माझे विचार मांडले. ते विचार ऐकून, ते विद्यार्थी आफ्रिकी लोकांसाठी वन्यप्राणी क्लब सुरू करायला तयार झाले. त्या विद्यार्थ्यांनी, त्यांच्या योजनेच्या पुढील प्रगतीसंबंधी चर्चा करायला, त्यांच्या शिक्षकांबरोबर, माझ्या छावणीला भेट दिली होती. त्यासाठी एक तीन दिवसांचा अभ्यासवर्ग आयोजित केला. केनियन वन्यप्राणी क्लब सुरू करण्याची जबाबदारी स्वीकारण्याची तयारी केनियाच्या सरकारने दाखविली. 'आफ्रिकी वन्य प्राणी आस्थापना', 'पूर्व आफ्रिकी वन्य प्राणी सोसायटी' आणि 'एल्सा आवाहन', या तीन संस्था या क्लबाच्या कारभाराच्या खर्चाचा भार उचलतील असं ठरलं. वन्य प्राण्यांची जोपासना करण्यासाठी शाळांना व तरुणांच्या संघटनांना गुंतवण्याचा विचार होता. हे सर्व पूर्व आफ्रिकी लोकांनीच निर्माण केलं होतं.

मी छावणीत परतल्यावर, एका दिवसाने ते कुटुंब पाच मैलाच्या दगडाजवळ झिमझिम पावसात उभं दिसलं. पिप्पा अतिशय बेचैन होती आणि वरचेवर उंच मान करून, उंच वाढलेल्या गवतावरून पाहत होती. दुसऱ्या दिवशी ती खूप चिडखोर दिसली आणि मांस भराभर खाऊन, तिनं तिच्या पिलांना दूर मैदानावर नेलं. लवकरच आम्हाला रस्त्यावर दोन सिंहांच्या पाऊलखुणा दिसल्या. अचानक, माझ्याकडे कोणीतरी लक्ष देऊन पाहत आहे, अशी जाणीव मला झाली. त्याबरोबर एका झुडपाखाली दोन सिंह आहेत असं लोकल कुजबुजला. आम्ही थांबल्यावर ते सिंह उठले. जॉर्जच्या कळपातील बॉय आणि सुस्वा हे ते सिंह मी ओळखले. ते पिप्पा ज्या दिशेला गेली त्याच्यांविरुद्ध दिशेला हळूहळू निघून गेले. त्यांच्या अस्तित्वानं पिप्पाचा शोध घेणं अधिकच कठीण झालं. त्या सिंहांना मी जॉर्जला भेटायला गेल्यावर वापरत असे तो माझ्या मोटारीच्या हॉर्नचा संकेत माहीत होता. आम्ही चित्यांसाठी घेऊन जात असलेल्या मांसाच्या वासानं ते आकर्षित होतील आणि आमच्या मागून पिप्पापर्यंत येतील अशी शक्यता होती. आमच्या गैरहजेरीत 'उगासनं' आमच्या छावणीला भेट दिली असं आम्हाला कळलं असल्यानं त्याच्या तपासणीदरम्यान त्याने एक जंगली सिंह व एक सिंहीण यांना छावणीपासून काही अंतरावर ठेवलं होतं.

इतके सिंह आजूबाजूला असल्यामुळे पिप्पाला वाटणाऱ्या भीतीची मला पूर्ण कल्पना आली. तिच्या आसपासचं क्षेत्र दलदलीचं असल्यानं तिला ठरावीक

मर्यादित भागात राहणं भागच होतं. दुसऱ्या दिवशी सकाळी त्यापूर्वीच्या दिवशी तिला सोडलं होतं, त्या जागेच्या जवळच ती होती. ती अजूनही तणावग्रस्त होती. तिथं त्या कुटुंबाला मांस दिल्यानंतर त्यांच्यामागून आम्ही एका वाळवीच्या लहान टेकाडाकडे गेलो. आम्ही थोडंफार अंतर पुढे गेलो, तिथून साधारण दहा यार्डाच्या आत आम्हाला उंच गवतावर एका सिंहाचं डोकं दिसलं. तो उगास होता हे मला समजेपर्यंत मी थोडी घाबरलेच होते. माझ्याकडे पाहून तो उगास परत गवतात खाली झुकला. उगासचं पोट भरलेलं असेल तर, त्याला चित्त्यांच्या पिलांत रस वाटणार नाही असं समजून आम्ही त्या कुटुंबाला पाचशे यार्ड दूर नेलं. दुसऱ्या दिवशी उद्यानाला इतक्या दाट धुक्यानं व्यापलं, की आम्ही काही यार्डांपलीकडचं काही पाहू शकत नव्हतो. गेल्या दहा वर्षांत मी इतकं धुकं पाहिलं नव्हतं. त्यामुळे पिप्पा चांगली असेल अशी फक्त आशाच करू शकते. हॅन्स लग्गाकडे जाणाऱ्या रस्त्यावर चित्त्याच्या आणि सिंहाच्या पाउलखुणा एकत्र पाहिल्यावर मला काळजी वाटली. त्या रस्त्यालगतच, अलीकडंच मजुरांच्या एका ग्रुपनं पाण्याचा निचरा करण्यासाठी खोल चर खणले होते. तिथं ते सर्व कुटुंब सुखी असल्याचं आम्ही पाहिलं. रस्त्याच्या तीन फूट खालून सिमेंटने बांधलेल्या पाटाला हे चर जोडले होते. धुकं निवळल्यावर हे सिमेंटचे पाटच पिलांचं खेळाचं मैदान बनले. त्या पाटांतून ती एकमेकांचा पाठलाग करायची. एकजण त्या पाटाच्या दूरच्या टोकाला अचानक हल्ला करण्यासाठी वाट पाहत असे. हा त्यांचा नवीन खेळ पाहून मला आश्चर्य वाटलं. तो खेळ चित्त्यांच्या स्वभावाविरुद्ध होता. चित्ते नेहमी यशस्वी माघारीची खात्री करून घेतात. पिप्पा जवळच बसलेली होती. तिचं त्यांच्याकडे बारीक लक्ष होतं. त्यामुळेच पिलं इतकी मोकळेपणाने खेळत होती.

पाटाच्या खेळाचा कंटाळा आल्यावर ती पिलं रस्त्याच्या कडेला टाकलेल्या रेतीच्या ढिगांकडे गेली. त्या ढिगांच्या शिखरापर्यंत पोचण्याआधीच ती खाली घरंगळायची; पण एकदा का त्या ढिगाचा राजा बनली, की त्यांच्या त्या स्थानाचं रानटीपणाने रक्षण करायची. लपाछपी खेळायलादेखील ते ढीग उपयुक्त होते. या ढिगांमधून ते कुटुंब अतिशय वेगात पळत असताना पाहणं गमतीदार होतं. अखेर सर्वजण थकून जाऊन एखाद्या झाडाखाली विश्रांती घ्यायचे. ते झाड त्यांना सावली पुरवण्याखेरीज त्याच्या खाली झुकलेल्या फांद्या, टेहळणी करायला जागा पुरवत होत्या. मी पिप्पाजवळ बसले आणि थोड्याच वेळात मला गुंगी आल्याने, पिप्पाच्या शरीरावर डोकं टेकवून झोपी गेले.

त्या कुटुंबाला हे ठिकाण खूप आवडलं. त्यामुळे त्या रस्त्याचं काम परत सुरू होईपर्यंत, अनेक दिवस ते तिथंच राहिलं. नंतर ते एक मैल अंतरावर गेलं.

तिथं एका झाडाची मोठी फांदी खाली झुकली होती. त्या फांदीवरील उत्तम जागेसाठी स्पर्धा करणाऱ्या चित्त्यांचे मी फोटो घेतले. आम्ही त्या झाडाला 'फोटो झाड' असं नाव ठेवलं. अनेक आठवडे ते झाड हे आमचं संकेतस्थळ बनलं होतं. मी अलीकडेच (Norelka philips) नॉल्को फिलीप्सचा, माझ्या सीनेकॅमेरा आणि दुर्बिणीबरोबर घेऊन जाण्याएवढा हलका टेपरेकॉर्डर मिळवला होता. त्याचे ध्वनिग्राहक यंत्र (microphone) चित्त्यांच्या काही इंच जवळ ठेवलं तरी, ते अस्वस्थ होत नसत. त्यामुळे मी त्यांच्या आवाजातील बहुतांश बदल स्पष्ट रेकॉर्ड करू शकले. सोम्बाचा 'वा वा वा' असा आवाज ती अन्नाचं संरक्षण करत असताना फारच क्वचित उच्चारायची, तो मी टेप करू शकले नाही. अलीकडे सोम्बा केव्हा कशी वागेल, हे सांगणं कठीण बनलं होतं. अशा प्रसंगी पिप्पाचा विचार केला असता माझं तिच्याविषयीचं प्रेम वृद्धिंगत होत होतं.

आमच्या रोजच्या वाटचालीत आम्ही तीन महिन्यांपूर्वी अंडी फुटून पिलं बाहेर पडल्यापासून, एका शहामृगाच्या कुटुंबाला पाहत होतो. आरंभी अशी तेरा पिलं होती. त्यांपैकी आता फक्त पाचच पिलं जिवंत होती. ती छोटी पिलं सहजगत्या भक्ष्य बनत.

पिप्पाची पिलं चोवीस आठवडे आणि पाच दिवसांची झाली त्या दिवशी मी पिप्पाचे आचळ दाबून त्यातून शेवटचा दुधाचा थेंब काढून टाकला. तिच्या अंगावरील दुधाचा काळ, मी रोज जो तिला कॅलशियमचा डोस देत असे त्यामुळे लांबला असावा, असं मला वाटलं.

या छावणीत मला मानवी सहवासापासून वंचित आणि एकाकी वाटायचं. तरीदेखील अनोळखी लोकांना चित्त्यांच्या जवळ येऊ न देण्याच्या नियमाचं मी चांगलं पालन केलं होतं. त्यामुळे प्रवासी येण्याच्या मोसमात, कित्येक मोटारी माझी छावणी टाळून पुढे जात असत; पण मी निराश झाले नाही. त्याचा फायदा, पिप्पाचं कुटुंब अनोळखी लोकांना जवळ येताना पाहिलं तर पळून जायचं, त्यात झाला. फक्त लोकल, स्टॅन्ले आणि मी त्यांच्या सहवासात राहत होतो. त्यामुळे त्या चित्त्यांची जंगली वृत्ती बिघडण्याचा आता धोका नव्हता.

आता मात्र एका पंधरवड्यात तीन वेळा हा नियम तोडण्याची पाळी माझ्यावर आली. प्रथम फ्रँक मिनोरनं उद्यानाला भेट दिली. पिप्पाला स्वीकारण्यासाठी त्यानंचं मला मदत केली होती. तीन वेळा पिप्पानं पिलांना जन्म दिल्यापासून त्यानं पिप्पाला पाहिलं नव्हतं. मी त्याला त्या कुटुंबाकडे नेलं. त्यानं मोटारीत बसूनच त्या कुटुंबाला पाहिलं. त्याचप्रमाणं लेडी विल्यम पर्सी, त्यांनी एल्सा आणि पिप्पा माझ्या जीवनात आल्यापासून माझ्याशी खूप संबंध ठेवला होता. तसंच माझे

प्रकाशक बिली कॉलिन्स यांना पिप्पाबाबतचं 'The spotted sphinex' हे पुस्तक प्रकाशित करण्यापूर्वी त्या कुटुंबाला पाहायचं होतं. मी आमच्या सर्वांमध्ये सहकार्य करण्याची भूमिका घेतली. त्यामुळंच त्या कुटुंबानं त्यांचं अस्तित्व सहन केलं.

केनिया राष्ट्रीय उद्यानांच्या अधीक्षकांचं १८ जानेवारीला मेरू उद्यानात पुनर्वसन करण्यासाठी दोन (Leopard) ढाण्या वाघांची पिलं देऊ करण्याविषयी पत्र आलं. मी ढाण्या वाघांचा अभ्यास करून त्यांची सिंह व चित्त्यांशी तुलना करायला उत्सुक असल्याची त्यांची कल्पना होती. मी ढाण्या वाघाची पिलं, व्हिटीसाठी तयार केलेल्या आवारात तात्पुरती ठेवू शकेन, असं मला वाटलं.

❏

- ६ -

एक अपघात आणि त्याचे परिणाम

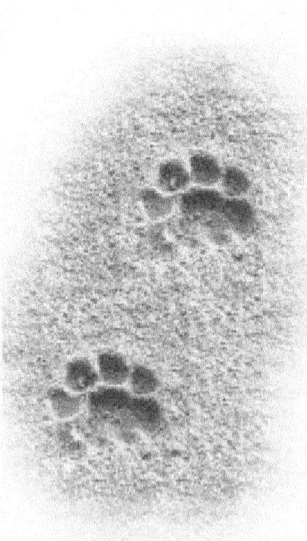

२२ जानेवारीला मी जॉन बॅक्सेंडेलच्या ताफ्याबरोबर त्याच्या सिंहांच्या कामात मदत करत असे. मी माझ्या लँडरोव्हरमधून, जॉर्जच्या कामावर काम करणाऱ्या एका आफ्रिकी नोकराला बरोबर घेऊन पुढे गेले. अर्ध अंतर मी पार केलं आणि एका लांब पसरलेल्या टेकडीचा चढ चढत होते. त्या टेकडीचा उभा उतार दोन्ही बाजूने कापून, तो रस्ता नुकताच तयार केला होता. त्या रस्त्याच्या एका बाजूचा उतार, सरळ बराच खाली एका नदीपर्यंत गेला होता. मी एक वळण पार केलं. त्याच रस्त्यावर दोनेकशे यार्डांवर दोन आफ्रिकी रस्त्याच्या मधून चालत होते. माझ्या मोटारच्या हॉर्नकडे दुर्लक्ष करून ते पुढे चालत राहिले. त्यांना टाळण्यासाठी माझी मोटार उभा उतार असलेल्या रस्त्याच्या बाजूने घेणं मला भाग पडलं. इथं रस्त्यावर रेती पसरलेली होती. त्यामुळे माझी मोटार घसरली व एका मैलाच्या दगडावर आदळली. त्यानंतर मला माहीत झालं की, त्या उभ्या उताराच्या अर्ध्या अंतरावर, चुराडा झालेल्या त्या मोटारीपासून काही यार्ड दूर फुटलेल्या काचांच्या

ढिगाऱ्यात मी पडले होते. प्रथम मी त्या आफ्रिकींचा विचार केला. त्याच्या नावाने हाक मारली. तो त्या मोटारीतून धडपडत बाहेर पडला. देवाच्या कृपेनं त्याला फक्त डोक्यावर थोडंसं खरचटलं होतं. हे विश्वास बसणार नाही इतकं सुदैव होतं. कारण मोटार उलटली होती आणि ती आम्ही आलो त्याच्याविरुद्ध दिशेला तोंड करून उभी होती. त्या उतारावरून खाली जाताना तिनं काही कोलांट्या खाल्याच असाव्यात. त्यात सुदैवाची गोष्ट अशी की, अर्ध्या उतारावरील झुडपात ती अडकली होती. नाहीतर ती गडगडत सरळ नदीतच पडली असती. माझ्या सर्वांगातून वेदना जाणवत होत्या. त्यामुळे माझा उठायचा प्रयत्न असफल ठरला. माझा उजवा हात म्हणजे रक्त आणि मातीचा एक लगदा झाला होता. मी पडले होते तिथून रस्ता साधारण ऐंशी यार्ड दूर होता. त्या आफ्रिकीच्या मदतीनं मी रस्त्यावर येऊन बसले. माझ्या उजव्या हातातून भयंकर रक्तस्राव होत होता. तो हात सरळ उभा धरूनच मी त्याच्या वेदना सहन करण्याचा प्रयत्न करत होते. थोड्या वेळात एक बस आली. त्यात इतर प्रवाशांबरोबर स्थानिक मुखिया होता. त्यानं त्याच्या प्रथमोपचाराच्या पेटीतून थोडं आयोडीन माझ्या हातावर ओतलं. त्या आयोडीनमुळे नेहमी होते तशी चुरचुर अजिबात झाली नाही. त्यामुळे हाताची जखम खूपच वाईट असल्याची भीती मला वाटली. त्या मुखियाने आम्हाला जवळच्या हॉस्पिटलपर्यंत नेण्याची तयारी दाखवली. ते मला बसमध्ये चढायला मदत करत होते. इतक्यात जॉन बेक्सेंडेट तिथं आला. एकंदर परिस्थिती पाहून पोलीस अपघाताची चौकशी करायला येईपर्यंत त्याने त्या मुखियातर्फे मोटारकडे लक्ष द्यायला, एका माणसाची व्यवस्था केली. नंतर त्याने मला तिथून ऐंशी मैलांवरील नैरोबीच्या मार्गावरचं, त्या प्रांताचं मुख्य शहर एम्बूला नेलं. माझ्या हातातून रक्तस्राव होत असल्याने, त्याने रस्त्यावरील खड्डे चुकवत शक्य तेवढ्या वेगात गाडी नेली.

एम्बू येथील हॉस्पिटलमध्ये मला धनुर्वात होऊ नये म्हणून एक इंजेक्शन दिलं. त्यांनी मला एक उबदार ब्लँकेट दिलं. माझा सहप्रवासी दुसऱ्या दिवशी घरी जाऊ शकेल, याची खात्री दिली. मी त्याला जेवण्यासाठी, प्रवासासाठी पुरेसे पेसे दिले. तिथून ऐंशी मैलांवरील नैरोबीला आम्ही रात्री नऊ वाजता हॉस्पिटलमध्ये पोचलो. अपघात होऊन सहा तास उलटलेले असल्याने माझी अवस्था वाईट होती. सुदैवाने माझे जुने मित्र सर्जन जेराल्ड बेव्हिल हे त्वरित शस्त्रक्रिया करण्यासाठी उपलब्ध होते. माझं शरीर मुक्या मारानं काळंनिळं पडलं होतं. माझा उजवा हात सोडल्यास, मला इतर कुठेही गंभीर इजा झाली नव्हती. माझ्यावरील शस्त्रक्रिया तीन तास चालली. माझ्या उजव्या हाताची मागची सर्व कातडी निघून गेली होती. हाताचे सर्व स्नायुबंध तुटले होते. हाताची सर्व हाडे त्यांच्या रांगेतून अर्धा इंच बाहेर

पडली होती.

या परिस्थितीत माझ्या हातावर, माझ्या पायाच्या कातडीचं कलम करणं, एवढंच काय ते करता येणार होतं. या शस्त्रक्रियेची जखम भरून झाल्यावर माझ्या पायातील स्नायुबंध माझ्या हातात बसवणं आवश्यक होतं. म्हणजे सहा महिन्यांत आणखी एक शस्त्रक्रिया. या दरम्यान या अपघातातून वाचणारी मी किती सुदैवी असेन, याचा विचार करायला मला भरपूर वेळ होता. उजव्या हाताचा उपयोग करण्यापूर्वी कमीत कमी दोन वर्षे आणखी अनेक शस्त्रक्रिया कराव्या लागतील, हा विचार मला खिन्न करायचा.

आता, ढाण्या वाघाची पिलं ताब्यात घेण्याचा प्रश्नच नव्हता. त्याऐवजी मला चित्त्यांच्या कामात मदत करणं, मला अंघोळ घालणं, माझ्या अंगावर पोशाख चढवणं, मांसाचे तुकडे करणं यासारखी मी जी कामं करत होते, ती करण्यासाठी मदतनीस शोधावीच लागणार होती. याच काळात मेरी नावाची एक अमेरिकी तरुणी केनियात आली होती. तिला ताबडतोब एखादी नोकरी हवी होती. वन्य प्राण्यांबरोबर काम करायला, जंगलात राहण्यासाठी तिची तयारी होती. याशिवाय ती टंकलेखन करू शकत होती आणि तिला मोटार चालवता येत होती. तिला केनियात रहिवासी नसलेल्यांना काम करण्याचा परवाना मिळवून देण्याची व्यवस्था आम्ही केली.

दरम्यान जॉर्ज आणि जॉन आळीपाळीने, लोकल आणि स्टॅन्ले यांना दूर अंतरावरील चित्त्यापर्यंत मोटारने घेऊन जात होते. ते कुटुंब दोन आठवड्यांपेक्षा जास्त काळ, फोटो झाडापाशी राहिलं. नंतर ते चित्ते नदीपलीकडील (Kill Acaeia) शिकारी बाभळीपाशी स्थिर झालं. एम्बिली, व्हिटी आणि टाटू यांच्याबरोबर पिप्पानं शिकारी बाभळीचा मुक्कामासाठी वारंवार उपयोग केला होता. चित्ते तिथं विश्रांती घेऊ शकत होते आणि सावलीत गिधाडांच्या नजरेत न येता मांस खाऊ शकत होते. त्या झाडाच्या खाली झुकलेल्या फांद्या सभोवतालच्या मैदानी प्रदेशाची टेहळणी करायला आदर्श होत्या. तिथून माझ्या छावणीत येणाऱ्या मोटारी ते सहजगत्या पाहू शकत होते. त्यामुळे अनोळखी लोकांपासून दूर राहू शकत होते.

माझ्या लोकांनी ते कुटुंब जवळजवळ रोजच पाहिलं होतं. पिप्पानं माझ्या अनुपस्थितीत शिकार केली नव्हती, याची त्यांना खात्री होती.

मेरी आणि मी फेब्रुवारीच्या बावीस तारखेला, अपघातानंतर बरोबर एक महिन्याने परतलो. पिप्पानं त्या दिवशी पिलांना छावणीपासून एक मैलावरील रस्त्याकडे नेलं होतं. नंतर तिला वसोरोंगी प्रवाहाच्या पाच मैल वरच्या बाजूला रेतीचा नवीन खणलेला एक खड्डा सापडेपर्यंत, पिप्पा पिलांना वेगवेगळ्या ठिकाणी हालवत राहिली. अभयारण्याच्या अधिकाऱ्यांनी त्यांचं मुख्यालय लेपर्ड रॉकजवळच

हालवण्याचं अलीकडेच ठरवलं होतं. त्यांना त्या नवीन ठिकाणी जमिनीचा पृष्ठभाग रेतीनं आच्छादित हवा होता. त्यामुळे रस्त्याचं काम तात्पुरतं थांबलं होतं. या कारणाने तिथं खणलेल्या मोठ्या खड्ड्याचे ते चित्ते राजे बनले होते. तिथल्या रेतीच्या अनेक ढिगांत आणि खणलेल्या चरांत त्यांना खेळण्यासाठी उत्तम ठिकाण सापडलं होतं.

मोटार चालविणाऱ्या मेरीविषयी त्या कुटुंबाची काय प्रतिक्रिया होईल, याची मला चिंता होती. तिच्या अस्तित्वाची चित्त्यांना सवय होईपर्यंत मेरीने लँडरोव्हर सोडू नये, असं आम्ही ठरवलं. आमची पुनर्भेट साजरी करण्यासाठी आम्ही एक संपूर्ण बकरी आणली होती. मी त्या चित्त्यांचा ओळखीचा हॉर्न वाजवल्याबरोबर ते कुटुंब आलं. माझ्या बँडेज बांधलेल्या हात आणि पायाकडे त्यांनी दुर्लक्ष केलं. ती पिलं त्या मृत बकरीवर तुटून पडली. त्या बकरीचं शरीर उघडण्यासाठी तिची कातडी ओढण्याचा, फाडण्याचा प्रयत्न करणाऱ्या पिलांकडे बघत पिप्पा जवळच बसली होती. मी तिच्याजवळ बसून तिच्या अंगावर हात फिरवत असताना ती 'म्याँव, म्याँव' आवाज करून माझा हात चाटत होती. मी हॉस्पिटलमध्ये असताना, हेच करत बसण्याचा अनेकदा विचार केला होता. पिप्पादेखील आम्ही परत एकत्र आल्यानं आनंदात होती, हे समजल्यानं मलाही खूप आनंद झाला होता. पिलांचे दुधाचे दात पडले होते. तरीही ती उत्तम स्थितीत होती. दात पडल्याने त्यांना चावणं फार अवघड जात होतं. मला त्यांच्याविषयी कीव वाटली. दहा मिनिटांनंतर त्या बकरीचा देह, शेपटीपाशी उघडण्यात बिग बॉयला यश आलं. तोपर्यंत ती पिलं त्या बकरीभोवती वेड्यासारखी नाचत होती. नंतरचे दोन तास ती मांसासाठी झगडत, ओरडत, गुरगुरत होती. त्याचबरोबर त्यांचे हाडं चावण्याचे आणि चिरडण्याचे आवाज मी ऐकत होते. लोकांनी जेवण करताना आवाज केला, तर मला राग यायचा; मात्र हे आवाज मला का आवडताहेत, याचा मी विचार करत होते. जंगली प्राणी त्यांचं जीवन चालू ठेवण्यासाठी खातात. आपण मात्र जेवण हा सामाजिक मनोरंजनाचा एक भाग समजतो. या वेळी जेवतानाच्या कडक नियमामुळे तर आवाज करणं मना असतं काय?

मी बरेच दिवस गैरहजर असूनही पिलांचा माझ्यावरील विश्वास कमी झाला नव्हता. सोम्बानं माझ्यावर हल्ला करायचा प्रयत्न केला; पण मी 'नाही' असं मोठ्याने म्हटल्यानंतर ती खाली बसली. ती खात असताना तिच्या तोंडातून लोंबकळणारी बकरीची आतडी, मला तिनं तिच्या तोंडात घालूदेखील दिली. बिग बॉयला मदतीची गरज नव्हती, पण टायनीला अजूनही लाडीगोडीची जरुरी होती. अन्नासाठी झगडा करण्यापेक्षा ते तो खायचाच नाही.

चित्त्यांना अचानक तीन शहामृग दिसले. ते त्वरित सावध झाले. शहामृग त्यांच्या मार्गाने जात असताना, ते त्यांच्याकडे लक्ष देऊन पाहत होते. नंतर त्यांचं खाणं परत चालू झालं. बऱ्याच दूरवर झालेल्या एका ट्रॅक्टरच्या इंजिनाच्या कर्कश आवाजाने मी दचकले, पण चित्ते विमानाच्या आवाजाकडे जसं लक्ष केव्हाच देत नसत, तसंच या आवाजाकडेही त्यांनी दुर्लक्ष केलं.

सकाळच्या वेळात मेरी ड्रायव्हरच्या जागी बसून होती. दरम्यान पिप्पानं तिची अल्पशी तपासणी केली आणि ती स्वीकारली गेली आहे, असं मला वाटलं. आमच्याजवळचं मांस संपलं होतं. त्यांना देण्यासाठी फक्त दूधच होतं. त्या दिवशी नंतर तीन अमेरिकी मित्रांना मी उद्यानात फेरफटका मारण्यासाठी नेलं. त्या रेतीच्या खड्ड्याजवळ आम्ही थांबलो. तिथं अगदी उघड्यावर आम्ही चित्ते पाहिले. माझे मित्र मोटारमध्येच बसून होते. मी दुधाचं भांडं पिलांपुढे धरलं, पण त्या तिघांनी त्या भांड्यात एकाच वेळी तोंड घातल्यामुळे सर्व दूध जवळजवळ सांडून गेलं. फक्त डाव्या हाताने ते भांडं व्यवस्थित धरणं मला जमलं नाही. याचसाठी त्यांना अन्न देताना, मला मदत करण्यासाठी, मेरीनं त्या कुटुंबाशी मैत्री करावी, अशी माझी अपेक्षा होती.

रानम्हशींच्या संख्येवर नियंत्रण ठेवण्यासाठी उद्यानातील एक रानम्हैस मारली होती. पिप्पाच्या कुटुंबीयांना रानम्हैस व झेब्रा यांचं मांस आवडायचं. हे दोन्ही प्राणी अगदी लहान असल्याखेरीज त्यांची शिकार चित्ते करू शकले नसते. म्हणून त्यांना त्यांचं मांस का आवडत होतं, हे एक कोडंच होतं. ते मांस त्यांना दिल्यावर, त्यांची पोटं तट्ट फुगेपर्यंत त्यांनी ते खाल्लं. त्यातल्या चांगल्या तुकड्यासाठी सोम्बा पिप्पाशी भयंकर भांडली. मी त्यांच्यासाठी भांड्यात पाणी भरत असताना, मी 'नाही' म्हणून तिला थांबवलं. तरी दोन वेळा तिनं माझ्यावर हल्ला करण्याचा प्रयत्न केला. तिला आणखी खाणं अशक्य झाल्यावर, ती माझ्याकडे लक्ष देऊन पाहत, माझ्याजवळ बसली. तिनं माझ्यावर हल्ला करण्याचा धोका मी पत्करला. आम्हा दोघींत फक्त काही इंचांचं अंतर होतं. फक्त तिच्याकडे खूप वेळ पाहत मी स्थिर राहिले. शेवटी तिनं लोळण घेतली आणि आराम केला. तिच्या नैसर्गिक भक्ष्यासंबंधी तिच्या सहजप्रवृत्ती जाग्या होतात, तेव्हा ती भयंकर उग्र बनते. तिच्या सहजप्रवृत्तीला धोका नाही हे तिला समजलं की, ती तिच्या दोन्ही बंधूंप्रमाणे शांत होते, हे मला कधी नव्हे एवढं जाणवलं. आता त्या पिलांना भांडायचं कोणतंच कारण नव्हतं, त्यामुळे त्यांची पोटं वर करून ते विश्रांती घेत होते.

मेरीचा या कुटुंबाला परिचय करून द्यायची ही चांगली संधी होती. असा विचार करून मी तिला आमच्यात मिसळण्याची खूण केली. मेरी हळूच माझ्याजवळ

येऊन बसली. माझ्या दुसऱ्या बाजूला पिप्पा डुलक्या घेत होती. मी पिप्पाला थोपटत होते. मेरीदेखील हळूहळू तेच करू लागली. नंतर फक्त मेरीच पिप्पाला थोपटू लागली. अर्धवट मिटलेल्या डोळ्यांनी सोम्बा ते पाहत होती. ती तिच्या मातेचं संरक्षण करायला तयार होती. मेरीला स्वस्थ बसलेलं पाहिल्यावर, सोम्बादेखील शांत झाली. आम्ही दुपारच्या उकाड्यात शांतपणे झोप घेतली. पिप्पा उठून चालू लागली. बिग बॉय व टायनी तिच्यामागून चालू लागले. त्याच वेळी सोम्बा, जिनं त्या प्रत्येकापेक्षा जास्त मांस खाल्लं होतं, ती मांसाचा खूप मोठा तुकडा पकडून चालू लागली. दुसऱ्या दिवशीदेखील ती भुकेली वाटली. तिच्या वाट्यापेक्षा जास्त मांस मिळू नये म्हणून मी इतरांना मांस देत होते. त्या वेळी ती माझ्यामागे आली. आश्चर्य म्हणजे ती माझ्याशी मित्रत्वानं वागली. एकदाही माझ्यावर हल्ला करायचा प्रयत्न केला नाही. आता तिनं मला तिचा मालक म्हणून स्वीकारलंय, असं वाटलं. टायनीला बरं वाटत नव्हतं. त्यामुळे फुगलेलं पोट घेऊन बसलेल्या त्यानं, मी दिलेलं मांस नाकारलं. त्याऐवजी तो गवत खात होता. मी चित्त्यांच्या विष्ठा लक्ष देऊन पाहिल्या. त्यांना कोणालाही जंत झालेले दिसले नाहीत. टायनी रानम्हशीचं मांस जास्त खाल्ल्यामुळे अस्वस्थ होता. दुसऱ्या दिवशी तो ठीक झाला.

पिप्पाला होती त्यापेक्षा दिसण्यात आणि स्वभावात अधिक वैविध्य असणारी पिलं इतर कोणत्याही मातेला झाली नसतील. रोजच्या रोज त्यांतील प्रत्येकाला, त्यांच्यात मत्सर निर्माण न करता किंवा त्यांना अस्वस्थ न करता, ती सूर कशी देत असे, ते पाहून मी अधिकच प्रभावित होत असे. गेल्या काही दिवसांपासून पिप्पा हळूहळू त्या फोटो झाडाकडे सरकत होती. दुसऱ्या दिवशी सकाळी आम्ही त्यांना तिथं पाहिलं. बिग बॉय आणि टायनीला दात येतानाच त्रास होतोय, असं दिसत होतं. ते झाडाची साल चावायचे किंवा काटक्यांना त्यांच्या हिरड्या घासायचे. नंतर मी, टायनी आणि पिप्पा यांचा एका फांदीवर बसलेले असतानाचा फोटो घेतला. अचानक टायनीनं पाण्याच्या खळखळण्यासारखा विचित्र आवाज काढला. दुसऱ्याच क्षणी सर्व तिन्ही पिलं पळून गेली. टायनीनं खूप दूरवर एक मोठा पक्षी (bustard) पाहिला, त्या पक्षाला भिऊन ती पिलं पळाली. पिप्पानं तिची जागा न बदलता, त्या पक्ष्याकडे लक्ष देऊन पाहिलं आणि तिनं त्या पिलांना धीर दिल्यावर ती त्यांचं मांस खाणं संपवायला परतली.

मी हॉस्पिटलमध्ये असताना माझ्या पायाच्या बोटांवर शस्त्रक्रिया झाली होती. काही दिवसांपूर्वी त्या बोटांना थोडा संसर्ग झाला होता. मला चालता येणं अशक्य असल्याने, फक्त मेरी आणि माझी माणसं दुसऱ्या दिवशी चित्त्यांकडे गेली. त्यांना चित्ते फोटो झाडापाशी सापडले. त्यांच्या हकीगतीनुसार ते कुटुंब मांस

खात असताना, टायनीनं परत धोक्याची सूचना दिली आणि सर्वजण अंदाजे पन्नास यार्ड दूर पळाले. नंतर ते थांबले. त्यांनी विरुद्ध दिशेनं एम्बिली जवळ येत असताना पाहिलं. एम्बिली मोटारच्या मागे शंभर यार्ड अंतरावर आल्यावर, ती मोटारच्या मागे लपून राहिली. याचा परिणाम असा झाला, की ते कुटुंब तिथून निघून गेलं आणि परत आलं नाही. पिप्पाची कोणतीही इतर पिलं, आजारी असल्याशिवाय, त्यांना अन्न द्यायचं नाही, या माझ्या सूचना पाळून लोकलनं मांसाचे अवशेष गोळा केले आणि छावणीत परत आणले. एम्बिलीला ओळखण्यासाठी मी तिथं नसल्यानं आज पिप्पानं माघार घेतली होती, हे लोकलचं म्हणणं मला मानावं लागलं. फोटो झाड हे अगदी एम्बिलीच्या क्षेत्रात येत होतं. आता पिप्पाला तिथून निघून जाण्यासाठी आजूबाजूची जमीन पुरती कोरडी झाली होती. फक्त हेच या घटनेला योग्य असं स्पष्टीकरण मला सुचलं.

संध्याकाळी पाहुण्यांचा एक गट माझ्या छावणीला भेट द्यायला आला होता. त्या गटातील एकजण डॉक्टर होता. माझ्या पायांच्या बोटांबाबत मी त्या डॉक्टरचा सल्ला घेतला. शक्य तेवढ्या लवकर हॉस्पिटलमध्ये त्याच्यावर औषधोपचार करून घ्यावेत, असं त्यानं मला सांगितलं. सुदैवानं त्या अभयारण्याच्या अधिकाऱ्यांना दुसऱ्याच दिवशी विमानाने नैरोबीला जावं लागणार होतं, म्हणून मला त्यांच्याबरोबर विमानातून जाता आले. त्यामुळे नऊ तासांचा प्रवास वाचला; पण हॉस्पिटलमध्ये मला दोन आठवडे ठेवून घेतलं. त्याबाबत मात्र मी कमी नशीबवान होते.

माझ्या गैरहजेरीत मेरीनं केलेल्या दैनंदिनीतील नोंदीवरून मला समजलं की, ते कुटुंब आणखी दहा दिवस त्या फोटो झाडाजवळ राहिलं. त्या तिन्ही पिलांनी दुधाच्या भांड्यात एकदम तोंडं घातली, तेव्हा त्यांनी मेरीला ते दुधाचं भांड धरू दिले; पण त्यांना मेरीबरोबर मित्रत्वाचं नातं प्रस्थापित करायला एक आठवडा लागला. मेरीजवळ येऊन तिच्या पायाजवळ मोठ्यानं 'म्याँव म्याँव' करत पसरलेली पिप्पा मी पाहिली होती, त्या वेळी मेरी तिला थोपटत होती.

दरम्यान, सोम्बानं स्टॅन्लेवर हल्ला करून, त्याला मांसाची टोपली हालवण्यापासून प्रतिबंध करण्यासाठी तिनं तिचे दात त्या टोपलीत रुतवले होते. सोम्बानं ती टोपली सोडून देईपर्यंत, त्या दोघांत रस्सीखेच झाली. नंतर तीदेखील मेरीजवळच बसली. सोम्बानं टायनीलादेखील मेरीची बारकाईनं पाहणी करायला प्रोत्साहन दिलं. त्याला हातानं भरवायला मी तिथं नव्हते, हे त्यानं लवरकच जाणलं. त्यामुळे त्याच्या वाट्याचं मांस घेण्याचं धाडस करणाऱ्या कोणाही बरोबर तो त्वेषानं भांडायचा. तो त्याच्या मांसाचं रक्षण करण्यात इतका कार्यक्षम बनला की, सोम्बादेखील त्याला आदरानं वागवू लागली.

एका सकाळी फक्त पिप्पाच फोटो झाडाजवळ हजर झाली. काही वेळानं तिनं हळुवार आवाजात पिलांना बोलावलं. तिला प्रतिसाद मिळाला नाही. तेव्हा तिनं मेरी व इतर दोघांना मुलिका नदीपर्यंत मार्गदर्शन केलं. वाटेत ती पिलांना बोलावण्यासाठी दोन झाडांवर चढली. शेवटी त्या नदीपलीकडे ती पिलं सापडली. नंतर ते सर्व मोटारीत बंद करून ठेवलेल्या मांसापर्यंत चालत आले.

दहा दिवसांपर्यंत सर्व काही चांगलं चाललं. नंतर एका सकाळी मेरी लँडरोव्हर चालवत फोटो झाडापाशी आली. तिथून साधारण पन्नास यार्ड दूरवर असलेल्या उंच गवतातून दोन सिंहिणीची डोकी गवतावर दिसली. त्या जंगली सिंहिणी त्वरित पळून गेल्या. त्यामुळं त्या कुटुंबानं ते क्षेत्र सोडलं होतं. त्यानंतर पाच दिवस ते कुटुंब सापडलंच नाही.

❑

- ७ -
पिलांची वाढ

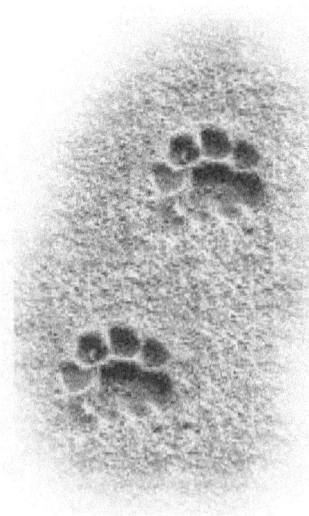

त्या कुटुंबाच्या गैरहजेरीत मी परतले. काही दिवसांपूर्वी, सात मार्चला बॉयने अभयारण्याच्या अधिकाऱ्याच्या मुलाला इजा केली होती, असं मला समजलं. बॉय हा जॉर्जच्या सिंहांपैकी एक होता. आमच्या जन्मजात मुक्त (Born free) सिनेमात त्यानं आणि त्याची बहीण गर्लने महत्त्वाच्या भूमिका पार पाडल्या होत्या. त्याचं चित्रीकरण पार पडल्याबरोबर त्यांच्या मालकांनी बॉय आणि गर्ल दोघांना, त्यांचं जंगलात पुनर्वसन करण्यासाठी, जॉर्जला भेट म्हणून देऊन टाकले होते. नंतर उगास त्यांच्यात सामील झाला आणि शेवटी चार छावे, एक नर आणि तीन माद्या, त्यांच्या वयात खूप फरक असूनदेखील, जरी बॉय आणि गर्ल बहुतेक वेळी एकत्र असत आणि त्यांना अलीकडेच दोन पिलं झाली होती, तरी त्यांचा एक कळप तयार झाला होता. ते तरुण असल्यापासून मानवी सहवासाची त्यांना सवय झालेली असल्याने, ते सिंह त्या कळपातील सर्वांशी अतिशय मित्रत्वाने वागत होते.

फोटो झाडापासून शंभर-दोनशे यार्ड

अंतरावरच ही अलीकडील घटना घडली होती. जॉन बॅक्सेंडेलला बॉय रस्त्यावर सापडला होता. बारा मैल दूरवर असलेल्या जॉर्जच्या छावणीत त्याला परत आणण्याच्या उद्देशाने, त्याने बॉयला त्याच्या लँडरोव्हरच्या छतावर उडी मारू दिली आणि त्याने त्याचा पुढचा प्रवास चालू ठेवला.

त्याला विरुद्ध दिशेनं त्यांची पत्नी व दोन लहान मुलं यांना उघड्या मोटारीतील समोरच्या सीटवर बसवून घेऊन जाणारे अभयारण्याचे अधिकारी भेटले. ते अधिकारी जॉनच्या मोटारीपासून काही फुटांवर त्यांची मोटार थांबवून, गप्पा मारण्यासाठी म्हणून मोटारीतून खाली उतरले. ते बोलण्यात मग्न असताना बॉय लँडरोव्हरच्या छतावरून खाली उतरला आणि हळूच त्या अधिकाऱ्याच्या मोटारीपाशी गेला. बॉयचा त्यांच्या मोटारीत उडी मारण्याचा बेत असावा असा विचार करून, ते अधिकारी मोटार पुढे नेण्याच्या हेतूने चालकाच्या सीटवर बसले. तोपर्यंत बॉय त्यांच्या मोटारच्या बाजूला आला होता. त्यानंतर तो अचानक मागच्या पायावर उभा राहून त्या अधिकाऱ्याच्या पलीकडे वाकला आणि त्याच्या आई-वडिलांच्या मध्यभागी बसलेल्या त्यांच्या चार वर्षांच्या मुलाचा हात त्याने पकडला. त्याच क्षणी आधीच गीअरमध्ये असलेली मोटार सुरू झाली आणि पुढे निघाली. त्या गाडीने मागच्या पायावर चालणाऱ्या बॉयला, त्या मुलाचा हात सोडून देईपर्यंत पुढे खेचले. त्या दरम्यान तो अधिकारी बॉयला, त्याच्या वळलेल्या मुठीने ठोसे मारत होता. त्या मुलाच्या आईने तिच्या मांडीवरील मुलगा आणि मुलीला पकडून ठेवले होते. बॉय त्या मुलाला त्याचं भक्ष्य समजला असता तर, त्याचं भक्ष्य मिळवण्यापासून वंचित केल्यामुळे, तो निश्चितच रागावला असता; पण बॉयने कोणत्याही रागाचं कोणतंही चिन्ह दाखवलं नाही. त्या मुलाच्या हातात वरच्या बाजूला बॉयचे दात बरेच आत घुसले होते. त्याचा कोणताही स्नायू तुटला नव्हता किंवा हाड मोडलं नव्हतं. रविवारी संध्याकाळी बराच उशीर झालेला असल्यानं, दुर्दैवानं त्या मुलाला नैरोबीच्या हॉस्पिटलमध्ये घेऊन जाण्यासाठी एकही विमान उपलब्ध नव्हतं. त्यामुळे त्याच्या वडिलांनी त्याला मोटारने एका तासाच्या अंतरावर असलेल्या (Nyambeni hills) निआम्बेनी हिल्स येथील मिशन हॉस्पिटलमध्ये नेले. त्याच्या जखमांवर औषधोपचार करून त्यांना टाके घालण्यात आले. ही फार मोठी चूक होती. दुसरे प्राणी मारून त्यावर जगणाऱ्या प्राण्यांनी केलेल्या जखमा केव्हाही पूर्णपणे बंद करू नये; तर निचरा होण्यासाठी उघड्या ठेवाव्यात. दुसऱ्या दिवशी सकाळपर्यंत त्या मुलाच्या हाताची स्थिती वाईट झाली होती आणि विमानाने जे डॉक्टर आले, त्यांनी त्या जखमा उघडण्याचं काम प्रथम केलं. नैरोबीतील हॉस्पिटलमध्ये सहा आठवड्यांत तो मुलगा पूर्णपणे बरा झाला. त्यामुळे सर्वांना मोठा दिलासा मिळाला.

या घटनेविषयी खूप वादविवाद झाला आणि त्या घटनेची प्रसिद्धी झाली. जॉर्जने त्याच्या कोणत्याही सिंहाला बरोबर घेऊन पाहुण्यांचे मनोरंजन करण्यापासून स्वत:ला आवरावे आणि त्यांना अन्न देणे थांबवावे या अटीवर बॉयला मेरू उद्यानात राहू द्यायचं सरकारने ठरवलं. सुदैवानं, आता ते सर्व सिंह त्यांची स्वत:ची काळजी घेऊ शकत होते.

साधारण याच काळात मी माझं चित्त्यांविषयीचं काम चालू ठेवण्याबाबत एक सविस्तर कार्यक्रम ठरवण्यात आला. फार पूर्वी या वर्षअखेरपर्यंत माझं चित्त्यांच्या पुनर्वसनाचं काम मी थांबवावं, असा अभयारण्याच्या अधिकाऱ्यांशी करार झाला होता. त्याशिवाय हा कार्यक्रम होता. त्या वेळेपर्यंत ही पिलं साडेसतरा महिन्यांची झाली असती. पिप्पाने यापूर्वीच्या पिलांचा त्याग केला होता, त्याच वयाची. आता ऑक्टोबरच्या पहिल्या तारखेपासून केनमेअरच्या बकऱ्या उद्यानाच्या बाहेर हलवाव्या लागणार होत्या आणि डिसेंबरच्या पहिल्या तारखेपासून चित्त्यांना अन्नपुरवठा करणं थांबवण्यापूर्वी, त्यांना अन्न देणं हळूहळू कमी करायचं होतं.

चार वर्षांपूर्वी मी आणि जॉर्जने इथं आमच्या वन्य प्राण्यांच्या पुनर्वसनाचं काम सुरू केलं होतं, तेव्हा आमच्या छावण्या बारा मैल दूरवर उभारल्या होत्या. सिंह आणि चित्त्यांना एकमेकांच्या क्षेत्रासाठी, एवढं अंतर त्यांच्या आवाक्याबाहेर असेल असं आम्ही समजलो होतो, पण अलीकडे सिंह खूप वरचेवर पिप्पाच्या क्षेत्रात येत होते. त्यामुळे स्वाभाविकच पिप्याच्या हालचालींवर निर्बंध येत होते. एके दिवशी ते कुटुंब आठ महिन्यांपूर्वी ती पिलं जन्मल्यापासून प्रथमच सरळ माझ्या छावणीत उपस्थित झालं, तेव्हा मी आश्चर्यचकित झाले. ते सर्व अतिशय घाबरलेले होते. माझी माणसं जरी छावणीच्या लांबच्या एका कोपऱ्यात राहत होती तरी ते चित्ते त्यांच्या प्रत्येक हालचालीवर संशयग्रस्त नजर ठेवून होते. मी विरुद्ध टोकाला होते. माझ्या झोपण्याच्या झोपडीपलीकडे आणि जर एखादा पाहुणा आला तर, त्याला न दिसता त्या कुटुंबाला त्वरित माघार घेता यावी या हेतूनं, झाडाच्या पुलापासून काही फुटांवर त्यांच्यासाठी मांस ठेवलं. पिलं रोड झाली होती, पण फार भुकेली नव्हती. म्हणून गेल्या चार-पाच दिवसांत पिप्पानं कमीत कमी एकदा तरी शिकार केली असावी, असं मी समजले. मी पिप्पाच्या अंगावरच्या गोचिडी काढत तिला कुरवाळत असताना, ती म्याँव म्याँव करून प्रेमाने माझा हात चाटत होती. त्यामुळे पिलं चिंतामुक्त होत आहेत, असं वाटलं आणि लवकरच पिलांनी मांस खाणं सुरू केलं. पण त्यांना चांगलं पोटभर देण्याएवढं मांस आमच्याजवळ नव्हतं आणि जे होतं ते बरंच शिळं होतं. त्यामुळे ते न खाता, थोड्या वेळानं पिप्पानं पिलांना त्या झाडाच्या पुलावरून गाम्बो मैदानाकडे नेलं, तिथून ते सूर्यास्ताच्या सुमाराला परतले.

दरम्यान आम्ही केनमेअरहून ताजी बकरी आणविली होती. तिच्या मृत शरीरावर आता त्यांनी अधाशीपणे झडप घातली. नेहमी अंधार पडल्यावर एका सुरात होणारी रातकिड्यांची तालबद्ध किरकिर आणि चित्त्यांच्या हाडं चघळण्याच्या आवाजाशिवाय सारं काही शांत होतं. चित्ते खात असताना मांसभक्षी प्राण्यांपासून त्यांचं रक्षण करण्यासाठी मी त्या कुटुंबाजवळ बसले होते. आपण ऐकू शकतो, त्यापेक्षा फार मोठ्या आवाजाचं वैविध्य चित्ते ऐकू शकतात, हे निर्विवाद. आणि रात्री आठ वाजून गेल्यावर बराच वेळपर्यंत, त्याच तणावग्रस्त अवस्थेत त्यांचं रात्रीच्या अंधकारात आवाज ऐकणं चालू होतं. नंतर ते ती लहान नदी पार करून पलीकडे गेले. त्यानंतर थोड्याच वेळात, काही थोड्या अंतरावरून दोन सिंहांची गर्जना ऐकू आली.

या परिस्थितीत पिप्पानं छावणी ही सर्वांत सुरक्षित जागा ठरविली होती, हे उघड होतं. कारण दुसऱ्या दिवशी संध्याकाळी ती परत छावणीत आली. चित्त्यांनी खायला सुरुवात केल्याबरोबर लगेच जॉन बॅक्सेंडेल मोटार घेऊन आला. त्वरित त्याला जवळ येण्यापासून परावृत्त करण्यासाठी मी मेरीला पाठवलं, पण झाडाच्या पुलावरून पिलांनी आधीच पलायन केलं होतं आणि पिप्पानं पर्र पर्र आवाज केल्यावरच त्यांनी परतायचं धाडस केलं.

आणखी दोन दिवस ते कुटुंब छावणीत आलं. मी यापूर्वी पाहिली नव्हती, इतकी ती पिलं घाबरलेली आणि भीतिग्रस्त होती. पिप्पानं त्यांना परत मुलिका मैदानावर नेलं, तेव्हा मला आश्चर्य वाटलं नाही. मागील पावसानंतर तिथलं गवत धोकादायक ठरावं इतकं उंच वाढलं होतं. यासाठी माझ्यावर किंवा आसपास नजर ठेवण्यासाठी पिप्पा बराच वेळ झाडांवर घालवायची. एकदा तर मांसाच्या एखाद्या तुकड्यासाठी वाट पाहत, एक मोठा बहिरी ससाणा ज्या फांदीवर एका ठिकाणी सकाळपासून, त्या झाडाखाली चाललेल्या आमच्या हालचालींकडे दुर्लक्ष करून बसला होता, त्याच फांदीवर त्या पक्ष्याकडे दुर्लक्ष करून पिप्पा बसली होती.

एके दिवशी फक्त पिलंच मांस खाण्यासाठी आली. त्या वेळी साधारण तीनशे यार्डावर पिप्पा विश्रांती घेत बसली होती. मी थोडं मांस तिच्याकडे नेलं आणि तिला थोपटलं; पण ते काही तिला खायला किंवा प्यायला प्रवृत्त करू शकत नव्हतं. त्याऐवजी ती अतिशय काळजीपूर्वक मैदानाकडे लक्ष देत होती आणि शेवटी जोरानं श्वास घेत ती दूर जाऊ लागली. मी लोकलला तपास करायला पाठवलं; पण पिप्पाला धास्ती वाटण्याजोगं त्याला काही सापडलं नाही. ती एकटी पडलीत हे समजल्यावर पिलं अत्यंत अस्वस्थ बनली. विशेषत: बिग बॉय दु:खी झालाय असं वाटलं आणि पिप्पा पिलांच्याबाबत चिंतित झाली. म्हणजे नेहमी

हळुवार कण्हल्यासारखा आवाज काढायची, तसा आवाज तो काढत असल्याचं मी प्रथमच ऐकलं. पिप्पा दिसेनाशी झालेल्या दिशेनं बिग बॉय आणि टायनी निघाले, तेव्हा सोम्बा तिच्या तोंडात जेवढं म्हणून मांस पकडता येईल, तेवढं पकडून त्यांच्यामागे धावत गेली.

पिलांची वाढ भराभर होत होती आणि त्यांची वाढणारी भूक भागविण्यासाठी पुरेशा बकऱ्या मिळवणं कठीण जात होतं. आजपावेतो केनमेअर लॉजमध्ये एका मुलाच्या ताब्यात एक छोटासा कळप होता. तिथं तो दोन काळजीवाहू आणि त्यांची कुटुंबं यांच्याबरोबर राहत होता. पण हळूहळू ते लॉज इतकं निरुपयोगी बनलं होतं, की ती इमारत सोडून द्यायची व काळजीवाहू लोकांना त्यातून काढून घ्यायचा निर्णय अलीकडेच घेण्यात आला होता. त्या मुलाला तिथं एकाकी राहू देणं अयोग्य ठरलं असतं म्हणून मी अलीकडेच, त्याच्या भाल्याच्या साहाय्यानं बकऱ्यांचं संरक्षण करण्याचा अनुभव असलेला असा, एक वयस्कर माणूस तिथं नोकरीवर ठेवला होता. तो व त्याची पत्नी आल्यावर बकऱ्यांवर हल्ला करायला एखादा मांसाहारी प्राणी आला तर मला त्वरित कळवायला आणि शक्य झालं तर त्याच्या पावलांच्या खुणांच्या रूपानं किंवा भक्ष्यांच्या अवशेषात, त्याचे पुरावे दाखवायला सांगितलं होतं. एकदा सकाळी त्या मेंढपाळानं मला कळवलं की, आदल्या दिवशी संध्याकाळी एका सिंहाने एक बकरी पळवली; पण त्या रात्री पाऊस झाल्याने सकाळी त्याला त्या भक्ष्याचे अवशेष परत आणण्यासाठी सिंहाच्या पाउलखुणा सापडल्या नाहीत.

तीन दिवसांनतर त्यानं कळवलं की, त्याने बकऱ्यांना बाहेर सोडल्याबरोबर सिंहांनी दोन बकऱ्या पळवल्या. सर्व बकऱ्या गवतात पांगल्या असल्याने सिंह, अजून जवळपासच असावेत अशा भीतीने तो त्यांना शोधू शकला नाही. मी मोटार घेऊन जॉर्जकडे गेले. तो आला आणि संध्याकाळी अंधार पडेपर्यंत त्याने त्या भागाचा शोध घेतला; पण त्याला पळणाऱ्या बकऱ्यांच्या किंवा कोणत्याही सिंहाच्या पाऊलखुणा सापडल्या नाहीत.

चित्त्यांसाठी आम्हाला मांसाची अत्यंत आवश्यकता होती म्हणून दुसऱ्या दिवशी सकाळी मी एक नवी बकरी घेण्यासाठी मोटारने केनमेअरला गेले. बकऱ्या अजूनही त्यांच्या झोपडीत बंद असलेल्या मला दिसल्या. अनेक दिवसांपासून त्या झोपडीची साफसफाई केलेली नव्हती आणि तो मेंढपाळ गाढ झोपलेला होता. पेंगतच तो घाण साफ करायला उठला. त्याच वेळी मी त्याच्या मागून जवळच्या रिकाम्या झोपडीकडे गेले. त्या झोपडीत मला तीन बकऱ्यांची कातडी जमिनीत पुरलेल्या एका खुंट्याला बांधून ठेवलेली दिसली. एका स्वयंपाकाच्या भांड्यात उकडलेलं मांस भरलेलं होतं आणि मृत बकरीचा अर्धा भाग नंतरच्या जेवणासाठी

टांगून ठेवलेला होता. जॉर्जला सिंहाच्या पाऊलखुणा सोडाच, पण भक्ष्याचे अवशेष सापडले नाहीत, याचं आश्चर्य नव्हतं. त्या मेंढपाळाला मी त्वरित कामावरून काढून टाकलं. त्याला चांगला पगार मिळत होता. त्या निरुपयोगी लॉजचा तो एकमेव अधिकारी होता. एका काल्पनिक सिंहाला दोष देऊन, त्याला एक दिवसाआड एक बकरी फुकट मिळत होती. अशा आरामदायक जीवनापासून वंचित केल्यामुळे त्याला आलेल्या रागाबद्दल मला कीव वाटली. मला अधिक विश्वासू मेंढपाळ मिळेपर्यंत स्टॅन्लेलाच बकऱ्यांची काळजी घ्यावी लागली. मेरी केनियात आल्यापासून तिच्या काही घरगुती अडचणी उत्पन्न झाल्या होत्या. त्या निस्तरण्यासाठी ती एक आठवडा नैरोबीला गेली होती. त्यामुळे चित्त्यांची काळजी घेण्याकरिता लोकल आणि मी, असे दोघंच छावणीत उरलो होतो.

एका सायंकाळी बारा हरणांच्या एका कळपावर दबा धरून बसलेली पिप्पा आम्ही पाहिली. एक पाडस तिला जवळपास मिळालं होतं; पण शेवटच्या क्षणी त्याच्या मातेनं तिचा प्रयत्न निष्फळ ठरवला. त्या पाडसाच्या संरक्षणार्थ ते हरीण पिप्पाच्या दिशेनं लाथा मारत असताना पाहून मला फार काळजी वाटली होती. पिप्पाच्या एकशे वीस पौंडाच्या वजनाच्या तुलनेत त्या जातीच्या वयात आलेल्या हरणांचं वजन चारशे पौंडांपर्यंत असू शकतं आणि म्हणून ती जबरदस्त शत्रू असतात.

शिकार करण्यात अपयश आल्यानं, दुसऱ्या दिवशी, सोम्बा आणि टायनीसोबत ती छावणीत हजर झाली. बिगबॉयच्या अस्तित्वाचं चिन्ह नव्हतं. मी त्या तिघांना मांस देताना, लोकल त्याला शोधायला गेला आणि शिकारी बाभळीच्या खूप पलीकडे त्याला तो दिसला. बिग बॉयनं त्याच्या मागोमाग यावं यासाठी त्यानं सर्वतोपरी प्रयत्न केले; पण त्याला एकट्यालाच परतावं लागलं. नंतर आम्ही बिग बॉयच्या दृष्टिपथात असणाऱ्या शिकारी बाभळीकडे परतायला बाकी कुटुंबाची मांसाच्या साहाय्याने खुशामत केली. मांसाची टोपली घेऊन जात असताना त्याने आम्हाला पाहिलेच असले पाहिजे; पण तो हलला नाही. आम्ही सर्वजण त्याच्यापर्यंत चालत गेल्यावरच तो आमच्याबरोबर शिकारी बाभळीपाशी परतला. तो फक्त साडेआठ महिन्यांचाच होता. पिप्पापासून वेगळा होण्याच्या वयापेक्षा फारच कमी वयाचा असल्याने, विशेषत: तो भुकेला असल्याने, मी त्याचा हा स्वतंत्र होण्याचा कल समजू शकले नाही. ज्या पद्धतीने तो मांसावर तुटून पडला होता, त्यावरून तो निश्चितच भुकेला होता.

यापूर्वी छावणीत मांस खाताना सोम्बा अतिशय मित्रत्वानं वागत होती, पण आता ती अन्न संरक्षणाच्या आक्रमक डावपेचांकडे परतली होती आणि असा भयंकर हल्ला करायची, की ते कुटुंब खात असताना हालण्याचं धाडस मी करू शकले नाही. शेवटी सोम्बालादेखील जास्त मांस खाणं अशक्य झालं. तेव्हा इतरांच्या

मागून ती फार दूर नसलेल्या एका काटेरी झुडपाकडे गेली. तिथं ते कुटुंब भरल्यापोटी झोपायला गेलं होतं. जाताना वाटेवर शांतपणे बसलेल्या लोकल आणि स्टॅन्ले यांच्याजवळून ती गेली. सोम्बानं त्यांना प्रदक्षिणा घातली आणि धीटपणे त्यांच्या डोक्यांचा वास घेतला, तेव्हा मी त्यांना अगदी शांत राहण्याचा इशारा केला होता. तो एक अवघड प्रसंग होता. कारण त्या माणसांच्या थोड्याशा चुकीच्या हालचालीचा अंत दुखापतीत झाला असता; पण ती कितीही जवळ आली तरी भीती न बाळगता त्यांनी तिच्या नजरेला नजर भिडवून पाहिलं. शेवटी तिचं समाधान झाल्यासारखं वाटलं आणि ती वामकुक्षी करण्यासाठी पुढे गेली.

संध्याकाळी बऱ्याच उशिरा ते कुटुंब परत छावणीत आलं. मी पिलांना थोडंसं दूध देऊ केलं आणि सोम्बा दूध पीत असताना इतरांना त्यांचा वाटा मिळावा म्हणून मी तिच्यासमोरच ते नेलं, तरी ती अगदी वेगळी वागली. दुसऱ्या दिवशी सकाळपर्यंत ते चित्त्याचं कुटुंब लेपर्ड रॉकच्या रस्त्याने छावणीपासून तीन मैल दूर गेलं. मांसाचं टोपलं झाडावर टांगण्यासाठी मी खाली वाकल्याबरोबर, सोम्बानं माझ्या डोक्यावर जोरदार तडाखा मारला. सुदैवानं मी माझं भेंडाचं बनवलेलं शिरस्त्राण घातलेलं होतं. ते नसतं तर माझ्या डोक्याचं कातडं सोललं गेलं असतं. नंतर बराच वेळपर्यंत तिनं आमच्या हालचालींवर ताबा ठेवला. त्यामुळे ती हालल्याशिवाय आम्ही चित्त्यांना खाऊ घालू शकत नव्हतो. शेवटी तिनं दुधाच्या बाऊलमध्ये तिचं तोंड घातल्यावर, चटकन मांसापाशी जायची संधी आम्हाला मिळाली. तिच्या मांसाचा वाटा कोणीही हिरावून घेणार नाही याची जाणीव तिला झाल्यावर ती शांत झाली. कधी कधी सोम्बा खरंच अतिशय वाईट वागायची; पण तिच्यातील अशी विरोधी प्रतिक्रिया सोडविण्याचा प्रयत्न करताना ती आवडतीदेखील बनायची. ती तिच्या क्षेत्रात असताना कोणी हालण्याचं धाडस केलं, तर ती निश्चितपणे कोणावरही हल्ला करायची; पण छावणीत खात असताना तिनं केव्हाही असा संरक्षणात्मक पवित्रा घेतला नाही. रानात खाणं आणि छावणीत खाणं यांत ती इतक्या उघडपणे फरक करत होती, तर मानवी वसाहतीत ती स्वतःच्या क्षेत्रात असत नाही असं तिला वाटतं की काय, असा विचार माझ्या मनात आला. तिची कारणं कोणतीही असोत, त्या कुटुंबाला छावणीपासून दूर ठेवायचं आणि अगदी नाइलाज असल्याशिवाय त्या पिलांना माणसांची सवय होण्यापासून रोखायचा मी निश्चय केला होता.

अलीकडे मी चित्त्यांचे वेगवेगळे आवाज वरचेवर रेकॉर्ड केले होते. त्यांपैकी बहुतेक आवाजांचं पक्ष्यांच्या आवाजाशी स्पष्ट साम्य होतं. विशेषतः त्यांच्या तीव्र सुरातील धातूंच्या आवाजाप्रमाणे केलेल्या चिवचिव आवाजाचं विशेष करून पक्ष्यांच्या आवाजाशी साम्य होतं. मी चित्त्यांच्या शोधात असताना पक्ष्यांनी केलेली चिवचिव,

ही पिलांनी केलेली चिवचिव आहे असं वाटून अनेक वेळा माझी फसगत झाली होती. मी रेकॉर्ड केलेले आवाज चित्त्यांना वरचेवर वाजवून दाखविले. त्यांनी त्यांच्या 'चिवचिव', 'म्याँव म्याँव' आदी आवाजांकडे अजिबात लक्ष दिलं नाही; पण आज मी ते एकमेकांशी भांडत असताना, सिंहीणीची भयानक गुरगुर जी मी पूर्वी रेकॉर्ड केली होती, ती वाजवून दाखविली, तेव्हा त्यांनी तात्काळ पळ काढला. एल्सा आणि तिच्या छाव्यांची आम्हाला अशीच प्रतिक्रिया मिळाली होती. त्यांच्या स्वत:च्या आवाजाकडे त्यांनी दुर्लक्ष केलं; पण त्यांची प्राणघातक शत्रू असलेल्या 'भयंकर' सिंहिणीची गुरगुर ऐकल्याबरोबर ते पटकन पळून गेले.

याच वेळी जॉर्ज सिंहाच्या एका लहान मादीपिलाची काळजी घेत होता. त्या मादी पिलाचा एक जुळा भाऊ एका ढाण्या वाघाने पळवला होता. त्या पिलाची माता जॉर्जने पुनर्वसन केलेली एक सिंहीण होती. ती एक परिपूर्ण माता होती; पण या दुःखद घटनेनंतर तिची जिवंत असलेल्या छाव्याबाबतची आस्था संपली होती. जॉर्जला ते पिलू एकाकी भुकेजलेलं फिरताना सापडलं. जॉर्जनं त्याला स्वीकारलं नसतं, तर ते निश्चितच मरून गेलं असतं. जॉर्जनं तिचं 'सँडी' असं नामकरण केलं आणि तिला छावणीतच कोंडून ठेवलं. सँडी लाजाळू आणि लहान जंगली प्राणी होती आणि तिच्याशी मैत्री प्रस्थापित करायचे आमचे सर्व प्रयत्न तिनं विफल ठरवले होते. तिला अन्न देण्यासाठी जॉर्ज तिच्याजवळ गेला, की ती गुरगुरत आणि फुत्कारत लपण्याच्या एका जागेपासून दुसऱ्या जागेकडे धावत असे. वरचेवर, मला मोकळा वेळ मिळाला की मी तिला अन्न देण्यात मदत करत असे. पलंगाच्या आणि मोटारीच्या खालून सरफटत जात, पेट्रोलच्या टाक्यांमधून तिच्याबरोबर लपंडाव खेळत किंवा जॉर्जच्या आचाऱ्याने पेरलेल्या मक्याच्या पिकातून रांगत, मी दुधाचं बाऊल किंवा मांसाचे छोटे छोटे तुकडे तिच्यासमोर धरायची. हळूहळू मी तिचा इतका विश्वास संपादन केला की, क्वचित प्रसंगी तिच्या अंगावरची गोचीडदेखील ओढून काढत असे. पण या परिचयाचा अतिरेक न करण्याविषयी काळजी घेणं मला भागच होतं. दूरवरच्या एखाद्या सिंहाची गर्जना ती ऐकायची तेव्हा किंवा जॉर्जचा एखादा सिंह छावणीत यायचा अशा वेळीच फक्त ती आनंदी आणि चिंतामुक्त असायची. त्या तारेच्या आवारात वरचेवर आवाज देत ती इकडून तिकडे फेऱ्या मारायची आणि जाळीतून तिच्या जातीच्या प्राण्याला स्पर्श करण्यासाठी तिचा लहानसा पंजा बाहेर काढायची. पण प्रौढ सिंहाच्या हालचालींबरोबर राहण्याएवढी मोठी होईपर्यंत तिला कळपात सामील व्हायला परवानगी देणं हे फार धोकादायक ठरलं असतं. तिच्या मातेनं सँडीला जाळीमधून पाहिल्यावर तिच्याबाबत अजिबात आस्था दाखविली नसली, तरी पण तिनं शत्रुत्वाचं कोणतंही चिन्ह दाखविलं नव्हतं.

म्हणून काही आठवड्यांनंतर जॉर्जनं त्यांच्या पुनर्मिलनाच्या आशेनं तिच्या मातेच्या उपस्थितीत सँडीला बाहेर सोडण्याचं ठरवलं; पण त्या मातेनं मायेऐवजी तिचा एक क्रूर चावा घेतला. बिचारं ते लहान पिलू लपतछपत दूर गेलं आणि छावणीबाहेरील उंच गवतात दडून बसलं. तिथून तिला शोधून तिच्या आवारात आणणं जॉर्जला कठीण गेलं. आता तिची फक्त जखमच बरी व्हायची नव्हती, तर तिच्या मातेनं नाकारल्याच्या धक्क्यातूनदेखील तिला सावरायचं होतं. तिच्या आवारातून तिच्या मातेकडे पूर्वी ती दर्शवत होती, त्याप्रमाणं आनंदाचं प्रदर्शन न करता बसलेल्या, तिला पाहणं हृदयद्रावक होतं. सँडीनं बंदिवास गोड मानून घेतला होता, असा याचा अर्थ नाही. लवकरच जॉर्जच्या कळपातील दोन सिंहिणी तिच्याबाबत आस्था दाखवत आहेत असं वाटलं. जरी त्या जाळीमुळे विभक्त असल्या तरी त्यांच्यातील दुवा कसा वाढत होता, हे पाहणं आश्चर्यकारक होतं. शेवटी सँडीनं कायदा तिच्या पंजात घेतला आणि पळून जाऊन स्वातंत्र्य मिळवलं आणि तिच्या मैत्रिणींकडे गेली.

सँडीचा माणसाळलेली न बनण्याचा निश्चय, त्याचप्रमाणे पिप्पाच्या पिलांच्या माझ्या छावणीबाबतच्या प्रतिक्रिया यांमुळे माझी अशी खात्री झाली की, या अगदी लहान पिलांना, ती त्यांची जंगली अवलाद निर्माण करण्याजोगी पूर्ण वाढ होईपर्यंत नैसर्गिक वातावरणात वाढवली तर सिंह व चित्ते यांच्या समूळ नाश होण्यापासून आपण वाचवू शकतो.

दरम्यान, एकदा सकाळी मला माहीत होतं, त्यापेक्षा सोम्बा खूपच जंगलीपणाने वागली. तिनं पूर्ण बाउलभर दूध माझ्या तोंडावर उडवलं. ती इतकी क्रूर झाली होती, की ती वेडी झालीय काय, असा विचार माझ्या मनात आला. पण असं असलं तरी पिप्पा तिला कशी सांभाळत असेल, याचा विचार करणं अत्यंत चित्तवेधक होतं. आतापर्यंत तिनं सोम्बाला आश्चर्यकारकपणे चांगलं हाताळलं होतं.

सिंह आणि ढाण्या वाघांच्या तुलनेत चित्ते भित्रे आणि निरुपद्रवी असतात हा समज, फक्त ते नरभक्षक नसतात इथपर्यंत समर्थनीय आहे. नाहीतर चिडविल्यानंतर ते अतिशय धोकादायक ठरू शकतात. सेरेब गटीजवळील ओल्डुवाईची अरुंद दरी पाहण्यासाठी गेले असताना मी अशा एका घटनेची साक्षीदार होते. त्या दरीतून मी मोटार बाहेर काढली, तेव्हा एक वयस्कर धनगर, ज्याला हालचालदेखील करता येत नव्हती-अशा एका रक्तबंबाळ मुलाला धरून उभा होता. त्या म्हाताऱ्या धनगराच्या भावनावश वटवटीतून, आम्हाला जी काही घटना समजली, ती भयंकर होती. तो मुलगा गुरं राखत असताना त्याने एक चित्ता एका बकरीवर दबा धरून बसलेला पाहिला. त्याच्या गुरांचं रक्षण करण्यासाठी त्याने त्याचा भाला या चित्त्याच्या रोखाने फेकला, पण त्याचा नेम चुकला आणि त्या चित्त्याने त्या मुलावर हल्ला

केल्यावर त्याच्याजवळ एकही शस्त्र नव्हतं. त्या मुलाने त्याच्याजवळच्या चाकूच्या साहाय्याने त्या चित्त्यावर हल्ला केला आणि त्याला भोसकताना तो खूप जखमी झाला. शेवटी तो चाकू चित्त्याच्या शरीरात रुतून बसला आणि तो चित्ता पळून गेला. त्याच्या पलायनाच्या मार्गावर रक्ताच्या खुणा होत्या. त्या मुलाचा आरडाओरडा ऐकून तो म्हातारा धनगर त्याच्या मदतीसाठी आला आणि येताना त्याने तो चित्ता खूप दूरवरच्या झाडीमध्ये नाहीसा होताना पाहिला. आम्ही त्या मुलाला ओल्डुवाई मुख्यालयात नेलं. तिथं त्याच्या जखमा जंतुविरहित करून बांधल्यानंतर त्याला हॉस्पिटलमध्ये नेण्यात आलं. मला खरोखर, त्या चित्याचं काय झालं हे जाणून घेण्यात रस होता आणि मी घटनास्थळी परतले. तिथं अनेक धनगरांनी त्यांचे भाले घेऊन त्या झाडीला वेढा घातला होता. ते त्या चित्याला त्यातून बाहेर काढण्यासाठी दगड मारत होते. त्या झाडीला आग लावण्यासाठी त्यांनी माझ्याकडे काड्याची पेटी मागितली. धूम्रपान करत नसल्याने मी काड्याची पेटी जवळ बाळगत नाही. असं मी त्यांना सांगितलं. त्यामुळं निराश न होता, लाकडी ठोकळ्यावर एखादी वाळलेली काडी घासून त्या घर्षणानं ते लाकूड धुमसेपर्यंत घासण्याच्या पुरातन पद्धतीकडे ते वळले. त्यांचं लक्ष तिकडे केंद्रित झालेले असताना मी जवळपासच्या झाडीचा शोध घेतला आणि आसपास कुठेही त्या चित्त्याचा माग न सापडल्यानं मला बरं वाटलं.

अलीकडे पिप्पा काहीशी अलिप्त झाली होती आणि तिनं आमच्या एकत्र येण्याची वेळ, फक्त जेवणाच्या वेळेइतपतच सीमित केली होती. मेरीच्या आगमनापूर्वी मी आनंदात असे. त्या वेळी अचानक माझ्या अंगाला तिचं अंग घासून, माझ्या पायावर थाप मारून, खेळकरपणे माझा हात तिच्या तोंडात घेऊन, म्याँव म्याँव करून आपुलकीच्या नजरेनं माझ्याकडे पाहून नेहमी तिचं प्रेम व्यक्त करायची. थोडक्यात, आम्ही मित्र आहोत हे आम्हा उभयतांना माहीत होतं. आता आजूबाजूला अनेक लोक होते आणि आमच्या जिवलग मैत्रीसाठी, आम्हाला कधी एकटं सोडलंच जात नसे. पिप्पा जे काही करायची, त्या वेळी तिच्या तोंडाजवळ ध्वनिग्राहक यंत्र धरलेलं असे किंवा कॅमेरे तिच्यावर केंद्रित असत आणि अपरिचित लोक, दुर्बिणीतून तिच्याकडे पाहत बसलेल्या लोकांच्या मोटारी जवळून जायच्या.

एल्साप्रमाणेच पिप्पाला फोटो काढून घ्यायचा आणि वाईट म्हणजे तिचं रेखाचित्र काढून घ्यायचा तिटकारा होता. या दोघींनाही प्राण्याप्रमाणे वस्तुनिष्ठ पद्धतीनं वागवले जात आहे का नाही, याची तीव्र जाणीव होती. मी त्यांच्याकडे पाहते का एक नमुना म्हणून त्यांच्याकडे पाहते, हे जरी माझी वागणूक बाह्यत: अगदी सारखीच असली, तरी त्यांना समजायचं.

आमच्यातील जवळिकीच्या नात्याला हानी पोचतेय, याची जाणीव मला

व्यथित करत होती. त्या कुटुंबाजवळ मी मेरीला रोज आणत होते. त्या चित्त्यांनी तिच्याशी मैत्री करावी, असं मला विशेषकरून वाटत होतं. कारण मला माझ्या हातावरील आणखी एका शस्त्रक्रियेसाठी लवकरच लंडनला जायचं होतं आणि त्या वेळेपर्यंत माझ्या अनुपस्थितीत चित्त्यांची काळजी घेण्यासाठी ती त्यांच्यात, तिच्याविषयी विश्वास संपादन करेल, अशी मला आशा वाटत होती, हे खरं होतं. अलीकडे पिप्पाबरोबरच्या माझ्या मैत्रीत आलेला दुरावा मी मेरीला सांगितला. आमचं पूर्वीच नातं परत मिळविण्यासाठी जितका वेळ लागेल तितका काळ, मेरी फक्त जेवणाच्या वेळेपुरती चित्यांच्याबरोबर असेल आणि नंतर मोटारीत वाचन करत बसेल, त्या वेळी मी त्यांच्यामागे राहून पिप्पाजवळ असेन, यावर आमचं एकमत झालं. दुसऱ्या दिवशी आम्ही दोघी एकट्याच एकत्र असण्याला किती लवकर पिप्पाने प्रतिक्रिया दिली, ते पाहणं हृदयस्पर्शी होतं. त्या कुटुंबाची भूक भागल्याबरोबर, ते मेरी आणि इतरांच्या दृष्टिआड गेले. मी त्यांच्यामागं गेले आणि सावली असलेल्या झुडपाखाली पिलं एकमेकांजवळ ढीग रचल्याप्रमाणे झोपली होती. त्यांच्या आणि पिप्पाच्या मधल्या जागेत मी पसरले. मी थोडा वेळ पिप्पाला कुरवाळल्यावर तिनं तिचं डोकं माझ्या डोक्याजवळ आणलं आणि इतक्या जोरात 'म्यॉंव, म्यॉंव' केलं की, तिचं शरीर कंप पावून थरथरत होतं, हे मला जाणवलं. तिच्या जगात मला परत स्वीकारलं गेलं होतं, हे मी जाणलं आणि यानंतर ही गोष्ट होईल तितक्या काळजीनं जपायची, मी ठरवलं होतं. पिप्पालादेखील असंच वाटत असावं असं दिसत होतं. कारण असा माझ्या एकटीबरोबरच्या वेळात भागीदार होणं हा तिचा रोजचा नियमच झाला आणि हा हक्क मिळवण्यात ती अतिशय चतुर होती.

अलीकडे ते कुटुंब फोटो झाडापासून जवळपास एक मैल अंतरावर थांबलं होतं. पिलांच्या उच्छृंखल खेळापासून सुटका मिळावी म्हणून पिप्पाला लँडरोव्हरच्या छतावर विश्रांती घेण्याची सवय लागली होती. या उंच अतिशय अलिप्त स्थानापर्यंत ती पिलं तिचा कधीही पाठलाग करत नसत, पण एकमेकांचा पाठलाग करून थकल्यानंतर आणि त्यांना विश्रांती घ्यायची असली म्हणजे ती सर्व त्यांच्या मातेनं खाली यावं म्हणून एखाद्या पक्ष्यासारखा 'चिव चिव' आवाज करत असत. सोम्बाचा आवाज सर्वांत मोठा होता. जेव्हा पिप्पा त्यांच्या समूहगानाकडे दुर्लक्ष करे, त्या वेळी त्यांच्या उतावीळपणाचा अर्थ समजायला, शब्दांची जरुरी लागायची नाही.

एका सकाळी गवतातील कशाने तरी त्या पिलांचं कुतूहल अतिशय वाढलं होतं. त्यांची सावध हालचाल आणि वरचेवर माघार घेणं त्यामुळे तिथं एखादा साप असावा, असं मला वाटलं. एक काठी हातात घेऊन, नंतर मी तितक्याच सावधपणे जवळ गेले, तेव्हा ती एक उष्ण कटिबंधाची मोठी पाल असल्याचं मला दिसलं.

या मोठ्या निरुपद्रवी पालीचा तिच्या बिळाकडे जाण्याचा मार्ग बंद झाला होता. या पिलांना दूर ठेवण्यासाठी (ती जे काही करू शकली ते) तिनं तिचं शरीर एखाद्या लहान ड्रॅगनप्रमाणे घाबरवण्याजोगं फुगवलं होतं. शेपूट जोरजोराने हालवत होती आणि इतक्या धोकादायकरीत्या फुसफुस करत होती की, हे फक्त तिचं फसवं रूप होतं हे माहीत असूनदेखील मी घाबरून गेले. तरी पिलांच्या अस्तित्वाखेरीज माझं अस्तित्व हे त्या पालीच्या सहनशक्तीच्या पलीकडचं होतं. म्हणून विश्वास बसणार नाही एवढ्या धैर्यानं आणि वेगानं सरपटत ती निघून गेली. गोंधळलेल्या पिलांमधून पळताना ती फसफस आवाज करत होती. त्या पिलांनी तिचा पाठलाग केला नाही आणि जणू काही काहीच घडलं नव्हतं, अशा रीतीनं ती दूर निघून गेली.

नंतर ते फोटो झाडाकडे पिप्पापाशी गेले. मी यापूर्वी कधीही पाहिलं नव्हतं, एवढी सोम्बा मित्रत्वानं वागत होती. तिच्या आणि बिग बॉयच्यादेखील खालचे सुळे आणि दाढांदरम्यानच्या हिरड्यांतून रक्तस्राव होत होता. टायनीला बरं वाटत नाही असं दिसत होतं आणि तो अतिशय संयमानं वागत होता. पिप्पा जणू काही त्याला त्यांच्या खेळात भाग घेण्यासाठी प्रोत्साहित करायला त्याला हळुवार फटका मारायची, तेव्हा तो शांतपणे दूर जायचा आणि सुरक्षित अंतरावरून त्याच्या मोठ्या संवेदनाक्षम डोळ्यांनी इतरांकडे लक्ष देऊन पाहत असे. एम्बिली जेव्हा त्याच्या वयाची होती, तेव्हा ती टायनीसारखीच होती. या दोघांविषयी मला सारखीच चिंता होती. कदाचित पिलांना दात येत असतानाचा त्रास तर नसेल? ती आता नऊ महिन्यांची होती आणि पिप्पाच्या यापूर्वीच्या पिलांचा विचार केल्यास त्यांचे कायमचे दात आता बाहेर आले असले पाहिजेत.

काही दिवसांनंतर लोकलला ते कुटुंब हॅन्स दलदलीपाशी, जिथं पाच महिन्यांपूर्वी एम्बिलीनं पिप्पाचं वर्चस्व मान्य केलं होतं, त्याच्या अगदी जवळ दिसलं. पिप्पानं आता निश्चितच तिच्या मुलीच्या प्रदेशाचा ताबा घेतला होता, पण तिचा स्वत:चा प्रांत आता दलदलीचा राहिला नव्हता आणि एम्बिलीच्या प्रांताचा तात्पुरता ताबा घेण्यासाठीदेखील कोणतीही सबब दिसत नव्हती. यानंतर काही वेळातच लोकलनं फोटोझाडापासून, जे तिच्याच प्रांतात येत होतं, शंभर यार्ड अंतराच्या आतच एम्बिलीला पाहिलं. एम्बिलीनं लोकलला त्याने तिला स्पष्टपणे ओळखण्याएवढं जवळ येऊ दिलं, पण तो खूप जवळ गेल्यावर ती पळून गेली. तिनं घाबरून जाऊ नये म्हणून लोकलनं एम्बिलीला तिथंच सोडलं आणि मला घेऊन जाण्यासाठी छावणीत आला. पण आम्ही परतलो तेव्हापर्यंत ती निघून गेली होती. तिच्या पाऊलखुणांवरून पिप्पा आणि तिची पिलं त्या रस्त्याने त्यांच्या रोजच्या फोटो झाडाजवळील क्रीडांगणापाशी येण्यापूर्वी तिनं रस्ता ओलांडला होता.

तिथं ते कुटुंब आमची वाट पाहत थांबलं होतं. पिप्पा जी तिच्या प्रांतात अनेक आठवड्यापासून राहत होती, तिच्यासाठी बिचाऱ्या एम्बिलीनं माघार घेतली होती.

एम्बिली, व्हिटी आणि टाटू आता दोन वर्षे आठ महिन्यांच्या झाल्या होत्या आणि मी त्या सर्वांना शेवटचं एकत्र खाऊ घातलं होतं, त्याला साडेचौदा महिने झाले होते. त्यानंतर जेव्हा केव्हा आम्ही त्यांना पाहिलं, त्या वेळी त्या उत्तम स्थितीत होत्या आणि त्या सर्व त्यांच्या मातेपेक्षा मोठ्या झाल्या होत्या.

एकदा संध्याकाळी एक लहान पक्षी (mouse bird) मला माझ्या झोपण्याच्या झोपडीत आढळला. अजूनही उडता येत नसल्यानं ते पिलू पंख फडफडवत बेडौलपणे उड्या मारायचं. नंतर मला असं आढळलं की, ते फक्त एकाच पायाचा उपयोग करायचं. त्याचा दुसरा पाय निव्वळ एक खुंट होता. पटकन मी पुठ्ठ्याच्या खोक्यात थोडं गवत अंथरलं. त्या घाबरलेल्या पक्ष्याला त्यात ठेवलं आणि रात्री ते खोकं माझ्याजवळ ठेवलं. पहाट होण्यापूर्वीच ते चिवचिवाट करू लागलं. मी त्याला ब्रेडचे तुकडे आणि दाणे भरवायचा निष्फळ प्रयत्न केला. नंतर आसपासच्या झाडीतून येत असलेला त्याच्या मातेचा आवाज ऐकला. मी त्याला शक्य तेवढं त्याच्या मातेच्या जवळ ठेवायचा प्रयत्न केला. ते पिलू धडपडत, पंख फडफडवत एका काटेरी झुडुपावर चढलं; पण लवकरच त्याचा तोल गेला आणि ते एका पायाने फांदी धरून असहायपणे उलट लोंबकळू लागलं. मी त्याची सुटका केली आणि इतक्या शांतपणे त्यानं माझी मदत स्वीकारली की, मी आश्चर्यचकित झाले. मी त्याला गवतावर ठेवेपर्यंत त्याची माता दूर उडून गेली होती आणि ती परतेल म्हणून मी थोडा वेळ वाट पाहिली. तिनं त्या पिलाचा त्याग केलाय असं वाटलं. त्या लहान भुकेल्या पक्ष्याला केळ खाऊ घालण्याचं ठरवून, मी माझं नशीब अजमावण्याचा प्रयत्न केला. ते त्याला आवडलं आणि त्यानं ते अधाशीपणे माझ्या हातातून घेतलं. संध्याकाळी माझ्या पलंगाजवळच्या खोक्यात त्याला परत ठेवताना, ते आणखी त्या केळ्याला जोरजोरानं टोचा मारत असलेलं पाहिलं आणि त्या पिलाची उपासमार होणार नाही हे पाहून मला आनंद वाटला. दुसऱ्या दिवशी सकाळी त्याची माता बोलावत होती, त्या झाडीत जायचं धाडस त्यानं केलं. आता आणखी काही दिवस त्याच्या मातेनं त्याला जेवण भरवायचं काम मनावर घेतलं. आणि जेव्हा ते एखाद्या लहानशा डहाळीला उलटं लोंबकळत असताना मला सापडेल, तेव्हा त्याला वाचवण्याची मला परवानगी होती. दिवसा त्या पिलाची काळजी घेण्यात त्याच्या मातेबरोबर भागीदारी करून आणि नंतर तीन रात्री त्याला संरक्षित ठेवल्यानंतर, एका सकाळी मी ते उंच उडून एका चिंचेच्या झाडावर एका पायावर चांगलं बसलेलं पाहिलं. त्याच दिवशी नंतर मी त्याला आणि त्याच्या

मातेला उडून जाताना पाहिलं. फक्त एकाच पायावर जगण्यासाठी ते पुरेसं बलवान झालेलं पाहून मला खूप आनंद झाला.

त्या वेळी माझ्या छावणीत अचानक घुसलेल्या लहान टाचणीच्या डोक्याएवढ्या ढेकणांबाबत मला आलेला अनुभव मात्र काही खास नव्हता. ते ना डंख मारायचे ना चावायचे; पण लहान ओहोळांच्या जवळ असलेली दाट झुडपे व्यापून त्यांवरील प्रत्येक हिरवं पान न् पान खाऊन फस्त करायचे. त्यामुळे चिंचेच्या बहारदार वृक्षाचं लाकडी सांगाड्यात रूपांतर करायचे. झाडांच्या खालून चालणं म्हणजे बर्फाच्या वादळात सापडल्यासारखं होतं. ते ढेकूण केसांवर, डोळ्यांत, टंकलेखन यंत्रावर, कॅमेऱ्यावर पडायचे आणि आम्ही त्यांना चिरडल्याबरोबर अतिशय दुर्गंधी पसरायची. दिवसभर उघड्यावर राहण्याची सवय झालेले आम्ही पहाटे आणि संध्याकाळची वेळ सोडून, जेव्हा ते दुर्गंधी पसरवणारे ढेकूण कमी कार्यक्षम असत, जवळपास माडाच्या ओंडक्यांनी बनवलेल्या झोपड्यांतील कैदी बनलो होतो. केनियात अशा ढेकणांचं आक्रमण क्वचित होतं, पण कीटकनाशक द्राव त्यांच्यावर फवारला नाही तर त्यांचं आक्रमण तीन महिन्यांपेक्षा जास्त काळ चालू राहतं, असा सावधगिरीचा इशारा मला देण्यात आला होता. तरीदेखील पक्ष्यांना आणि इतर निरुपद्रवी कीटकांना, मला विष घालायचं नसल्यानं, नंतर येणारा पाऊस त्यांना बुडवून टाकेल, या आशेनं मी या दुर्गंधीयुक्त ढेकणांना सहन केलं.

मेरीच्या घरगुती प्रश्नांनी आता निर्णायक स्थिती गाठली होती. तिनं अमेरिकेला परत जाण्याचा निर्णय घेतला आणि काही दिवसांत आम्ही एकमेकींचा निरोप घेतला. लवकरच लंडनला जायचं असल्यानं मी अडचणीत सापडले.

दुसरा मदतनीस सापडेपर्यंत एकटी चित्त्यांच्याबरोबर असण्याचा मी उत्तम फायदा घेतला, परत मी त्यांच्याबरोबर सर्व दिवस घालवला. पिलं आता साडेनऊ महिन्यांची झाली होती. तरीदेखील त्यांच्या हिरड्यांतून रक्तस्राव होत होता. त्यांच्या कायमच्या दातांची अजून पूर्ण वाढ झालेली नाही, असं अनुमान मी यावरून काढलं. एका ग्रँट हरणांच्या कळपावर दबा धरून बसायला पिप्पा त्यांना परवानगी का देत नव्हती, याचं स्पष्टीकरण यावरून मिळेल. उत्तेजित होऊन ती कितीही थरथरत असली तरी शांत राहिली, पण शेवटी टायनी मुक्त झाला आणि त्यानं शिकार बिघडवली.

दुपारच्या विश्रांतीच्या वेळी टायनीखेरीज इतर पिलांनी पिप्पाबरोबर टेहळणीचं काम केलं. बिग बॉयला बिलगलेल्या टायनीनं त्याच्या मोठ्या डोळ्यांनी, स्नेहार्द्र नजरेनं, सर्व काही सुरक्षित आहे असा विचार करत डोकंसुद्धा वर केलं नाही. टेहळणी करताना सोम्बा त्याच्याजवळून गेली, की तिची शेपटी पकडण्यात त्याला

रस होता असं दिसत होतं. तीक्ष्ण डोळ्यांची बाहुली आक्रसून घेऊन आणि ओठ घट्ट मिटून घेऊन, त्या प्रदेशातली प्रत्येक हलणारी गोष्ट न्याहाळणारी पिप्पा खरोखर सर्वांत जागरूक होती.

नंतर सोम्बाने यापूर्वी तिनं ज्या खाली पडलेल्या वृक्षावर दोनदा तिची विष्ठा विसर्जित केली होती, अगदी त्याच जागी अतिशय अवघड परिस्थितीत बसून तिची विष्ठा विसर्जित केली आणि प्रांताची खूण करण्याचं उत्कृष्ट प्रात्यक्षिक दाखवलं.

काही दिवसांनंतर पिप्पानं परत पिलांना छावणीत आणलं. त्यापूर्वी अठ्ठेचाळीस तासांपासून त्यांचा पत्ता नव्हता आणि ते कुटुंब भुकेलं होतं. सुदैवानं त्या दिवशी सकाळी मी एक बकरी मागवली होती. तेव्हा मी दोघाजणांना, त्यांच्या झोपडीत, पिप्पानं त्या बकरीचा ताबा मिळवण्यापूर्वी तिला मारायला सांगितलं. लोकलची पत्नी, त्याची बहीण आणि त्याचं सर्वांत लहान मूल यांनी (लपून छपून) पहाटेपासून त्या झोपडीत गर्दी केली होती, हे मला माहीत नव्हतं. झोपडीत ती बकरी अगदी वेळेवर नेल्याबरोबर त्या महिलांनी निषेधदर्शक किंचाळून तिचं स्वागत केलं. त्यांच्या स्वागताला त्या बकरीनं 'बें बें' करून उत्तर दिलं. त्या आवाजाने आकर्षित होऊन ती पिलं वेड्यासारखी त्या झोपडीभोवती धावू लागली. त्याच वेळी पिप्पानं त्या झोपडीच्या छतावर उडी मारण्याचा प्रयत्न केला; पण झोपडी शाकारताना वापरलेला झाडाच्या पानांचा काही भाग पाडण्यात ती यशस्वी झाली. या सर्वांचा परिणाम म्हणून झोपडीतला गोंगाट कर्णबधिर करणारा झाला आणि लोकलने त्याच्या कुटुंबाचं सांत्वन करण्यासाठी बाहेरून केलेल्या आरड्याओरड्याने तो वाढला. मी माझं हसू रोखू शकले नाही. कारण त्याच्या कुटुंबाला इथं आणणं हे पूर्णपणे नियमबाह्य होतं, हे लोकलला माहीत होतं. सध्याच्या गोंधळाशिवाय इतर काहीही त्याला चांगला धडा शिकवू शकलं नसतं. नंतर मी त्याला त्याचा जनानखाना इथं आणल्या कारणाने रागावले आणि तो ताबडतोब दूर घेऊन जायला सांगितलं. शेवटी आम्ही त्या चित्त्यांचं चित्त दुसरीकडे वळविण्यात यशस्वी झालो. ते बकरीचं मृत शरीर जिथं ते स्वस्थपणे खाऊ शकतील, अशा ठिकाणी सुरक्षितपणे नेले.

सर्वांनी पोटभर खाल्यानंतर चित्ते झाडाचा पूल पार करून पलीकडे निघून गेले. नेहमीप्रमाणे सोम्बानं एक हाडूक बरोबर नेलं. ती ते हाडूक चांगलं पकडण्याचा प्रयत्न करत असताना, निसटून ते खाली पाण्यात पडले. आश्चर्यचकित होऊन तिनं ते दिसेनासं होताना पाहिलं. नंतर त्या ओढ्याच्या काठाकाठाने पळत गेली आणि ती अमूल्य वस्तू परत मिळवण्याच्या प्रयत्नात या पूर आलेल्या ओढ्यावर तिने अतिशय धाडसी कसरती केल्या. दोन वेळा ती त्या पुलापाशी परतली. वेगवेगळ्या कोनांतून ते शोधण्यासाठी तिने भुवया उंचावल्या. शेवटी तो प्रयत्न तिनं सोडून दिला.

पावसाळा काही दिवस लवकरच सुरू झाला होता आणि सभोवतालचं सर्व काळंभोर दिसणारं आकाश, जोरदार पावसाचा इशारा देत होतं. त्या रात्री सुरू झालेली संततधार रात्री नऊपासून पहाटेपर्यंत चालू होती. तोपर्यंत तो झाडाचा पूल अर्धा पाण्यात बुडाला होता. सकाळी उजाडल्याबरोबर त्या मृत बकरीचे अवशेष मिळविण्यासाठी ते चित्ते तो पूल सावधपणे ओलांडत असलेले मी पाहिले. त्यांच्या अन्नाचा पुरवठा खंडित होऊ नये म्हणून ते त्या पूर आलेल्या ओढ्याच्या आमच्या बाजूला राहतील, अशी अपेक्षा मी केली होती; पण त्यांचं खाणं झाल्याबरोबर पिप्पानं पिलांना त्या झाडाच्या पुलापलीकडील गाम्बो मैदानाकडे नेले. दुपारच्या जेवणाच्या वेळेपर्यंत पूर ओसरला होता आणि रस्ता मोटार नेण्याइतपत सुकला होता.

थोड्या वेळानं माझ्या नवीन मदतनिसाला घेऊन मोटार चालवत बक्सेंडेल छावणीत आला. तो मदतनीस जेव्हा त्याच्या माता-पित्यांना घेऊन त्या अभयारण्यात आला होता. तेव्हा आमची भेट झाली होती. अलीकडेच त्या तरुण 'बेनला', वनात काही काळ घालवायला, मी मदत करू शकेन काय, असं त्याच्या माता-पित्यांनी मला विचारलं होतं. बेनला पक्ष्यांचा अभ्यास करायचा होता. मला त्याच्याकडून जे काम करून घ्यायचं होतं, त्या कामाबरोबर तो त्याचा अभ्यास करू शकत होता. म्हणून मी त्याला हे काम देऊ केलं. तो केनियाचा नागरिक असल्यानं त्याला काम करण्याच्या परवान्याची गरज नव्हती. त्यामुळे तो त्वरित काम सुरू करू शकत होता. शंभर-दोनशे मैलांवरील एका शेतावरून जॉननं त्या मुलाला आणलं होतं.

आम्ही गप्पा मारत असताना चित्ते छावणीत परतले. पिप्पानं त्या नवागताची काळजीपूर्वक तपासणी केली. शेवटी त्या नवागताला तिनं थोपटू दिलं. शेवटची परीक्षा म्हणून पिप्पानं त्याचा पंजा तिच्या तोंडात धरला आणि बेन विश्वसनीय असल्याची तिची खात्री पटल्यावर, तिनं 'पर्र पर्र' आवाज करून पिलांना बोलावलं. या बेनच्या मित्रत्वाच्या स्वागतानं मला खूप आनंद झाला. कारण बेन आणि चित्त्यांना एकमेकांचा परिचय होण्यासाठी फक्त एकच आठवडा उरला होता. एक तासभर ते चित्ते आमच्याभोवती अगदी चिंतामुक्तपणे खेळले. त्यानंतर पिप्पानं त्या पिलांना त्या झाडाच्या फुलापलीकडे नेले. त्या झाडाच्या अरुंद बुंध्याच्या मध्यभागी गेल्यावर, पिप्पा मार्ग अडवून खाली बसली. पिलांनी पिप्पाला ढोसलं आणि हालवायचा प्रयत्न केला; पण पिप्पा हलायला तयार नव्हती. त्या खोडावरून एका वेळेला फक्त एकाच प्राण्याला चालता येईल इतकंच ते रुंद होतं. यासाठी पिलांना मातेच्या अंगावरून न घसरता आणि खालच्या पाण्यात न पडता पुढे जाण्यासाठी काळजीपूर्वक कसरत करणं जरुरीचं होतं. सर्व पिलं तिच्या अंगावरून सुखरूप पलीकडे गेल्यावरच तिनं तिची धोकादायक जागा सोडली आणि तिच्या कुटुंबामागे

पुढील काठावर गेली. अशा अरुंद पुलावर पिलांच्या वाटेत अडथळा बनण्याचा आग्रह तिनं का करावा हे मला समजलं नाही. कदाचित पिलांचा त्यांच्या हालचालींवर पूर्ण ताबा असणं, तिला पिलांना शिकवायचं असावं.

दुसऱ्या दिवशी लोकलला ते कुटुंब शिकारी बाभळीपाशी सापडलं. ते त्याच्यामागून छावणीत आलं, पण मानवी वस्तीचा सराव त्यांना व्हावा असं मला वाटत नव्हतं. मांस बरोबर घेऊन आम्ही त्यांना साम्बो मैदानावर येण्याच्या मोहात पाडलं. तिथं त्यांना खाऊ घातलं. फक्त सोम्बा सोडून सर्वांनी बेनला स्वीकारलंय, असं वाटत होतं. बेन तिच्याशी जास्त सलगी दाखवू लागल्यावर, ती खाली दबून राहून तिची मारायची कृती करायची.

आमच्या एकत्र राहण्याचे थोडे दिवस राहिले होते. त्यांचा उत्तम उपयोग करण्यासाठी दुपारच्या चहाच्या वेळी आम्ही परत त्या कुटुंबाला भेट दिली आणि ते फार दूर गेलं नव्हतं असं दिसलं. नंतर आम्ही रमतगमत एक मैलभर फिरलो. त्या वेळी काही ग्रेव्ही झेब्रा व हरणांचा एक कळप आणि दोन पाडसं एकमेकांत मिसळून गेलेली आम्हाला दिसली. पिप्पाने त्यांच्यावर दबा धरण्यास सुरुवात केल्याबरोबर आम्ही माघार घेतली व शिकारीत अडथळा आणू नये म्हणून एक लांब वळसा घेतला. काटेरी झुडपांमधून धडपडत अंधार पडल्यावर आम्ही छावणीत परतलो, ते केवळ चित्ते आमची वाट पाहत असलेले पाहण्यासाठी. आम्हाला ओशाळल्यासारखं वाटलं. पिलांना मी दूध दिलं. अशा आशेनं, की पिप्पा तो इशारा समजून निघून जाईल आणि शिकार करेल. त्यानंतर ते कुटुंब अंधारात नाहीसे झाले. पिप्पानं शिकार करावी असा माझा हट्ट होता; तर पिप्पानं छावणीतच अन्न मिळवण्याचा तितकाच निश्चय केला होता आणि दुसऱ्या दिवशी पहाटे ती छावणीत परत आली. पुन्हा आम्ही ओढ्याच्या पलीकडे गाम्बो मैदानात मांस नेलं आणि तिथं त्या कुटुंबाला ते खायला सोडून दिलं. पण आमचं यश अल्पकालीन ठरलं. दुपारी लवकरच ते कुटुंब छावणीत परतलं. कोणी जास्त निश्चय केलाय हे जाणण्याचा आता पिप्पा आणि मी यातील, हा एक खेळ झाला. परवा आम्हाला दिसले होते तिथंच झेब्रा आणि हरणांच्या बाबतीत पिप्पाचे नशीब अजमावायला आम्ही दोघं बाहेर गेलो. काहीशा अपरिचित कारणाने पिप्पा एका पाडसावर दबा धरून बसलेली असताना, पिलं साधारण सहाशे यार्ड मागे राहिली. पिप्पा त्या पाडसाच्या खूप जवळ पोचली होती. तिचं दबा धरणं अजूनही चालू होतं, पण त्या वेळी खूपच अंधार पडला. त्यामुळे आम्ही लक्ष देऊन पाहू शकलो नाही.

तिला त्या पाडसाला पकडण्यात अपयश आलं, हे स्पष्ट होतं. दुसऱ्याच दिवशी खूप भुकेलेलं ते कुटुंब छावणीत उपस्थित झालं. मला राग आला. जवळपास

दहा महिन्यांपासून पिप्पानं छावणीत येणं टाळलं होतं आणि आता छावणीची, अन्न घेण्याची जागा, असा उपयोग करण्याची तिची नवीन सवय, मी कशी मोडू? हट्टीपणाने, आम्ही मांस परत गाम्बो मैदानावर नेले; पण पिप्पा दृढनिश्चयाने छावणीतच राहिली. मला लंडनला जाण्यासाठी आता फक्त चारच दिवस उरले होते आणि चित्त्यांचा माझ्याबाबतचा ग्रह चांगला राहण्यासाठी म्हणून मी विरघळले आणि त्या सर्वांना छावणीत खाऊ दिलं. पिप्पा खेळात जिंकली होती.

त्यानंतर लवकरच, ते रस्त्याने अर्धा-एक मैलावरील रेतीच्या ढिगाऱ्याकडे गेले. सकाळच्या थंड वेळी त्यांना टेहळणी करायला आणि खेळाचं मैदान म्हणून ते ठिकाण उत्तम ठरलं. मोकळ्या रेतीच्या ढिगाऱ्यावरून खाली घसरत पिलांनी उत्तम खेळ केला. त्या वेळी साधारण तीनशे यार्डांवर पिप्पा डुलक्या घेत होती. दुपारच्या चहाच्या वेळी आम्ही परतलो आणि सकाळी त्यांना सोडलं होतं तिथंच वनस्पतींनी अंशत: भरलेल्या रेतीच्या ढिगाऱ्यावर सर्वजण विश्रांती घेत होते. निळ्याशार आकाशाच्या पार्श्वभूमीवर आणि आकाशी रंगाच्या फुलांच्या ताटव्यात, सोनेरी चित्रे उत्कृष्ट दिसत होती. त्यांच्यात मिसळल्यावाचून मला राहवलं नाही. मी पिप्पाला थोपटत असताना सहजगत्या मला त्या कुटुंबाचा एक भाग म्हणून स्वीकारून, पिलं एकमेकांना आणि त्यांच्या मातेला गोंजारत होती. नंतर मी त्यांचे अनेक फोटो काढले आणि नंतर ही त्यांची शेवटची छायाचित्रं असतील या भयानं विषण्ण हृदयानं पिप्पाचं रेखाचित्र काढले. अंधार पडेपर्यंत मी तिथं रेंगाळले आणि मग आम्हाला परतावंच लागलं. छावणीजवळ आल्यावर, मला अचानक पिप्पा माझ्या गुडघ्याला तिचं अंग घासत असल्याची जाणीव झाली. ती एकटीच आमच्यामागे आली होती. काही वेळ पिलांसाठी थांबलो, नंतर त्यांना पाहण्यासाठी त्या रेतीच्या ढिगाऱ्यापाशी परतलो, पण माझ्या कोणत्याच हाकांना प्रतिसाद मिळाला नाही. पिप्पा शांतपणे पण अनिश्चितपणे इकडेतिकडे फिरली आणि नंतर ती अंधारात नाहीशी झाली. आम्ही छावणीपासून फक्त अर्धा मैल दूर असलो तरी, पिलं इतकी लहान असताना, अंधार पडल्यावर तिनं त्यांना एकटं सोडणं हे चमत्कारिक होतं. याबाबत दुसऱ्या दिवशी सकाळपर्यंत आम्ही काहीच करू शकत नव्हतो. दिवस उगवल्यावर आम्ही आमचा शोध चालू ठेवला.

आम्हाला ते कुटुंब ओढ्याच्या प्रवाहाच्या वरच्या बाजूला एक मैलावर सापडलं. सर्वजण खूप भुकेले होते. झिम झिम पाऊस सुरू होता. माझ्या नवीन रेनकोटमुळे सोम्बा गोंधळून गेल्यासारखी दिसली आणि तिने तत्परतेनं हल्ला केला. मी रेनकोट काढून टाकल्यावर ती मांस खायला तयार झाली आणि बराच वेळपर्यंत ती तिचं डोकं खाली करून जोरात गुरगुरत पिप्पाबरोबर भांडत होती. खरंच, पिप्पा

सहजगत्या सोम्बाला तिची जागा दाखवू शकली असती; पण मला वाटतं की, पिलांना त्यांच्या अन्नाचं रक्षण करायला शिकवण्याचा पिप्पाचा हाच मार्ग असावा.

नंतर काही दिवस मी पिलांना छावणीपासून दूर खाऊ घालण्याचा कितीही प्रयत्न केला, तरी पिप्पा त्यांना छावणीत घेऊन यायची. दहा मे रोजी आमच्या शेवटच्या एकत्र भेटीच्या दिवशी पहाटेच ते सर्व छावणीत उपस्थित झाले आणि सर्व चित्ते आमच्याभोवताली नाचत असताना मेलेल्या बकरीचं शरीर त्या ओढ्यापलीकडे नेऊन त्यांना खाऊ घालण्यासाठी शिकारी बाभळीपाशी नेणं हे आमच्यासाठी कठीण काम झालं. माझ्या भावनांव्यतिरिक्त या दृश्यात तसं काहीच असामान्य नव्हतं. कमीत कमी तीन महिने मला दूर राहावंच लागणार होतं, हे मला माहीत होतं आणि साहजिकच मी दु:खी होते. माझ्या आगामी निघून जाण्याचा विचार करताना मला वाटणाऱ्या चिंतेची प्रतिक्रिया म्हणून पिप्पाने छावणीला वरचेवर दिलेल्या भेटी किंवा या वेळी तिला शक्य तेवढं माझ्याजवळ असावंसं वाटणं, जितकं मलासुद्धा तिच्याजवळ असावंसं वाटत होतं, याचा अर्थ लावण्यात माझी मन:स्थिती द्विधा झाली होती. आमच्या एकमेकांच्या भागीदारीचे असे प्रसंग पूर्वी खरोखर घडलेले होते, ते पिप्पाला ठाऊक होते, याशिवाय काहीही स्पष्टीकरण नव्हतं. आता माझ्या गैरहजेरीत सर्व काही सुरळीत चालेल, एवढीच प्रार्थना काय ती मी करू शकत होते.

त्या कुटुंबाचं खाणं संपल्यावर मी त्यांच्यामागे जंगलाच्या एका भागातील सावलीत, जिथे ते नाहीसे झाले होते तिथे गेले. सोम्बा मांसाचे उरलेले तुकडे संपविण्यासाठी मागे रेंगाळली होती आणि आता हरवल्यासारखी दिसत होती. एका लहान झाडावर चढून तिनं पक्ष्यासारख्या तीक्ष्ण आवाजात हाका मारल्या, त्या मी टेपवर नोंदवून ठेवल्या. नंतर खाली उडी मारून ती इतरांमध्ये सामील व्हायला पळाली. त्यांच्यापासून दूर जाणं कितीही दु:खद असलं, तरी माझा मित्र बेन याने त्यांच्याशी आश्चर्यकारकरित्या चांगलं जमवून घेतलं होतं. तो त्यांची काळजी घेण्याच्या कामात कसूर ठेवणार नाही, हे मला माहीत होतं. त्यानं मला आठवड्यातून दोन वेळा सविस्तर अहवाल पाठवायचे, अशी व्यवस्था मी केली होती. अन्नपुरवठा आणि सतत बकऱ्यांचा पुरवठा निश्चित करण्यासाठी मी त्याच्याजवळ पुरेसा पैसा ठेवला होता. एक गुरांचा डॉक्टर उपलब्ध नसल्यास पर्याय म्हणून मी त्याच्याजवळ दोन गुरांच्या डॉक्टरांचे पत्ते देऊन ठेवले होते. मी माझी लँडरोव्हर आणि चित्यांच्या बाबतीत मदत करायला लोकल आणि स्टॅन्ले यांना, त्याशिवाय छावणीतील काम करायला एक आचारी ठेवला होता. नंतर सर्व काही चांगलं होईल या आशेनं, मी लंडनला जाण्यासाठी प्रस्थान ठेवलं.

❑

- ८ -

चित्ते बेनच्या निगराणीत

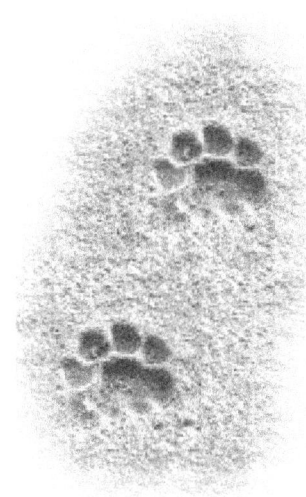

माझ्या पायाचे स्नायुबंध काढून ते हातावर बसविण्याची मोठी शस्त्रक्रिया ठरली होती आणि ती मी लंडनला पोचल्याबरोबर होणार होती, पण सर्जननं माझा हात तपासल्यावर, शस्त्रक्रिया करण्यापूर्वीच माझ्या हातावर अनेक आठवड्या-पर्यंत शारीरिक उपचार करून घेण्याचा, एवढेच नाही तर त्याच प्रकारचे उपचार शस्त्रक्रिया झाल्यावरही करून घेण्याचा आग्रह धरला. याचा अर्थ पाच महिन्यांपर्यंत चित्त्यांपासून मला दूर राहावं लागणार होतं. त्यामुळे मी फार दुःखी झाले.

लंडनमध्ये घालवलेल्या या तापदायक काळात सर्व काही आलबेल असल्याची बेनची पत्रं यायची. ती पत्रं मला मिळेपर्यंत माझ्या जिवाला कधीही शांतता लाभायची नाही.

त्याच्या पत्राप्रमाणे माझ्या प्रस्थानानंतर लगेचच पिप्पानं तिच्या छावणीच्या भेटी थांबविल्या होत्या आणि ती ओढ्याच्या वरच्या बाजूला गाम्बो मैदानाकडे गेली होती. बारा मे रोजी बेनला पिलं तिथं सापडली; पण त्याच्या हाका मारण्याकडे त्या पिलांनी अजिबात लक्ष दिले नाही. तरीदेखील काही वेळाने सोम्बा आली

आणि त्यांनी तिला दूध देऊ केलं, त्या वेळी ती अतिशय मित्रत्वानं वागली. त्या दरम्यान बिग बॉय आणि टायनी सुमारे शंभर यार्ड चालत पिप्पाकडे गेले. सोम्बा आणि आमची माणसं त्यांच्यामागे गेल्यावर त्यांना, ते दोघं नुकत्याच मारलेल्या मादी ग्रँट हरणावर ताव मारत असलेले दिसले. सोम्बानं ताबडतोब तिची प्रवृत्ती बदलली आणि बेनबरोबर अतिशय आक्रमकतेनं वागली. पिप्पानं अगदी नुकतंच खायला सुरुवात केली होती. ती आणि बिग बॉय त्या मृत हरणाचा पुढचा भाग खात होते आणि इतर दोघं मागचा शेपटीजवळचा भाग. त्या तरुण गॅझेलच्या पायाची हाडं आणि डोक्याचा काही भाग सोडून इतर सर्व देह खायला त्यांना दीड तास लागला.

काही दिवसांनंतर, त्या कुटुंबाला शोधताना बेननं पिप्पा पिलांना बोलावत असल्याचं ऐकलं. पिलं लवकरच तिच्याकडे धावत आली. बेन जवळ गेल्यावर तिनं पिलांना थांबवलं आणि बेनची संपूर्ण तपासणी करायला त्याच्याजवळ गेली. त्यानं एक नवीन शर्ट परिधान केला होता. तो कोण आहे याची खात्री करून घेतल्यावरच तिनं पिलांना परत बोलावलं. पिप्पा आणि तिची दुसऱ्या वेळची पिलं, त्याचप्रमाणे एल्सा आणि तिचे छावे, यांच्या बाबतीत मी असे प्रसंग पूर्वी पाहिले होते. दोन अपरिचित पोशाखांतील रखवालदारांनी पिंजऱ्यात प्रवेश केल्यावर सिंह आणि वाघांनी त्यांना मारून टाकल्याच्या नोंदी आहेत. हे मार्जर कुळातले प्राणी त्यांच्या मानवी मित्रांना ओळखण्यासाठी त्यांच्या गंध, रूप, हालचाली या कायमच्या वैशिष्ट्यांवर जास्त अवलंबून का राहत नाहीत, याचं मला कोडं वाटतं. अपरिचित कपड्यांबद्दलची त्यांची प्रतिक्रिया इतकी संशयग्रस्त का असते, याचं उत्तर मला वाटतं की, आपण आपले कपडे बदलतो त्याप्रमाणे प्राणी त्यांची कातडी बदलत नाहीत.

नंतरच्या काही आठवड्यांत, पिप्पाने तिच्या प्रांताचा विस्तार केला. तिच्या पूर्वीच्या पिलांसाठी पिप्पाने शिकारीकरिता जी भूमी निवडली होती, त्याच्यापेक्षा वेगळ्या भूमीची नोंद तिनं सध्याच्या पिलांसाठी केली, हे बेनला अर्थपूर्ण वाटलं. व्हिटी, एम्बिली आणि टाटू यांनी जी झाडं किंवा वाळवीची टेकाडं त्यांची क्रीडांगणं म्हणून वापरली, ती शिकारी बाभळीचा अपवाद वगळता, टाळण्यासाठी तिच्या निर्णयाला अनुसरून होतं.

नवीन कचेरीच्या पलीकडील डोंगराळ प्रदेशाला पाणी पुरवणाऱ्या राजोवेरु आणि तिच्या चार उपनद्या यांच्या क्षेत्रावर आता तिनं लक्ष केंद्रित केलं. ती दुसऱ्या वेळी व्याली तेव्हाच्या पिलांसाठी लंपर्ड रॉकजवळील विमानाच्या धावपट्टीचा तिनं पूर्वी जसा उपयोग केला होता, तसा इथल्या धावपट्टीचा तिनं चांगला उपयोग केला होता. ते कुटुंब सकाळी लवकर त्या धावपट्टीवर शहामृग, ग्रँटची हरणं आणि

पक्ष्यांचा पाठलाग करताना वरचेवर दिसायचं, असं बेनने लिहिलं होतं. एकदा पिप्पानं एका आफ्रिकी डुकरावर लक्ष केंद्रित केलं होतं, त्या वेळी टायनीनं एखाद्या माणसाच्या गुणगुणण्यासारखा नवीन वेगळा आवाज काढत त्या डुकरावर दबा धरण्याचा बहाणा केला.

प्रत्येक राष्ट्रीय उद्यानातील धावपट्ट्या सर्व वन्य प्राणी एक क्रीडांगण म्हणून वापरतात, हे खरं आहे. धावपट्टी चांगल्या अवस्थेत ठेवणं यासारख्या मानवी उद्योगांची पिप्पाच्या कुटुंबाला सवय होण्याची मला भीती वाटत होती. म्हणून धावपट्टीपासून दूर पाण्याच्या मोहात पाडण्याचा प्रयत्न करावा, असं मी बेनला लिहून कळवलं होतं.

काही दिवसांनंतर बेनने त्यांना हॅन्स दलदलीपासून पाच मैल दूर शोधून काढलं. तिनं त्यांनी नुकतीच शिकार केली असावी, असं दिसत होतं. कारण त्यांची पोटं तट्ट फुगलेली दिसत होती आणि बिग बॉयच्या तोंडाभोवती अजूनही रक्त लागलेलं दिसत होतं. बेनने पिलांना दूध देऊ केलं. त्यानंतर सोम्बा त्याच्याजवळ आली, त्याचे गुडघे तिनं चाटले आणि त्याच्याजवळ बसली. इतकंच नव्हे तर तिनं तिचा एक पंजा त्याच्या हातावर ठेवला. काही मिनिटांनंतर ती आणि पिप्पा निघून गेल्या. त्यांच्यामागून काही अंतरावर बिग बॉय आणि टायनी होते. त्याच क्रमानुसार ते कुटुंब आजकाल फिरत असे.

एक दिवस सोम्बाला मुंग्या चावल्या. जे मांस ती खात होती, ते मुंग्यांनी भरलं असावं, असंच तिला वाटलं असावं. कारण ती त्या मांसावर गुरगुरली आणि नंतर पंजानं त्याला मारलं. पण काही वेळानंतर तिला तिची चूक समजली, तेव्हा तिने ते खाणं चालू ठेवलं.

एका प्रसंगी चित्ते विमानाच्या धावपट्टीवर खेळत होते, तेव्हा एक डुक्कर त्यांच्या खूपच जवळ आलं. बिग बॉयनं तत्परतेनं, तो डुकरापासून वीस यार्ड अंतरावर येईपर्यंत त्याचा पाठलाग केला, नंतर तो थांबला. ते डुक्कर बिग बॉयला तोंड देण्यासाठी वळलं. नंतर ते डुक्कर दुडक्या चालीनं दूर जाईपर्यंत पाहत बिग बॉय खाली बसला. पिप्पाच्या यापूर्वीची पिलं याच वयाची साधारण अकरा महिन्यांची असताना, एका डुकराच्याबाबत घडलेला असाच प्रसंग मला चांगला आठवत होता.

सहा आठवड्यांनंतर ते कुटुंब परत छावणीत उपस्थित झालं आणि दोन दिवस तिथंच राहिलं. त्यानंतरच्या सकाळी बकरी आणण्यासाठी बेन केनमेअरला लवकर गेला. त्याच वेळी लोकल त्या केनमेअर लॉजच्या आसपास चित्त्यांना शोधत होता. अचानक सोम्बानं एका झुडपाखालून धावत येऊन त्याच्यावर हल्ला केला. नंतर बेनला उर्वरित कुटुंब साधारण शंभर यार्डांवर एका शिकारीवर आढळलं.

मागचे पाय आणि डोकं वगळता त्या पिलांनी ती शिकार बहुतांश खाल्ली होती. मागचे पाय आणि फक्त काही इंच लांब शिंग असलेल्या डोक्यावरून ते एक तरुण हरीण असल्याचं बेन ओळखू शकला. बेननं ते हरणाचं डोकं आणि खालचा जबडा यांची चित्त्यांनी शिकार केलेल्या हरणांच्या डोक्यांचा, मी विजयचिन्ह म्हणून जो संग्रह करत होते, त्यात भर टाकली. त्या शिकारीपासून वीस यार्डांच्या आत गेल्यावर सोम्बाने लोकलवर हल्ला केला होता. नेहमीप्रमाणे बेननं पिलांना दूध दिलं आणि ते प्याल्यावर सोम्बा कोणालाही त्या मृत हरिणाशी लुडबूड करता येऊ नये म्हणून त्याच्याजवळ जाऊन बसली. माणसं नाश्ता करण्यासाठी नंतर छावणीत परतली. ती सर्व परत तिथं जात असताना त्यांना शेकडो गिधाडं एकाच दिशेनं जात असलेली दिसली. ती नंतर सूर मारून शिकारीपाशी उतरत होती. तिथं निव्वळ हाडांचं गिधाडापासून संरक्षण करत बसलेली सोम्बा त्यांना दिसली; पण माणसं येत असलेली पाहून सोम्बानं त्यांना संरक्षणाचं काम सोपवलं आणि ती, पोटं भरलेले इतर चित्ते जिथं झोपले होते, त्यांना सामील व्हायला निघून गेली.

त्या रात्री दोन सिंहिणी छावणीजवळून गेल्या. परिणामत: चित्त्यांनी ती जागा सोडली. पाच रात्रींनतर बॉय आणि सुस्वा (जॉर्ज काळजी घेत असलेला दुसरा सिंह) सरळ माझ्या छावणीतून स्वयंपाकघराजवळचा पूल ओलांडून गेले.

सकाळी माणसांना पिप्पाचं कुटुंब साधारणत: आठ मैल दूर राजोवेरूपाशी दिसलं. त्यांनी तिथं आणखी एका हरणाची शिकार केली होती. या वेळी ती मादी होती आणि पूर्वी शिकार केलेल्या हरणापेक्षा थोडीशी लहान होती. सोम्बा त्या शिकारीचं यथायोग्य रक्षण करत होती आणि घुसखोरांवर हल्ला चढवत होती, पण नंतर तिनं बेनला दहा फूट अंतरावरून त्या मृत हरणाच्या अवशेषांचे फोटो घेऊ दिले. काही तासांनी काही शिल्लक मांस वाचवण्याच्या आशेनं माणसं परतली, तेव्हा त्या शिकारीत रक्षण करण्याजोगं काहीच उरले नसूनदेखील सोम्बा कोणालाही जवळ जाऊ देत नव्हती. मी मेरू सोडल्यापासूनच्या दीड महिन्यातली ही चौथी शिकार होती.

आतापावेतो (जूनअखेर) सर्व काही सुरळीत चाललं होतं आणि मी त्या तरुण बेनची खूप आभारी होते. त्याची चित्त्यांना वरचेवर हाताळण्याची सवय हीच फक्त माझी तक्रार होती. एकदा का चित्ते स्वतंत्रपणे जगण्याला तयार झाल्यावर त्यांना आमचं नातं विसरायला सोपं जाईल म्हणून पिलांना मानवी स्पर्शाची सवय होऊ नये, याविषयी मी सतत अतिशय काळजी घेतली होती. बेनचे आईवडील त्यांच्या मेरू उद्यानाच्या भेटीत माझ्या छावणीपासून दीडशे यार्डांवर एका छावणीत राहत होते. हे ऐकल्यावरदेखील मला आश्चर्य वाटलं होतं. त्यांच्यासाठी जास्त

लांबवर छावणीसाठी जागा शोध, असं मला बेनला सांगावचं लागलं. उद्यानाच्या अधिकाऱ्यांनी उद्यानासाठी पक्षी जमा करायला, बेनला अलीकडेच सांगितलं होतं. खरं पाहिलं असता, छावणीपासून शंभर यार्डांच्या आत तो पक्षी मारत नसे; पण आता मी त्याला हे सुरक्षिततेचं अंतर कमीत कमी पाचपटीनं वाढवायला सांगितलं. छावणीच्या सभोवतालच्या सर्व प्राण्यांचा विश्वास संपादन करायला आणि आमच्या उपस्थितीत ते सुरक्षित होते, हे त्यांना समजायला मला खूप अवधी लागला होता. एकदा त्यांनी आम्हाला निरुपद्रवी आणि संरक्षक म्हणून स्वीकारल्यावर त्यांची नैसर्गिक वर्तणूक अगदी जवळून न्याहाळणं मला अतिशय सुखकर आणि खूप आवडीचं झालं होतं. रोज सकाळी नाश्ता करण्यापूर्वी मी पक्ष्यांना खाऊ घालायची. प्रथम दाणे खायला जवळपासच्या झुडपांतून अगदी छोटे लाल चोची असलेले आणि तसेच निळे पक्षी उतरायचे. काळ्या डोक्याच्या सुगरणींना अडथळा आणून तिथं जमलेल्या रंगीबेरंबी जमावात त्यांच्या सोनेरी पंखांनी भर घालण्यापूर्वी त्या सर्वांना फार पटकन आवरावे लागायचे. मानेभोवती पट्टा असलेली भांडखोर कबूतरं, जी इतर लहान पक्षांना चोची मारायची, ती सुगरिणी वगैरेंना हाकलून द्यायची. शेवटी करड्या डोक्याचा हिंस्त्र पक्षी कबूतरांना हाकलून लावायचा. त्याची हिरवी पाठ आणि खालचा भाग पिवळसर असल्यामुळे तो पक्षी खूप सुंदर दिसायचा; पण तो फारसा कोणाला आवडत नव्हता, हे स्पष्ट होतं. बाहेर ही लहानशी लढाई चालू असताना, मी ज्या झोपडीत नाश्ता करायची, त्या झोपडीत साधारण पंधरा उत्कृष्ट पक्षी, डुकराच्या मांसाचे कडक पृष्ठभाग आणि चीझचे तुकडे, जे मी त्वरित कापू शकत नव्हते, ते खाण्यासाठी आक्रमण करायचे. त्यांपैकी एक खरंच उत्कृष्ट रंगाचा पक्षी जवळजवळ पाळीव झाला होता. तो त्याच्या वाट्यापेक्षा जास्त मागणी करायला चिवचिवाट करायचा आणि मी त्याच्याकडे दुर्लक्ष केलं, तर निर्भयपणे माझ्या पावलावर उडी मारायचा. परिणामत: अनेक वेळा हे पक्षी माझी न्याहरी फस्त करायचे आणि मला फक्त फळं आणि अंड्यावर समाधान मानावं लागायचं.

माझ्या काम करण्याच्या झोपडीत जे तारेसारखी शेपटी असलेले पक्षी गेल्या सहा पिढ्यांपासून घरटं बांधत होते, त्याप्रमाणे हे पक्षीही आतापावेतो जवळपास पाळीव बनले होते. हे माझे पिसंधारी मित्र मला आवडायचे. रोज सकाळी पेंगुळलेल्या चिवचिवाटाने ते मला जागं करायचे. त्यांचा चिवचिवाट वाढत जाऊन नवीन दिवसाचं स्वागत करायला, एक आनंददायी सांघिक गीत बनायचं. त्यांच्या माझ्यावरील विश्वासाला तडा गेला असेल, या विचाराने मी खरंच घाबरून गेले होते आणि आधीच त्या बाबतीत नुकसान झालेलं नसावं, अशी आशाच काय ती मी करू शकले.

पिप्पाच्या शिकारीच्या क्षेत्रात वरचेवर येणाऱ्या सिंहांच्यासमोर पिप्पाला कसं

काय जमतं, याबाबत मला नेहमीच कुतूहल होतं. आताच मला समजलं की, उगासनं एक रात्र आमच्या छावणीत घालवली आणि मुख्य कचेरीजवळची विमानाची धावपट्टी एका सिंहिणीनं व्यापली होती. पिप्पानं सुरक्षित अंतरावरून तिच्यावर नजर ठेवली असली पाहिजे. कारण एकदा त्या सिंहिणीने ती जागा बदलल्याबरोबर, पिप्पानं त्या आवडत्या मैदानावर तिचा हक्क प्रस्थापित केला. तिथं बेनला मांस खाऊन पोटं फुगलेल्या अवस्थेत ते कुटुंब दिसले. पिप्पानं शिकार केल्याला एक आठवडाही लोटला नव्हता. माझ्या माणसांना मृत जनावराच्या शरीराचा शोध लागला नाही, तरी ते डुक्कर असावं, असं ते धरून चालले. कारण डुकराच्या कुटुंबातील चार सदस्यांपैकी दुसरे दिवशी विमानाच्या धावपट्टीवर त्यांना तीनच दिसले. तिन्ही डुकरं चित्त्यांपासून तीस यार्डांवर समोरासमोर येतील, अशी युक्ती त्यांनी केली. माणसं आणि चित्ते यांच्यामध्ये अडचणीत सापडलेल्या त्या डुकरांना काय करावं याचा निर्णय घेता न आल्यानं, अचानक ती डुकरं थांबली आणि त्यांनी चित्त्यांच्या बाजूनं निर्णय घेतला. सोम्बा आणि टायनीनं तत्परतेनं त्यांचा पाठलाग केला. सोम्बानं लवकरच पाठलाग करणं सोडून दिलं; पण टायनीनं तो चालू ठेवला आणि एका डुकराला जवळपास पकडलं. पिप्पा हा खेळ लक्ष देऊन पाहत होती. टायनी तिच्यापाशी परतल्यावर तिनं त्याच्यावर फक्त दबाच धरला नाही, तर त्याला फटका मारून खाली पाडलं.

टायनीची वाढ आता अतिशय जलद गतीनं होत होती. आता तो जवळपास बिग बॉयएवढा मोठा झाला होता. तो त्याच्या अन्नाचं कार्यक्षमतेनं रक्षण करत असे आणि त्यांच्या चकमकीमध्ये तो इतक्या खंबीरपणे तोंड देत असे, की तिच्या उच्छृंखल भावांपासून संरक्षणाची गरज सोम्बाला वाटायची. लँडरोव्हरभोवती ते कुटुंब खेळत असताना सोम्बाला लँडरोव्हरचा बाजूचा आरसा (side mirror) सापडला. टपावर खालीवर उड्या मारल्यावर, आरशातील तिच्या प्रतिमेनं तिला गोंधळात टाकलं होतं, असं वाटलं.

बेननं त्या कुटुंबाला पाच दिवस खाऊ घातलं आणि ते कुटुंब परत एकदा नाहीसं झालं. राजोवेरू नदीपलीकडे. ज्या ठिकाणी ती नदी खूप खोल होती आणि इतकी रुंद होती की, त्यांना त्या नदीवरून उडी मारणं शक्य नव्हतं. दूरवरच्या काठावरील दाट झुडपांनी व्याप्त उतार, मैदानापर्यंत घेऊन जात होता. ते मैदान जॉर्जच्या छावणीजवळील मोठ्या दलदलीच्या प्रवेशापर्यंत अनेक मैल पसरलेलं होतं. त्या मैदानावर चित्त्यांनी ती नदी पार केलेल्या ठिकाणापासून साधारण एक मैलावर माझ्या माणसांना, एका प्रौढ ग्रँट हरणीचे अवशेष आढळले. त्यांच्या सभोवताली चित्त्यांच्या पावलांचे ठसे होते, पण त्या कुटुंबाचं कोणतंच चिन्ह त्यांना दिसलं नाही.

एक आठवडा माझ्या माणसांनी हे क्षेत्र पिंजून काढलं. वरचेवर त्यांना चित्त्यांचा माग सापडायचा; पण त्यांची झलक त्यांना केव्हाही दिसली नाही. शेवटी ते कुटुंब राजोवेरू ओलांडून त्यांच्या जुन्या शिकारीच्या क्षेत्रात परतलं होतं. मुख्य कचेरीपासून तीन मैलांवर सर्वजण परत भेटले. चित्ते भुकेले होते; पण अन्यथा ते इतके धडधाकट होते, की या आधीच्या आठवड्यात पिप्पानं कमीत कमी एक तरी शिकार केलीच असावी.

पिलं आता बरोबर एक वर्षांची झाली होती आणि शिकारीच्या पुनरावृत्तीचा वेग पाहता ती पिप्पाला शिकारीत मदत करत होती. तीन महिन्यांपूर्वी मी मेरू सोडल्यापासून पिलं नेहमी पिप्पापासून जराशी दूरवर आराम करू लागली होती. हे अंतर आता पाव मैलापर्यंत वाढलं होतं आणि फक्त मांस खाण्याच्या वेळीच ते कुटुंब एकत्र येत होतं. दुसऱ्या दिवशी सकाळी माझ्या माणसांना पिप्पा एकटी दिसल्यावर आश्चर्य वाटलं नाही; पण पिलं शोधायला ती मदत का करत नव्हती, याबाबत ते गोंधळात पडले. त्या अर्ध्या तासात त्यांनी प्रत्येक झुडुप पाहून हाका मारल्या. त्या वेळात तिनं अजिबात लक्ष दिलं नाही. ती एका झाडाखाली बसून पेंगत होती. शेवटी ते सर्व मांस खाण्यासाठी एकत्र आले तरी पिप्पापासून चारशे यार्डापेक्षा जास्त अंतरावर पिलांना पाहिलं, तेव्हा ती पिप्पाच्या अस्तित्वाबाबत अगदी उदासीन दिसली.

टायनीनं त्याच्या मोठ्या भावाच्या वाट्याचं मांस कसं चोरलं आणि त्यातून तो कसा बचावला हे वाचून मला गंमत वाटली. टायनी हा पूर्वीसारखा भित्रा, सज्जन, खुरटलेला प्राणी राहिला नसून आता तो गंमत म्हणून प्रत्येकाला आव्हान देतो, याच्यावर माझा विश्वास बसणं कठीण होतं. तो आणि बिग बॉय यांना अलीकडे माद्यांविषयीच्या आकर्षणाची जाणीव झाली होती आणि ते आळीपाळीने सोम्बाबरोबर प्रणयचेष्टा करतात, हे कळल्यावर मला आश्चर्य वाटलं होतं. त्यांच्या माकडचेष्टा अतिशय आडदांड होण्यापूर्वी त्यांचं तिला प्रेमानं चाटणं आणि खेळकरपणे चिडवणं तिला आवडायचं; पण त्यांच्या चेष्टा आडदांड झाल्यानंतर, ती त्या पिलांचं वाढतं स्वातंत्र्य लक्ष देऊन पाहत असलेल्या पिप्पाजवळ निघून जायची.

पिप्पा आता तिच्या मातृत्वाचे बंध सैल करत होती हे उघड होतं; पण धोक्याचं पुसटसंही चिन्ह असलं, तर ती पिलांना कधीही एकटं सोडत नव्हती. दुसऱ्या दिवशी सकाळी माझ्या माणसांना त्या कुटुंबाच्या पावलांच्या ठशांमध्ये ढाण्या वाघाच्या पावलांचे ठसे मिसळलेले आणि त्यात त्यांनी उशासच्या बिघडलेल्या चवड्याचे ठसे ओळखले. तेव्हा त्यांना पिलांचा खूप वेळ शोध घ्यावा लागणार हे समजलं. त्यानंतरच्या दिवसात चित्ते अचानकपणे उपस्थित व्हायचे आणि नाहीसे

व्हायचे. बहुतेक वेळी त्यांच्या मागावरूनच त्यांचा ठावठिकाणा शोधावा लागायचा. एक दिवस त्यांचा माग एका झुडपांच्या पट्ट्यामधून मुरेरा नदीकडे असलेल्या अफाट मैदानाकडे घेऊन गेला. अलीकडेच ही आकर्षक नदी प्रवाशांसाठी जाण्याला, गोलो सर्किटमार्गे सुलभ करण्यात आली होती. तो रस्ता गोलो सर्किटमार्ग, लेपर्ड रॉकपासून निघून नदीच्या तीरावरील ताडांच्या झाडांमधून साधारण दहा-एक मैल जातो, तिथून गेल्यावर रूक्ष खुरट्या झाडांनी व्यापलेल्या; पण लांब मान आणि लहान डोकं असलेली (gerenuk) आफ्रिकी हरणं, गेंडे, जिराफ, पिळदार शिंगे असलेली आफ्रिकी हरणं (Exand), झेब्रा ग्रँटची हरणं आणि उद्यानात इतर कुठेही हरणं (dik dik) या प्राण्यांनी जिवंत असलेल्या प्रदेशातून जात, राजोवेरू नदीपर्यंत जाऊन त्या नदीशी समांतर काही मैल केनमेअरपर्यंत जातो. केनमेअर लॉज आणि लेपर्ड रॉक जोडणारा जो रस्ता माझ्या छावणीजवळून जातो, त्यात त्यांचा समावेश होतो. या वर्तुळाकार रस्त्याची लांबी पस्तीस मैल भरते. चित्ते या भागात वरचेवर येत होते, कारण डिंक डिंक (dwiker) दोन शिंगांमधल्या भागात लांब केसांचा झुपका असलेली हरणं आणि ग्रँटची हरणं या भागात राहत होती.

माझी माणसं पावलांच्या ठशांवरून चित्त्यांचा माग काढत असताना, गोलो सर्किटजवळ गिधाडं घिरट्या घालत असल्याचं पाहून त्यांना आश्चर्य वाटलं नाही. गिधाडांच्या दिशेनं तपास करायला जात असताना त्यांच्यासमोर साधारण शंभर यार्डांवर एक काळी आयाळ असलेला सिंह उठला. त्याच्या पाठीमागे असलेल्या मंडळींची जाणीव नसलेला तो सिंह गिधाडांच्या मागेमागे शिकारीपासून पन्नास यार्डांच्या आतपर्यंत पोचला. त्या वेळी पिप्पा आणि पिलं उठून उभी राहिली आणि त्यांनी धूम ठोकली. हे बेनने पाहिलं. बेनने पिप्पाला हाक मारली. त्या आवाजाने घाबरून जाऊन तो सिंह पळून गेला. तत्क्षणी पिप्पानं त्याचा पाठलाग करून त्याला घालवून दिलं. काही मिनिटांनंतर ते कुटुंब त्या ग्रेव्ही झेब्राच्या पिलाच्या अवशेषांपाशी परत एकवटलं. ते पिलू एक महिन्यापेक्षा जास्त वयाचं नसावं, तरीदेखील चित्त्यांनी त्यांच्या मातेच्या लाथांचा धोका पत्करून इतक्या मोठ्या प्राण्याच्या पिलाशी झटापट केली होती, हे मनोरंजक होतं. माझ्या माणसांना दुसऱ्या दिवसाच्या खाण्यासाठी परत मिळवण्याजोगं त्या मृत शरीरात काहीच शिल्लक नव्हतं. म्हणून त्या कुटुंबाला फुगलेली पोटं घेऊन झोपायला सोडून ते निघून गेले.

या मेजवानीनंतरदेखील, त्या आठवड्यातील ती त्यांची तिसरी शिकार होती. दुसऱ्या दिवशी सकाळी माझ्या माणसांनी त्यांना शोधून काढलं, तेव्हा ते परत एका शिकारीच्या तयारीत होते. पिप्पा एका झाडावर उंच चढली होती आणि तिनं ग्रॅट हरणांचा एक कळप पाहिला होता. चांगलं न्याहाळण्यासाठी ती दुसऱ्या

झाडावर चढली आणि बराच वेळ तिनं त्या हरणांच्या कळपाकडे लक्ष देऊन पाहिलं. नंतर तिनं खाली उडी मारली. पिलांना बोलावलं. तिच्या सोबत सोम्बा होती. टायनी त्यांच्यामागे पन्नास यार्डांवर आणि बिग बॉय याच्या अजून बराच मागे. ते गवतातून दबत दबत, प्रत्येक छोट्या झाडाचा काळजीपूर्वक फायदा घेत अगदी जवळपर्यंत गेले. दुर्दैवानं सोम्बा फारच लवकर गवतातून बाहेर पडली आणि तिथंच शिकारीचा शेवट झाला. पिप्पा सावली असलेल्या झाडाखाली जाईपर्यंत, बेननं बरोबर आणलेलं मांस चित्त्यांना खाऊ घातलं. थोडा वेळ पिलं खेळली आणि नंतर त्यांना पिप्पाबरोबर विश्रांती घ्यायची होती; पण ती त्वरित दुसऱ्या जागी विश्रांती घेण्यासाठी गेली. थोड्या वेळानं सोम्बा व टायनीनं तिच्यासोबत विश्रांती घेण्याचा प्रयत्न केला; पण पिलं खाली बसल्याबरोबर पिप्पा तिथून निघून गेली. त्या दरम्यान, बिग बॉयला तो एकटा पडल्याचं जाणवलं. त्याने हाका मारल्या. त्याचा आवाज अजूनही हळवा झालेला वाटला. त्याच्या सोबतीला टायनी धावत परतला. त्याच वेळी सोम्बा पिप्पाला बिलगण्यात यशस्वी झाली.

दोन दिवसांनंतर ते कुटुंब सुदैवी ठरलं आणि त्यांनी एका तरुण हरणाची शिकार केली. पिप्पा आणि तिची पिलं वरचेवर शिकार करतात, हे समजून मला दिलासा मिळाला आणि अभिमान वाटला; पण बेकायदेशीर शिकाऱ्यांची एक टोळी अलीकडेच उद्यानाच्या अंतर्भागात काम करत असून त्यांनी एक गेंडा, एक ढाण्या वाघ आणि तीन चित्ते मारले, असं बेननी कळविल्यानं मी घाबरून गेले. गेल्या काही काळापासून व्हिटी, एम्बिली आणि टाटू यांचा माग लागत नव्हता आणि त्यांच्यापैकी एक या शिकाऱ्यांना बळी पडली असण्याच्या शक्यतेची भीती मला छळत होती. त्या प्रत्येकीच्या शेपटांच्या बुडाशी असलेल्या ठिपक्यांच्या रचनेवरून त्यांना ओळखण्याची माझी पद्धत आता अतिशय उपयुक्त ठरली असती आणि मी बेनला जर शक्य असेल तर, मृत चित्त्यांची कातडी परत मिळवण्याला सांगितलं. नंतर मला समजलं की, त्या शिकाऱ्यांनी, त्यांना अटक होण्यापूर्वी त्या कातडीवरील केस कापून टाकले होते.

पिप्पा आणि तिच्या पिलांसंबंधी उत्कृष्ट वृत्तान्त येणं चालू राहिलं. दोन्ही भाऊ एकमेकांशी एकनिष्ठ आणि जवळपास वेगळे करता येणार नाहीत असं वाटत होतं. टायनी आता बिग बॉयच्या बरोबरीचा झाला होता आणि तो जास्त वेळ झाडावर चढण्यात घालवायचा. झाडावर चढण्यात तो सोम्बापेक्षा वरचढ होता. ती फक्त क्वचित प्रसंगी झाडावर चढायची आणि बिग बॉय कधीच या खेळात सामील व्हायचा नाही. बिग बॉय आधीच खांद्यापाशी पिप्पापेक्षा उंच होता. टायनी अगदी तिच्याइतका मोठा नव्हता आणि सोम्बा या कुटुंबातील सर्वांत लहान होती.

ते कुटुंब एका दिवसात एक ते दोन मैल चालत असे आणि क्वचितच एका जागी दोन वेळा झोपत असे. पिप्पा तिचा विश्रांतीचा बहुतांश काळ पिलांपासून अलग घालवत असे, तरी कमीत कमी त्यांच्या पाऊलखुणांवरून जे काही कळत असे, त्यावरून ती पूर्ण दिवसभर पिलांना सोडून कधीही गेली नाही.

चोवीस ऑगस्ट रोजी माझ्या माणसांना ती पिलं रस्त्याच्या जवळ छावणी आणि पाच मैल यांच्या मध्यभागी दिसली. काही मिनिटांनी एक (Kangori) हरिणी हळूहळू जिच्यामागे येत होती, अशी पिप्पा त्यांना दिसली. ती मोठी आफ्रिकी हरिणी (Larte baest) क्वचित प्रसंगी पिप्पापासून पाच यार्ड दूर असायची. पिप्पा तेव्हा खाली बसायची आणि ती मादी थांबायची. पिप्पा उठून त्या मादीकडे जाऊ लागल्याबरोबर ती मादी एक-दोन पावलं मागे सरायची. पिप्पापासून अंदाजे तीस यार्डांवर अचानक एक हरणाचं तरुण पाडस गवतातून उपस्थित झालं. तोपर्यंत ही विचित्र मिरवणूक चालू राहिली. पिप्पा त्वरित त्या पाडसाच्या मागे लागली आणि साधारण साठ पावलांवर, तिनं तिचा एक पंजा त्या पाडसाच्या पाठीवर ठेवून त्या पाडसाला खाली पाडलं. नंतर तिनं त्याचा गळा धरला आणि त्याची श्वासनलिका पकडून ठेवली. त्या दरम्यान त्या पाडसाच्या मातेनं तिच्या पिलाचं रक्षण करण्याचा प्रयत्न केला आणि क्षणभर असं दिसलं की, पिप्पाला त्या पाडसाला सोडून द्यावं लागेल; पण त्या हरिणीला हुसकावून लावण्यात सोम्बा यशस्वी झाली. तिनं जवळपास तीनशे यार्डांपर्यंत त्या हरिणीचा पाठलाग केला. त्यावेळपर्यंत ते पाडस मरून गेलं होतं. जेव्हा ती हरिणी परतली आणि तिला ही शोकांतिका समजली, तेव्हा तिनं कोणताही प्रतिकार केला नाही. पिप्पाला बिग बॉय आणि टायनी यांच्या मदतीने त्या पाडसाला गुदमरून टाकायला दोन मिनिटं लागली. ते पाडस मरण्यापूर्वीच बिग बॉय आणि टायनी यांनी त्याला खायला सुरुवात केली होती. पंचेचाळीस मिनिटांत त्याचं फक्त डोकं आणि पायाची हाडे सोडून काहीदेखील शिल्लक नव्हतं.

पिप्पा आणि तिच्या पिलांच्या, शिकार यशस्वी करण्यासाठी केलेल्या सुसंघटित कामाचा विचार केला नाही, तरी आमच्यापैकी कोणीही एखाद्या भक्ष्याची प्रत्यक्ष शिकार करताना पाहण्याचा हा पहिलाच प्रयत्न होता. किती अंतरावर शिकार घडली होती ते अंतर मोजल्यावर बेनला समजलं की, ते निसटून जाऊ पाहणारं पाडस तीस पावलं दूर गेलं होतं. त्याला पकडण्यासाठी पिप्पानं, ती उभी होती त्या ठिकाणापासून साठ पावलं पाठलाग केला होता. अशा प्रकारे ज्या वेळात त्या पाडसानं जे अंतर पार केलं होतं, त्यापेक्षा पिप्पानं त्याच वेळात दुप्पट अंतर पार केल होतं. गेल्या चोवीस दिवसांत त्या कुटुंबानं केलेली ही सहावी शिकार होती. नंतरच्या नऊ दिवसांत त्या कुटुंबानं आणखी चार शिकारी केल्या. दोन तरुण हरणं

(Water back), एक लांब मान आणि लहान डोकं असलेलं हरीण (gerenak) आणि शेवटची शिकार फक्त त्यांच्या फुगलेल्या पोटांनी आणि रक्ताने माखलेल्या तोंडांनी समजली.

अशी उत्तम वार्ता कळूनदेखील इंग्लंडमध्ये मी अधिकाधिक खिन्न झाले होते. कायम अमर्याद अवकाश आणि उघड्या मैदानातील जीवनाचा सराव असल्यानं, लंडनमध्ये राहण्याचा ताण, हा मी सहन करण्यापलीकडचा होता. विशेषत: उन्हाळ्यात. सुदैवानं सरेमध्ये माझे काही अतिशय चांगले मित्र होते. त्यांच्याकडे मी नंतर मुक्काम केला. त्यांचं आश्चर्यकारक आदरातिथ्य आणि सुरेख बागा यांनी हा सत्त्वपरीक्षा घेणारा काळ संपवायला मदत केली. रोज एक तास मी प्रमाणाबाहेर गर्दी असलेल्या रेल्वेनं प्रवास करून लंडनमध्ये जायची. तिथं मी मर्दन औषधोपचार घेत असे. त्या ठिकाणी पोचण्यापूर्वीच्या प्रवासाच्या शेवटच्या टप्प्यात मी हाइडपार्कमधून चालत जात असताना, ''पिप्पा पिप्पा पिप्पा लुंका'' आणि ''लहान पिलांनो, या, या, या'' जेव्हा चित्त्यांनी माझ्यामागे यावं असं वाटायचं, तेव्हा मी गुणगुणायची. ती ओळ बऱ्याच वेळा गुणगुणायची. ते बळकट, ऐटबाज प्राणी माझ्या गाण्याच्या तालावर, माझ्याबरोबर चालत आहेत अशी कल्पना करायची आणि नेहमी भरलेल्या बसमध्ये कोणत्यातरी बळकट वस्तूला पकडून आणि उभ्या असलेल्या माझ्या शेजाऱ्याबरोबर धक्के खात असताना, मी त्या कुटुंबाबरोबर आराम करत असल्याची आणि त्यांच्या समाधानकारक 'म्याँव म्याँव' आवाजाने, त्यांच्या थरथरणाऱ्या शरीरांची जाणीव होत असल्याची कल्पना करायची.

नेडफर्डशायरमधील व्हिप्सनेड प्राणिसंग्रहालयानं चित्त्याच्या जात निपजवण्यात कितपत यश मिळवलंय, हे जाणून घेण्यात मला अतिशय उत्सुकता होती आणि शक्य तितक्या लवकर मी त्या प्राणिसंग्रहालयाला भेट दिली. इथं प्राण्यांना पिंजऱ्यात ठेवलेलं नाही. इथल्या अधीक्षकांनी अनिता, जिची एक नर आणि दोन माद्या अशी वितं झाली होती, तिच्याबाबतचे कागदपत्र असलेली फाईल मला सहजगत्या वाचायला दिली. त्यावरून मला कळलं, की १९६७ मधील पहिल्या वेळची दोन पिलं हाडं खराब झाल्यामुळे (Ostedystrophic Lesions) मरण पावली आणि जिवंत असलेलं एक अजूनही अतिशय आजारी होतं. जुलै १९६८ मधील दुसऱ्या वेळची पिलं आता बरोबर एक वर्षाची झाली होती आणि जोमानं वाढत होती. ही पिलं तुलनात्मक दृष्ट्या एका लहान मोकळ्या जागेत एकत्र ठेवलेली होती. त्या जागेत एक झुडपासारखं फांद्या असलेलं झाड होतं. त्या फांद्या चित्त्याचं वजन पेलण्यासाठी फारच बारीक होत्या. एका लाकडी आसऱ्याच्या एका टोकाला, एका छोट्या आवाराच्याजवळ तो पहिल्या वेळचा चित्ता आराम करत होता. त्यांच्या

झोपण्याच्या झोपडीशिवाय चित्त्यांना लपण्यासाठी किंवा वर चढण्यासाठी कोणतंच साधन नव्हतं. प्रवाशांना या चित्त्यांना सतत पाहता यावं म्हणून एका मोठ्या आवारातून या छोट्या जागेत आणलं होतं. पिप्पाचं कुटुंब व्यायाम, एकान्त आणि लपणे यांवर किती अवलंबून होतं, हे ठाऊक असल्यानं ही इथली पिलं कधीतरी त्यांची जात निपजवू शकतील का, असा विचार माझ्या मनात आला.

लंडनच्या मध्यवर्ती भागातील रीजन्ट पार्क प्राणिसंग्रहालयातील तीन चित्ते आणखी वाईट अवस्थेत होते. प्रत्येकाला एक छोटेखानी आवार होतं. त्यातील एका कोपऱ्यात एक लाकडी झोपडी आणि दगडी गोट्यांनी बनविलेली जमीन होती. ती जमीन गवताळ जमिनीपेक्षा सफाईसाठी सोपी होती; पण त्यात राहणाऱ्या चित्त्यांसाठी अनैसर्गिक होती. आवारांच्या भोवतालच्या तारेच्या जाळीतून लहानशा पायवाटेपलीकडील त्यांच्या आवारातील ढाण्या वाघ, सिंह आणि वाघांच्या नाकाला त्यांचं नाक घासू शकत होते. त्या पायवाटेनं प्रेक्षक मांजरांच्या जातीच्या वेगवेगळ्या प्राण्यांची तुलना करू शकत होते. या सिंह आणि ढाण्या वाघांच्या बाबतीतील या चित्त्यांची बेपर्वाई पाहून या कृत्रिम वातावरणाशी त्यांच्या सहजप्रवृत्ती जुळवून घेण्यात आणि त्यामुळे त्यांच्या अत्यंत धास्ती उत्पन्न करणाऱ्या शत्रूबाबतची भीती घालवून बसताना, त्यांना किती दुःख अटळपणे सहन करावं लागलं असेल, याची मला परत जाणीव झाली.

ती एक वातावरणात गारठा असलेली पावसाळी संध्याकाळ होती. त्या तीनपैकी एक चित्ता जास्त थरथर कापत होता. पावसाच्या नवीन मुसळधार सरींनी जेव्हा त्याला पूर्ण ओलाचिंब केलं, तेव्हा तो अतिशय दीन वाटला. त्या वेळी त्याचे मित्र झोपडीत गेले; पण तो झोपडीत न जाता जागच्या जागी खिळून राहिला. मी एका रखवालदाराला बोलावलं आणि तो चित्ता आजारी आहे का हे विचारलं. पण तो म्हणाला की, तो चित्ता ती झोपडी वापरत नाही. कारण तिथं अलीकडे राहत असलेल्या प्राण्याचा वास त्याला आवडत नाही. याशिवाय त्या प्राण्यात कोणताही बिघाड नाही. भरलेल्या आभाळाकडे पाहून मी सुचवलं की, ती झोपडी बदलणं आवश्यक आहे. दुसऱ्या दिवशी प्रमुख रखवालदार तिथं येईपर्यंत काहीही करता येणं शक्य नाही, असं त्यानं खात्रीपूर्वक सांगितलं. त्या आजारी प्राण्याला पावसापासून निवारा म्हणून कमीत कमी एक तात्पुरता आसरा उभारावा. याबाबत मी आग्रह धरला आणि त्यानं ते काम करेपर्यंत तिथं थांबले.

समागम करून पिलांना जन्म देणे सोडूनच द्या; अशा वातावरणात चित्ता मुक्त कसा काय राहू शकेल? तिथल्या अधीक्षकाबरोबर मी बराच वेळ बोलले, त्यात इतर मांजरवर्गीय प्राण्यांपेक्षा चित्त्यांसाठी व्यायाम आणि एकान्त हे जास्त

महत्त्वाचे असतात, याबाबत आग्रहपूर्वक प्रतिपादन केले. मेरू उद्यानात पिप्पाचा प्रांत त्रेसष्ट वर्ग मैल होता. त्या प्रांतात ती तिच्या पिलांबरोबर मुक्तपणे फिरते हे सांगितलं. चित्त्यांचं समाधान होईल एवढी मोकळीढाकळी जागा कोणतंही प्राणिसंग्रहालय कधीही देऊ शकत नसल्यानं आणि प्रेक्षकांपासून वन्य प्राण्यांना लपविणे हे त्यांचं काम नसल्यानं, जर एखाद्याला या संवेदनशील प्राण्यांनी नैसर्गिक परिस्थितीत पिलांना जन्म देणं शक्य असेल तर, बंदिवासात त्यांनी पिलांना जन्म देणं धोकादायक आणि वेळ व पैसा यांचा अपव्यय आहे, असं वाटतं. हे करणं शक्य आहे, हे पिप्पानं सिद्ध केलंय आणि आजपर्यंत तिनं तिच्या चार वितांत पंधरा पिलं जन्माला घातली होती. त्यांपैकी सहा अजूनही जिवंत होती. पिप्पा जेमतेम पाच वर्षांची होती आणि चित्त्यांचं आयुर्मान हे अंदाजे पंधरा वर्षं असतं. त्यामुळे जिवंत असलेल्या त्या पिलांत तिपटीची भर घालून अठरा जिवंत पिलं होतील, अशी अपेक्षा तिच्याकडून करता येत होती. ही सर्व पिलं त्यांच्या पिलांना जन्म देतील आणि जंगली चित्त्यांचा अरण्यात पुनर्भरणा करतील. संकटात सापडलेल्या प्राण्यांत चित्त्यांचा नंबर दुसरा असल्यानं, अशा क्षेत्रात जिथं निरोगी जिवंत संख्येत भर घालण्यासाठी अजिबात वेळ घालवून चालणार नाही, अशी माझी तीव्र इच्छा मी व्यक्त केली.

नॉरफोक वन्यजीवन उद्यानालाही मी भेट दिली. तिथं (Philip Wayre) फिलीप वेर हे तितरपक्षी (European Lyrox), युरोपियन मांजरासारखा प्राणी आणि इतर प्राण्यांची पिलं जन्माला घालण्याचं काम यशस्वीपणे करत होते. ते ग्रेट ब्रिटन आणि आयर्लंडच्या पर्यावरण संरक्षण आणि पिलं जन्माला घालण्याच्या कमिटीचे अध्यक्ष आहेत आणि म्हणून संकटग्रस्त प्राण्यांना वाचविण्याच्या कोणत्याही पद्धतीमध्ये त्यांना आस्था होती. त्यांच्याकडून मला असं समजलं की, त्या संस्थेचं उद्दिष्ट संकटग्रस्त प्राण्यांनी त्यांच्या मूळ स्थानात त्यांच्या पिलांना जन्म देणे हे शक्य असलं तरी, फक्त युरोपीय गरुड घुबडाबाबतच ते साध्य झालंय. जर्मनी आणि स्वीडन या देशांतून ते लुप्त झाले होते. त्या देशांत त्यांना पुन:स्थापित केलं गेलं. दुसरे प्राणी मारून खाणारे, त्यावर गुजराण करणारे (predators) सस्तन प्राणी, विशेषत: आफ्रिकी मोठ्या मांजरांनी, नैसर्गिक परिस्थितीत पिलांना जन्म देणं हे अजूनही कल्पनारम्य, पण अव्यवहार्य ध्येय साध्य करणं शक्य आहे हे सिद्धच केलंय. आणि त्यांना असं सांगितलं की, जर हे दुसरे प्राणी मारून त्यावर गुजराण करणारे सर्वांत मोठे प्राणी अशा प्रकारे वाचवता येतात, तर बाकीचे संकटग्रस्त सस्तन प्राणी वाचवणं हे तुलनात्मक दृष्ट्या सोपं असेल. मात्र एखाद्याला त्यासाठी लागणारा पैसा उभा करता आला पाहिजे आणि तो, काम करायला माणसं मिळवू शकला पाहिजे.

या संकटग्रस्त प्राण्यांना नैसर्गिक परिस्थितीत ठेवून त्यांच्या पिलांना जन्म देण्याच्या नवीन पद्धतीची माहिती होऊन ती अमलात आणण्याची निकड मला जसजशी जास्त वाटू लागली, तशी इंग्लंडमध्ये इतका काळ घालवल्यामुळे व परिणामत: पिप्पा आणि तिच्या सोबत शेवटचे काही महिने पिलांबरोबर न मिळाल्यामुळे मी जास्तच निराश झाले. ते दोन नर सोम्बापेक्षा पिप्पाला लवकर सोडतील काय आणि ते सर्व एकमेकांबरोबर लैंगिक दृष्ट्या आकर्षित होतील काय, हे जाणून घेण्यात मला जास्त आस्था होती.

त्या दरम्यान मला त्या क्षेत्रातील उत्तम सर्जनचे सर्व कौशल्य पणाला लावण्याजोग्या एका अतिशय गुंतागुतीच्या ऑपरेशनला सामोरं जावं लागलं. मी हॉस्पिटलमध्ये असताना माझ्या केनियन आफ्रिकी लोकांना त्यांच्या परंपरागत पोषाखात रंगविलेल्या चित्त्यांच्या आगामी प्रदर्शनाला हातभार लावणाऱ्यांची एक यादी, एका नर्सने मला आणून दिली. माझ्यासाठी हे खूप मोठं आश्चर्य होतं. मला हालचाल करता येणं शक्य झाल्याबरोबर लगेच, मी त्या प्रदर्शनाला भेट दिली. माझी चित्र प्रदर्शनार्थ असतानाच्या महिनाभरात ते प्रदर्शन यशस्वी होण्यासाठी मी अनेक मार्गांनी मदत केली.

ते प्रदर्शन आणि 'ठिपकेयुक्त पुतळा' (The spotted Sphinx) या माझ्या पिप्पावरील पुस्तकाचं प्रकाशन यांची वेळ एकच आली आणि त्या पुस्तकाच्या प्रकाशनासाठी हातभार लावताना मला जवळपास रोज मुलाखती, रेडिओवर भाषणं आणि टीव्हीवर दर्शन देणं भाग पडत होतं. तरीसुद्धा त्यात मला आनंद वाटला. 'Pippa the cheetah and Her cubs', 'पिप्पा : एक चित्त्याची मादी आणि तिची पिलं' या माझ्या लहान मुलांसाठी लिहिलेल्या पुस्तकाच्या संपादनाचं कामदेखील मी करत होते. त्याचप्रमाणे मी चित्त्यांच्याबरोबर जी चार वर्षं राहिले होते, त्या वेळी त्यांची जी चलचित्रं जमा केली होती, त्यावरून एखादा टीव्ही कार्यक्रम तयार करण्यासाठी अनेक फिल्म कंपन्यांशी बोलणी करत होते. ही सर्व जबाबदारी स्वीकारण्याचा जोर माझ्यात आला तो 'एल्सा वन्यप्राणी आवाहनाला (Elsa Wild Animal Appeal) पाठिंबा देण्याच्या माझ्या इच्छेनं. या उद्योगामुळे त्याला फायदा होणार होता. याशिवाय माझ्या लंडनमधील विश्वस्ताबरोबर मी बैठकी घेतल्या आणि अमेरिकेतील 'एल्सा वन्यप्राणी आवाहन' (Elsa Wild Animal Appeal) च्या अधिकाऱ्यांबरोबर पत्रव्यवहार चालू ठेवला. ही सर्व कामं मला निश्चितच ऑक्टोबरपर्यंत व्यस्त ठेवतील आणि माझ्यावर चालू असलेले उपचार पूर्ण व्हायला माझ्या डॉक्टरांनी एवढ्याच काळाचा अंदाज केला होता.

❑

– ९ –
पिप्पाची मृत्यूशी झुंज

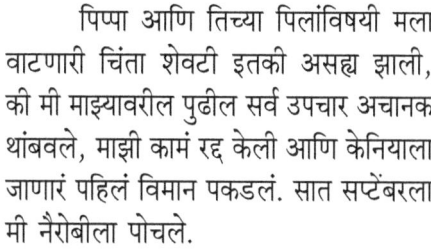

पिप्पा आणि तिच्या पिलांविषयी मला वाटणारी चिंता शेवटी इतकी असह्य झाली, की मी माझ्यावरील पुढील सर्व उपचार अचानक थांबवले, माझी कामं रद्द केली आणि केनियाला जाणारं पहिलं विमान पकडलं. सात सप्टेंबरला मी नैरोबीला पोचले.

मला मेरूपर्यंत घेऊन जायला बेन तिथं येण्यापूर्वी मला तीन दिवस वाट पाहणं त्रासदायक वाटलं. या काळात चित्त्यांचा पत्ता लागत नव्हता आणि त्यांच्या पावलांच्या ठशांवरून असं दिसत होतं की, पिप्पाने पिलांचा त्याग केला होता. त्यामुळे नैरोबीला निघण्यापूर्वी बेनच्या मनात त्या कुटुंबाला शोधायचं होतं.

शेवटी अकरा सप्टेंबरला आमची मोटार छावणीत शिरली. त्यानंतर आम्ही सरळ त्या कुटुंबाच्या शोधात गेलो. त्या दिवशी सकाळी लोकलनं त्यांना मांस दिलं होतं. गाम्बो मैदानाकडून नवीन मुख्य कचेरीजवळील रस्त्यावर येणाऱ्या पिप्पाला मी ओळखण्यापूर्वी, दुसऱ्या दिवशी सकाळपर्यंत मला थांबावंच लागलं. मी तिच्याजवळ चालत गेल्यावर तिनं तात्काळ 'म्याँव

म्याँव' आवाज केला आणि माझा हात चाटून तिचं रेशमी डोकं माझ्या अंगावर घासलं. ती माझ्याइतकीच आनंदी होती, असं दिसलं.

दरम्यान, त्या पिलांनी त्यांच्या मातेला गाठलं. आता त्यांची वाढ इतकी झाली होती की, त्यांना ओळखणं कठीण गेलं. सर्व पिलं चांगली धडधाकट दिसत होती. बिग बॉय आणि टायनी, आकारानं सारख्या असणाऱ्या पिप्पा आणि सोम्बा यांच्यापेक्षा खूप मोठे होते. त्या पिलांनी त्यांचं माझ्यापासून अंतर राखलं होतं आणि मी त्यांच्या दिशेनं थोडी जरी हालचाल केली तरी, ती तात्काळ पळून जायची. तरी ती पुरेशी चौकस होती. मी बेनला छावणीतून मांस आणि दूध आणायला सांगितलं. मी रस्त्यापासून शंभर-एक यार्डवर एका पडलेल्या झाडाजवळ बसायला चित्त्यांच्याबरोबर चालत गेले. झाडाच्या फांद्यावरील उत्तम जागेसाठी एकमेकांना ढुसण्या देत, त्या पिलांनी त्वरित त्या झाडाचा ताबा घेतला. मी आणि पिप्पा त्या झाडाखाली बसलो. मी पिप्पाला प्रेमाने कुरवाळत असताना तिनं 'म्याँव म्याँव' चालू ठेवलं होतं आणि आम्ही दोघीही पूर्ण चार महिन्यांचा वियोग विसरलो, असं वाटत होतं; पण सोम्बा विसरली नव्हती. काळजीपूर्वक आमच्याजवळ येऊन ती पिप्पाच्या बाजूला मी जितकी जवळ बसले होते, तितकी जवळ बसली. मी तिच्या मातेसाठी धोकादायक नव्हते, याची पिप्पाच्या म्याँव म्याँवने पुष्टी होत होती, याची सोम्बाला अंशत: खात्री करून देण्यासाठी मी पिप्पाला थोपटणं चालू ठेवलं. हळूहळू सोम्बा इंचाइंचानं अशा जागी आली, की मी पिप्पाला थोपटताना तिलादेखील थोपटणं टाळू शकले नाही. अशा प्रकारे माझ्यात आस्था नाही असं ढोंग करता करता, त्याच वेळी ती माझी मैत्रीण बनत होती. बिग बॉय आणि टायनी आमच्याजवळ आले. टायनीने त्यांच्या काळ्या प्रेमळ डोळ्यांनी बराच वेळपर्यंत माझ्याकडे पाहिलं आणि म्याँव म्याँव आवाज केला, पण मी माझा हात त्याच्या दिशेनं पुढे केल्याबरोबर तो लोळत माझ्यापासून दूर गेला. माझ्या थोपटण्याला बिग बॉय उदासीन वाटला आणि त्याने केव्हाही 'म्याँव म्याँव' आवाज काढला नाही. असे आम्ही पूर्णत: समाधानाने एकत्र बसलो होतो. मला अतिशय आनंद वाटत होता. यापेक्षा वेगळ्या स्वागताची मी अपेक्षा केली नव्हती.

बेन मांस घेऊन आला तेव्हा चित्ते इतके तहानलेले होते, की मी बाऊलमध्ये दूध ओतण्यापूर्वी त्यांनी ते जवळपास सांडून टाकले होते. सोम्बा आणि टायनीने त्या बाऊलमध्ये त्यांची तोंडं बुडवली. त्यांनी बिग बॉय आणि पिप्पा यांना बाजूला सारलं. त्यामुळे त्या दोघांना पाण्याच्या कॅनमधलं पाणी प्यावं लागलं. पूर्वी मारलेल्या बकरीचं थोडंसं मांस शिल्लक होतं आणि त्यालादेखील वास येत होता. तरीदेखील चित्त्यांनी ते शेवटच्या तुकड्यापर्यंत खाऊन टाकलं आणि त्यांना आणखी हवं होतं.

त्यासाठी बेन ताजी बकरी आणायला गेला. त्यानं मला सांगितलं की, बकरी आणायला थोडा वेळ लागेल. कारण उद्यानाच्या अधिकाऱ्यांनी विनंती केल्याने, त्यानं त्या बकऱ्या एक ऑक्टोबरला केनमेअरहून उद्यानाच्या बाहेरील लोकलच्या घरी हालवल्या होत्या. ते अंतर बावीस मैल होतं. त्यामुळे गरज पडल्यास लगेच मांस मिळवणं कठीण झालं होतं.

तो गेल्यावर पिलांनी खेळ सुरू केला. अलीकडेच जाळून टाकलेल्या भूमीवरून एकमेकांचा पाठलाग करत त्यांनी राखेचे इतके लोट उठवले की, मी एकही फोटो घेऊ शकले नाही. थोड्या अंतरावर एका झाडाखाली पिप्पा विश्रांती घेत होती. मी तिच्याजवळ जाण्याचा प्रयत्न केला, पण मी तिच्याजवळ गेल्यावर तिनं पिलांना बोलावलं आणि ते सर्व निघाले. ते ज्या दिशेनं आले होते, त्याच दिशेने सर्वजण चालू लागले. ते नाहीसे होत असलेले पाहताना पिप्पा किंचित लंगडत होती, असं माझ्या लक्षात आलं.

बेन बकरी आणण्यासाठी लँडरोव्हर घेऊन गेला होता. त्यामुळे लोकलला आणि मला तीन मैल अंतर चालतच यावं लागलं. तोपर्यंत दुपार झाली होती आणि हवेत खूप उष्मा होता. मोठ्या कष्टानं थोडावेळ चालल्यानंतर मी माझ्या दुर्बिणीतून त्या कुटुंबाला टिपलं. एकमेकांना चाटत, त्यांच्या पाठीवर लोळून त्या प्रचंड उकाड्यात येणारी वाऱ्याची हलकीशी झुळूक पकडण्यासाठी त्यांचे पाय वर ताणलेले, असं ते कुटुंब एका झाडाखाली विश्रांती घेत होतं. सर्व दिवस त्यांच्याबरोबर घालविण्याची माझी इच्छा आणि आता आम्ही त्यांच्याजवळ गेलो तर ते कुटुंब आमच्यामागे छावणीत येण्याचा धोका, या द्विधा मन:स्थितीत मी पडले होते. त्यांच्या उत्तम हिताच्या दृष्टीने काम करण्याच्या इच्छेनं आम्ही मुख्य रस्ता सोडून लांब वळसा घेतला. ते कुटुंब आमच्यामागे येतंय की काय, यासाठी वरचेवर मागे पाहत होतो; पण ते कुटुंब इतकं झोपेला आलं होतं की, चित्त्यांना हालचाल करणं कठीण जात होतं. हे पाहून मला आनंद झाला.

जेवणाच्या वेळी आम्ही छावणीत परतलो, तेव्हा जॉर्ज माझी वाट पाहत थांबला होता. त्याने सांगितलेली बातमी दु:खद होती. त्याच्या सिंहामुळे उद्यान अधिकाऱ्यांकडून त्याला त्रास होत होता, हे मला त्यांच्या पत्रांवरून आधीच समजलं होतं. ते पुरेसं दु:खदायक होतंच; पण सँडीमुळे ते आणखीनच जास्त झालं. ती लहान सिंहीण जॉर्जच्या सिंहाच्या कळपाबरोबर अधूनमधून दिसली होती; पण काही वेळा ती एकटी अतिशय भुकेल्या अवस्थेत माझ्या छावणीजवळ आली होती. ती फक्त सहा महिन्यांचीच होती आणि एकटी फिरायला फारच लहान होती. कमीत कमी काही अंतरावरून तिच्याकडे लक्ष देऊन पाहण्यासाठी, उद्यान अधिकाऱ्यांनी

माझ्या छावणीत येऊन राहावं किंवा उद्यानात प्रवासी म्हणू राहावं असं जॉर्जनं त्यांना सुचविलं होतं. अधिकाऱ्यांच्या उत्तराची तो वाट पाहत होता. नैरोबीच्या विमानतळावर मला न भेटण्याचं कारण, त्याला वाटणारी सँडीची काळजी हे होतं. आतादेखील तो सँडी छावणीत येईल या अपेक्षेनं छावणीत परतण्याच्या घाईत होता.

जॉर्ज गेला न गेला, तोच बकरी घेऊन बेन आला. त्याचबरोबर बकऱ्या राखत होती ती लोकलची बायको खूप आजारी असून तिला हॉस्पिटलमध्ये नेलं पाहिजे, अशी बातमी त्यानं आणली. तिला मोटारनं घेऊन जायला फक्त बेनच उपस्थित होता. त्यानं आणि लोकलनं तिला त्वरित उंच जोम्बेनी टेकड्यांवरील मिशन हॉस्पिटलमध्ये न्यायला मी परवानगी दिली. त्यामुळे अंधार पडेपर्यंत ते परत आले असते. दुर्दैवानं त्या दिवशी पिप्पाच्या कुटुंबाला अजिबात मांस मिळणार नाही, असा याचा अर्थ होता. कारण स्टॅन्ले आणि मला बंदुकीविना रानात जाणं सुरक्षित नव्हतं. बेन आणि लोकल यांच्याकडेच बंदुकीचा परवाना होता, पण पिप्पाच्या कुटुंबापासून छावणीपर्यंत येण्याच्या मार्गावर ग्रँट हरणाचे आणि वॉटरबक हरणांचे अनेक कळप आम्ही पाहिले होते. त्यामुळे ती भुकेली असेल तर, यांपैकी एखादे हरीण ती मारेल, अशी मला आशा वाटली.

दुसऱ्या दिवशी सकाळी लवकर आम्ही त्या कुटुंबाला पूर्वी जिथं सोडलं होतं तिथं परतलो; पण त्यांचा कोणताही माग आम्हाला लागला नाही. आम्हाला शिकारीपर्यंत मार्गदर्शन करणारी कोणती गिधाडंही दिसली नाहीत. नंतरच्या दोन दिवसांत आम्ही व्यर्थच शोध घेतला; पण त्यांच्या पावलांचा एकदेखील ठसा सापडला नाही. पंधरा सप्टेंबरला लँडरोव्हरची दुरुस्ती करण्यासाठी बेन ती मेरूला घेऊन गेला. म्हणून मी छावणीत एकटीच होते. चित्त्यांना शोधण्यासाठी उन्हात खूप लांब फिरल्यामुळे थकून जाऊन, सूर्यास्ताला त्या दिवशी होणाऱ्या पिप्पाच्या पुस्तकाचं (The spotted Spinex) प्रकाशन साजरं करायला मी थोडं मद्य घेतलं, पण माझा 'ठिपकेदार पुतळा' कुठं होता? निराश व्हायचं काही कारण नव्हतं. कारण ते कुटुंब वरचेवर काही दिवस गैरहजर असायचं. तरीसुद्धा काहीतरी अशुभ घडलंय, असं मला वाटत होतं.

बेन परतल्याबरोबर आम्ही आमच्या शोधात जास्त क्षेत्र व्यापण्यासाठी दोघांच्या दोन जोड्या केल्या. बेन त्याची बंदूक घेऊन स्टॅन्लेबरोबर गेला आणि लोकल त्याची बंदूक घेऊन माझ्याबरोबर शोधू लागला. पहाटेपासून संध्याकाळपर्यंत आम्ही शक्यता असलेल्या सर्व जागांवर शोध घेतला; पण अजिबात माग मिळाला नाही, फक्त तीन दिवसांनंतर बेनला रस्त्यावर एक गडद रंगाचा चित्ता छावणीपासून पाचव्या मैलाच्या दगडादरम्यान दिसला. त्याच्या वर्णनावरून तो पिप्पाचा नर

असावा असं वाटलं. पिप्पाच्या सध्याच्या पिलांच्या पितृत्वानंतर तो छावणीजवळ दिसला नव्हता आणि ते दोघे परत एकत्र आलेत की, काय या बाबतीत मी विचारात पडले.

जॉर्जनं माग काढायला मदत करण्याचं आश्वासन दिलं होतं. म्हणून दुसऱ्या दिवशी दुपारी जेवणाच्या वेळी आम्ही मोटार घेऊन त्याच्या छावणीत गेलो. वाटेत एका निष्पर्ण वृक्षावर अनेक वानरं उंच जाऊन बसलेली आणि खाली जमिनीकडे टक लावून पाहत बसलेली आम्हाला दिसली. दुपारच्या कडक उन्हात वानरं अशी उघड्यावर बसणं विचित्र वाटलं. त्या झाडाखाली एक सिंहीण एका मृत वानराचं शरीर पकडून बसलेली दिसेपर्यंत मी मोटार त्या झाडाजवळ नेली. त्या वानराचं शरीर अजून उघडलेलं नव्हतं. त्यामुळे त्या सिंहिणीने आमच्या आगमनापूर्वी नुकतंच त्या वानराला मारलं असावं. त्या अडकून बसलेल्या वानरांना, त्यांच्या एका मित्राला ती सिंहीण खात असल्याचं भीषण दृश्य पाहण्यापासून वाचवण्यासाठी मी मोटार त्या सिंहिणीच्या अगदी जवळ नेली. त्या सिंहिणीनं तिचं सावज चटकन समोरच्या दोन पायात ठेवून ते जवळच्या नदीजवळ ओढत नेलं. तत्क्षणी वानरांनी त्या झाडावरून खाली उड्या मारल्या आणि ती दूर पळून जाऊ लागली. त्यांना आणखी वानरं, जी दूर अंतरावरील झाडावरून पाहत होती सामील झाली.

दुसऱ्या दिवशी संध्याकाळी उशिरा माझ्या छावणीपासून अर्ध्या मैलाच्या अंतरावर केनमेअरच्या रस्त्यावर आम्हाला एकाच चित्त्याच्या पाऊलखुणा सापडल्या, त्या पिप्पाच्या पाऊलखुणांसारख्या वाटत होत्या. त्या ओढ्याच्या दिशेनं वळल्या आणि ओढ्याच्या काठावर भरपूर वाढलेल्या हिरवळीमुळे आम्हाला त्या पुढे दिसल्या नाहीत. दुसऱ्या दिवशी सकाळी लवकर बेन लोकलबरोबर त्या पाऊलखुणांचा माग काढण्यासाठी गेला. मी जर पिप्पा छावणीत आली तर, म्हणून छावणीत मागे राहिले. काही वेळातच बेन धापा टाकत छावणीत आला. फक्त तीनशे यार्डांवर, पाय तुटलेल्या अवस्थेत, एका झाडाखाली पडून राहिलेली पिप्पा त्याला सापडली होती. मी त्याच्यामागे धावत गेले. आणि ती पुढचा डावा पाय खांद्यापासून शक्तिहीन अवस्थेत लोंबकळत असलेली, तीन पायांवर लंगडत चालत असलेली दिसली. काही यार्डांवर ती खाली पडायची, लटपटत परत उभी राहत असे. अशी ती परत खाली पडेपर्यंत तिला स्वत:ला ओढत पुढे जायची. अशा रीतीनं, तिचं एक पिलू ज्या झाडाखाली पुरलं होतं, त्या झाडाखाली ती पोचली. तिथं थकून ती पडून राहिली. छावणीत एकमेव अन्न तिच्यासाठी होतं. ते दूध मी तिला पटकन दिलं. ते ती न थांबता प्याली. ती अतिशय कृश झाली होती आणि खूप आजारी असल्यासारखी दिसली. एक बकरी आणण्यासाठी मी बेनला पाठवलं आणि त्या मार्गावरील लेपर्ड

रॉकपाशी एखाद्या पशुवैद्याला रेडिओ संदेश पाठवायला सांगितलं. हार्थस हे पशुवैद्य या वेळी दक्षिण आफ्रिकेत उपस्थित होते हे मला माहीत होतं; पण टोनीनं आणखी दोन पशुवैद्यांची शिफारस केली होती आणि आज जरी रविवार असला, तरी त्यांपैकी एकजण यायला तयार होईल, अशी आशा मला होती.

मी नंतर मांसाची टोपली दाखवून पिप्पाला व्हिटीसाठी तयार केलेल्या आवारात प्रवेश करण्याच्या मोहात पाडण्याचा प्रयत्न केला. माझ्यावरील विश्वासामुळे ती त्या टोपलीमागे लटपटत चालत राहिली. अशा प्रकारे तिला फसविण्याचा मला तिटकारा होता; पण शक्य तितक्या लवकर तिला मर्यादित जागेत ठेवणं आवश्यक होतं. तिचं सांत्वन करण्याच्या हेतूनं मी तिला कुरवाळलं; पण ज्या ज्या वेळी मी तिला स्पर्श करायची, तेव्हा ती गुरगुरायची. तिला खूप वेदना होत होत्या हे स्पष्ट होतं. नऊ दिवसांपासून ती सापडत नव्हती आणि तिच्या रोडावलेल्या शरीरावरून कमीत कमी एक आठवड्यापासून तिनं काही खाल्लेलं नसावं. हा अपघात घडला त्या वेळी ती छावणीपासून जवळ असती, तर आम्हाला पिलांचा माग लागला असता. म्हणून ही जखम इथून खूप दूरवर असताना झाली असावी, अशी शक्यता मला वाटली. बिचाऱ्या पिप्पाला छावणीतून मदत मिळवण्यासाठी ते अंतर कापताना यातना देणाऱ्या किती वेदना सहन कराव्या लागल्या असतील.

मी इथं होते याचा मला आनंद वाटला. लंडनहून माझे आकस्मिकपणे निघून येणं हे आता मला जवळपास भावी घटना डोळ्यांपुढे घडत आहेत, अशा प्रकारच्या शक्तीमुळे झालं असावं, असं वाटतं. ठिपकेदार पुतळ्याच्या (Spotted Sphinx) प्रकाशनाच्या वेळी मला झालेली 'आपत्ती येत आहे' अशी विलक्षण भावना, अशा दुःखदायक पद्धतीनं सिद्ध झाली होती.

बेन बकरी घेऊन आल्यावर, आम्ही त्या बकरीच्या छातीच्या पिंजऱ्याच्या आतील भाग पिप्पाला खायला दिला. तो भाग तिनं इतका वखवखल्यासारखा अधाशीपणे खाल्ला की, तो उलटी होऊन बाहेर पडला. अतिशय थकून आणि दमून गेलेली ती नंतर झोपी गेली.

रेडिओवरून बेनचा पशुवैद्याशी संपर्क होऊ शकला नव्हता. म्हणून त्याने मोटारने नैरोबीला जाऊन तिथला पशुवैद्य मिळवावा, असं आम्ही ठरवलं. काही आणीबाणीची परिस्थिती उद्‌भवली, तर असावी म्हणून मी माझ्याजवळची एकमेव मोटार त्याला देऊ शकले नाही. जॉर्जकडे ज्या तीन मोटारी होत्या, त्यांपैकी एक तो देईल अशी मी अपेक्षा केली. आम्ही असं ठरवलं की, जॉर्जकडील लँडरोव्हर घेण्यासाठी मला त्याच्याकडे जायला जो वेळ लागेल, त्या वेळात बेननं लोकलबरोबर जाऊन पिलांचा शोध घ्यावा आणि पिप्पाचा माग तपासावा. दुर्दैवानं, त्यांना पिलांचं

कोणतंच चिन्ह सापडलं नाही; पण पिप्पाचा माग छावणीपासून तीन मैलांवरील मैदान, जिथं तिनं व्हिटी, एम्बिली आणि टाटू यांना जन्म दिला होता, त्याच्याही पुढे मुरेरा गोलो वर्तुळाकार मार्गापर्यंत नेत होता.

चहाच्या वेळी बेन नैरोबीला जायला निघाला आणि सर्व काही ठीक झालं तर, मी अंदाज केला, की तो मध्यरात्रीपर्यंत तिथं पोचेल. ती संध्याकाळ मी पिप्पाबरोबर घालवली. तिला मांसाचे लहान तुकडे खाऊ घातले; पण ती अतिशय अशक्त झाली होती आणि बहुतांश वेळ ती झोपलेलीच होती. संध्याकाळी उद्यानाच्या अधिकाऱ्यांनी माझ्या छावणीला भेट दिली आणि आम्ही परिस्थितीबाबत चर्चा केली. आणखी काही काळ पिप्पाला मदत लागली असती. तत्वत: एखाद्या वन्य प्राण्याला अगदी पूर्ण जरुरी असल्याशिवाय त्याच्या मूलस्थानापासून दुसरीकडे न्यायला टोनी हार्थूनचा विरोध होता, हे मला माहीत होतं. याचं कारण वन्य प्राण्यासाठी अपरिचित आसमंतातील प्रदेशाशी जुळवून घेणं इतकं अपायकारक असतं, की हॉस्पिटलमधील पशुवैद्यकीय मदत त्याची भरपाई करू शकत नाही. याउलट, उद्यानाचे अधिकारी अपंग वन्यप्राण्याला उद्यानात ठेवण्याच्या एकदम विरुद्ध होते. अशा परिस्थितीत मी काय करायला हवं होतं?

माझ्या झोपडीजवळच असलेल्या आवारातील अगदी सूक्ष्मतरदेखील हालचाल ऐकत मी झोपेविना रात्र घालवली. अचानक मी फुरफुरण्याचा आवाज ऐकला. माझा प्रकाशाचा झोत पाडणारा दिवा घेऊन मी बाहेर धावले. ओढ्याच्या पलीकडच्या काठावर एक रानरेडा चरत असलेला मला दिसला. प्रकाशाच्या झोताने त्याचे डोळे दिपल्याने, त्याने पळ काढला. त्यानंतर लवकरच पिप्पाने पिलाबाबत तिला काळजी वाटते, त्या वेळी ती काढायची तसा हळुवार रडण्याचा आवाज काढला. त्या पिलांची झलक पाहण्याच्या आशेनं मी धावत बाहेर पडले आणि प्रकाशाचा झोत पाडून आसमंत न्याहाळला, पण काहीही दिसलं नाही. सकाळी उजाडल्याबरोबर त्यांच्या पावलांचा माग काढून पिलांचा शोध घ्यायला लोकलला पाठवला. तो रानरेडा चरत होता त्याच्या जवळपासच ती पिलं झोपली होती, असं लोकलला आढळलं. त्यांच्या पावलांचा माग त्याला शिकारी बाभळीकडे घेऊन गेला आणि पुढे मैदानाकडे. त्याच्यापुढे त्याला त्यांच्या पावलांचा माग लागू शकला नाही. त्या रानरेड्यामुळे पिलं घाबरली असताना, पिप्पानं त्यांना हाक मारली होती हे उघड होतं.

लोकलनं पिलांचा शोध चालू ठेवला असताना मी पशुवैद्याची वाट पाहत पिप्पाबरोबर बसून राहिले. तपासण्यासाठी त्याला पिप्पाला शांत करावं लागेल असं गृहीत धरून, मी पिप्पा भुकेली असूनदेखील तिला थोडंसंच खायला दिलं. मी

पिप्पाजवळ बसलेली तिला बिलकूल आवडलं नाही. ती किती आजारी होती हे त्यावरून मला समजलं. तिला एकटीला सोडावं या तिच्या इच्छेचा मी आदर केला आणि तिच्या आवाराबाहेर पत्र टाइप करत बसले. त्यामुळं तिच्या एकान्ताचा भंग न करता तिच्याकडे सतत लक्ष द्यायची संधी मला मिळाली.

नऊ दिवसांपूर्वी पिप्पाची किंचित लंगडी चाल आठवून, त्या दिवशी संध्याकाळी तिच्यासाठी मांस घेऊन गेले नाही, याचा मला पश्चात्ताप झाला; कारण त्यामुळे मी तिला तिच्या अवघडलेल्या परिस्थितीत तिच्या मानाने खूप मोठे हरीण मारायचा प्रयत्न करायला भाग पाडलं होतं. तिच्या पायाच्या कोपराच्या वरच्या भागावर ओरखडा उमटलेला होता. तो खूर असलेल्या प्राण्याच्या लाथेमुळे निर्माण झालेला असावा (waterback). या आफ्रिकी मोठ्या हरणाच्या तिच्या पसंतीबाबत मला नेहमी काळजी वाटायची. ती हरणं या भागात अतिशय सर्वसाधारणपणे आढळणारी आहेत; पण अगदी लहान असल्याशिवाय चित्त्यांना भक्ष्य म्हणून खूपच मोठी असतात. इतकी भयंकर दुखापत झालेल्या पिप्पाला पाहणं, त्याचप्रमाणे तिच्या बिचाऱ्या पिलांचं काय होईल याबाबत विचार करणं, हे मला सहन होण्यापलीकडचं होतं.

जॉर्ज जेवणासाठी, माझं सांत्वन करण्यासाठी आणि पिलांच्या शोधात लोकलला मदत करण्यासाठी आला, तेव्हा मला आनंद झाला. दुपारी तीन वाजता एक पशुवैद्य, बेन आणि एक वैमानिक यांना घेऊन येणारं विमान केनमेअरला उतरलं. त्या सर्वांना घेऊन मी छावणीत परतले; तेव्हाच शोध न लागलेला जॉर्ज छावणीत परतला.

सकाळीच इतकी चिडखोर झालेल्या पिप्पाला पाहिलं असल्यानं तिला शांत केल्याशिवाय तो पशुवैद्य तिला तपासू शकेल का नाही. अशी मला शंका वाटली. मला काळजी करण्याची काही गरज नव्हती, कारण त्याला किंचितदेखील प्रतिकार न करता तिनं तिला हाताळू दिलं. दोन वर्षांपूर्वी एका पशुवैद्याबरोबर ती अगदी अशीच वागली होती. दोन्ही प्रसंगी हे अपरिचित लोक तिला मदत करू इच्छीत होते, हे तिला समजलं होतं, याबाबत माझी खात्री झाली होती.

पशुवैद्याचा निवाडा गंभीर होता. तिचा पाय कोपराच्या खालच्या बाजूला मोडलाय असं वाटत होतं आणि तो अस्थिभंग इतका वाईट होता की, त्या पशुवैद्याला तिथल्या तिथं पिप्पाला नष्ट करून टाकायचं होतं. तिला वाचवण्याचा प्रयत्न करून बघावा अशी मी त्या पशुवैद्याला विनंती केली. नाखुशीनेच तो तयार झाला. तिला एक्सरे आणि शक्य असलेले इतर सर्व औषधोपचार करण्यासाठी तात्काळ नैराबीला नेण्याचा आग्रह त्याने धरला. या दौऱ्यासाठी तिला बेशुद्ध

करण्यापूर्वी त्या पशुवैद्याला जर गरज भासलीच तर तिला नष्ट करण्याच्या करारपत्रावर त्यानं मला सही करायला सांगितलं. पिप्पाचा जीव वाचवायचा असेल तर मला सही करण्यावाचून गत्यंतर नव्हतं; पण तसं करताना माझ्या डोळ्यांसमोर अंधेरी आली. त्यानंतर त्या पशुवैद्यानं शंभर पौंड वजनाच्या देहासाठी आवश्यक एवढे गुंगीचे द्रव तिच्या शरीरात टोचलं. पिप्पानं तात्काळ प्रतिसाद दिला. नंतर त्याने तिचे पाय बांधले आणि तिच्या तोंडावर इतकी पक्की जाळी बसवली की, पिप्पाला दोन झटके आले. त्या झटक्यादरम्यान तिच्या पक्क्या बांधलेल्या ओठांतून, तिची जीभ बाहेर आली. आचक्यामुळे ती तिची जीभ चावेल अशी भीती वाटल्याने मी ती दोरी थोडी सैल करण्याची विनंती केली, पण अशाच परिस्थितीत एका चित्त्यानं त्याला जखमी केलं असल्यानं त्यानं त्याच्या या कृतीचा आग्रह धरला. बेनच्या जागी बसून मी पिप्पाबरोबर जाऊ शकेन, अशी मला आशा होती; पण त्या पशुवैद्यानं मला मागे ठेवणं पसंत केलं आणि माझ्याऐवजी बेन नैरोबीला गेला.

संध्याकाळी पाच वाजता विमानाने हवेत झेप घेण्यापूर्वी मी जॉर्जबरोबर सरळ नैरोबीला जावं म्हणजे मी पिप्पाजवळ असेन आणि जॉर्ज लँडरोव्हरमधून तो दुसऱ्या दिवशी परतू शकेल आणि मी तिथं असताना पिलांची काळजी घेऊ शकेन असं आम्ही ठरवलं.

एखादा जखमी प्राणी घेऊन जाणारं विमान दिसेनासं होताना पाहणं हे नेहमीच दु:खदायक असतं. या प्रसंगी तर माझ्या शरीरातील रक्ताचा शेवटचा थेंब निघून जातोय की काय, असं मला वाटलं. पण वेळ गमावून चालण्याजोगं नव्हतं आणि मी त्वरित निघण्यासाठी माझं सामान भरलं. तरीदेखील जॉर्जला सँडीची काळजी होती आणि दुसऱ्या दिवशी सकाळपर्यंत तो निघायला तयार नव्हता. ती रात्र मी त्याच्या छावणीतच घालवली आणि पहाटे आम्ही मोटारने निघालो. वाटेतच आम्हाला परतत असलेला बेन भेटला. नैरोबीत पोचल्यावर पिप्पा इतकी आजारी पडली होती की, ती जिवंत राहील की नाही, याविषयी त्या पशुवैद्याला शंका होती, असं बेननं सांगितलं. त्यानं तिचं वजन केलं होतं आणि तिच्या कृश अवस्थेत, एका निरोगी पिप्पाच्या शंभर पौंड वजनाच्या तुलनेत तिचं वजन फक्त एकाहत्तर पौंडच भरलं. गुंगी आणणाऱ्या द्रवाच्या नको इतका मोठ्या डोसला पिप्पानं इतकी जोरदार प्रतिक्रिया दिली. यात आश्चर्य नव्हतं. हॉस्पिटलमध्ये तिच्या आतड्यांवर सूज येऊ नये म्हणून पशुवैद्याने तिला एक इंजेक्शन टोचलं होतं आणि तिच्या मोडलेल्या पायावर प्लास्टर चढवलं होतं. तिला वाळलेल्या गवतावर ठेवल्यावर पिप्पा स्थिर झाली होती आणि दुसऱ्या दिवशी बेननं तिला पाहिल्यावर ती थोडी अधिक चांगली दिसली. बरीचशी चिंतामुक्त होऊन, मी त्याला पिलांविषयीची वार्ता

रोज कळविण्याला सांगितलं.

दुपारी तीन वाजता मी प्राणी-अनाथालयाच्या हॉस्पिटल विभागात पिप्पाबरोबर होते. गुंगीच्या औषधाच्या प्रभावातून ती अजून बाहेर आली नव्हती. तिचा खांद्यापासून खालचा पाय प्लास्टरमध्ये होता. पिप्पाची खोली अंदाजे पाच फूट रुंद आणि आठ फूट लांब त्याचसारख्या इतर खोल्यांना लागून होती. त्यांपैकी एका खोलीत चित्त्याची चार पिलं आणि दुसऱ्या खोलीत एक तरुण हरीण होतं. त्या खोल्यांच्यासमोर एक चित्त्याची पाच पिलं असलेली एक मोठी खोली होती. ही सर्व नऊ पिलं नुकतीच सोडून दिलेल्या अवस्थेत सापडली होती. त्यांच्या आतड्यांवर सूज येऊ नये म्हणून त्यांना इंजेक्शन टोचून, त्यांचं निरीक्षण करण्यासाठी त्यांना ठेवण्यात आलं होतं. तिथं घाणेरडी कातडी असलेले सिंहाचे पाच छोटे छोटे छावेदेखील होते. ते छावे त्यांच्या मातेविना सापडले होते. मूळ प्राणी-अनाथालयाच्या प्रमुख कचेरीच्या इमारतीत हे सर्व प्राणी ठेवलेले होते. दुसरं एक चांगलं प्राणी अनाथालय बांधल्यानंतर त्या जुन्या इमारतीचं रूपांतर प्राण्यांच्या हॉस्पिटलमध्ये करण्यात आलं होतं. या नवीन प्राणी-अनाथालयातील रहिवासी पहायला पाहुण्यांना प्रोत्साहन देण्यात येत होतं; पण पाहुण्यांना, आजारी प्राण्यांना, ते जुन्या प्राणी-अनाथालयाच्या बाहेरील लहानशा अंगणात ठेवलं होतं, त्यांना त्रास द्यायची परवानगी नव्हती आणि हॉस्पिटलमध्ये प्रवेश करणे तर सोडूनच द्या.

केनिया राष्ट्रीय अभयारण्याचे अधीक्षक परेझ ओलिंडो जे माझे जुने मित्र होते. त्यांना भेटायला गेले. पिप्पाच्या बिकट अवस्थेविषयी ऐकल्यावर त्यांनी खूप सहानुभूती व्यक्त केली आणि मदत देऊ केली. जुलियन टांग, त्या अनाथालयाचे अधिकारी, यांना आम्ही चांगले ओळखत होतो. मी त्यांच्या आणि त्यांच्या पत्नीच्या बरोबर पेइंग गेस्ट म्हणून राहू का, असं त्यांना विचारलं. त्यामुळे मी पिप्पाच्या शक्य तितक्या जवळ राहू शकत होते. ते प्रेमळपणे कबूल झाले. म्हणून जॉर्ज मेरूला परतण्यापूर्वी काही मैलांवर असलेल्या त्यांच्या घरी माझी राहण्याची सोय झाली होती.

दुसऱ्या दिवशी सकाळी मला पिप्पा अजूनही गुंगीतच दिसली, पण प्लास्टरच्या आवरणाने क्षुब्ध न होण्याइतकी पुरेशी गुंगी नव्हती. त्या बोजड ओझ्यापासून मुक्त होण्याच्या प्रयत्नात ती जोरात झटका देऊन स्वत:ला भिंतीच्याजवळ उंच फेकायची आणि इतक्या अनिश्चित कोनात आदळायची, की ती मान मोडून घेईल अशी मला भीती वाटली. अशा वेड्यापिशा अवस्थेत ती असताना मला तिला शांत करण्यासाठी तिची खोली खूपच छोटी होती. त्यामुळे तो पशुवैद्य आला आणि त्यानं पिप्पाला पाच पिलांनी व्यापलेल्या मोठ्या खोलीत हालवायला संमती दर्शविली म्हणून मला

खूप आनंद झाला. ज्युलियननी ती खोली पूर्णपणे साफ करायला अतिशय सहृदयतेने मदत केली आणि पिप्पाला समाधानाने झोपायला वाळलेल्या गवताचे पुरेसे भारे पुरवण्याची व्यवस्था केली. त्या पशुवैद्याने मला सांगितलं की, पिप्पाचा पाय कमीत कमी तीन आठवडे प्लास्टरमध्ये ठेवावा लागेल आणि त्यानंतर तिचा पाय बळकट होण्यासाठी तिला तीन आठवडे कोंडून ठेवावे लागेल. तिचा न्युमोनियापासून बचाव करण्यासाठी प्रत्येक दोन तासांनी तिची शारीरिक अवस्था बदलावी लागेल. रात्रीच्या थंड वातावरणात तिला पांघरूण घालण्याचं काम कोणीतरी करावं लागेल आणि तिची खोली स्वच्छ ठेवावी लागेल. या सर्व कारणासाठी मी पिप्पाजवळ झोपावं, याबाबत सर्वांचं एकमत झालं. त्यामुळे मी तिची दिवसरात्र शुश्रूषा करेन, एवढ्यासाठीच नव्हे, तर या विलक्षण आणि दु:खद काळात तिच्या परिचयाचं कोणीतरी तिच्याजवळ असावं म्हणूनदेखील.

आम्ही पशुवैद्य रोज देत असलेल्या औषधाव्यतिरिक्त मांस, अंडी, दूध, ग्लुकोज आणि व्हिटॅमिन्स यांचा पुरेसा पुरवठा तयार ठेवला होता. ज्युलियनने माझ्यासाठी अतिशय विचारपूर्वक मला झोपण्यासाठी गादी वगैरे आणली होती. रोज सकाळी तो माझ्यासाठी जेवणाचा डबा आणत असे आणि दुपारच्या शांत वेळी, पिप्पा झोपलेली असे त्या वेळी मी त्याच्या घरी अंघोळ करावी, असं त्यानं सुचवलं होतं.

दरम्यान तिला शांत ठेवण्यासाठी आणि तिच्या वेदना सुसह्य करण्यासाठी तिला सतत औषधांच्या प्रभावानं शांत ठेवावं लागत होतं. अजूनही तिला ताप होता आणि नाक बर्फासारखं थंड पडलं होतं. ती ग्लुकोज, अंडी आणि दुधावरच जिवंत होती. मी तिला पांघरण्यासाठी दोन सुती चादरी खरेदी केल्या होत्या आणि एक ओली झाली. की ती त्वरित धुऊन टाकत होते. पिसवा आणि वासानं तिची खोली खराब होऊ नये म्हणून वाळलेलं गवत बदलत होते. ती झोपलेली असताना तिच्या खोलीबाहेर पत्र टंकलिखित करण्यासाठी मी घडी घालण्याजोगं टेबल आणि एक खुर्ची खरेदी केली होती. सुरुवातीच्या काळात बहुतांश वेळ तिची पायाची हाडं जुळून यावीत म्हणून बांधलेल्या, तिला त्रासदायक वाटणाऱ्या फळीपासून मुक्त होण्यासाठी ती जोरदार हालचाल सुरू करत असे. त्या वेळी मला तिला दाबून धरावंच लागायचं. अशा आमच्यातील प्रत्येक 'लढाई'नंतर ती माझे हात चाटायची. काही क्षणांपूर्वी तिला जादा जखमा होऊ नयेत म्हणून ती तिला पक्कं धरून ठेवत होते आणि अशा प्रकारे तिला मदत केल्याबद्दल ती माझे आभार मानत होती, असं ते वाटत होतं. तो पशुवैद्य दिवसातून दोन वेळा तिच्या औषधोपचारासाठी येई, तेव्हा क्वचित प्रसंगी ती 'म्याँव म्याँव' असा आवाज काढायची.

ती थोडी अधिक बरी झाल्याबरोबर जवळची चित्त्याची पिलं, जी चिवचिवाट करून त्यांच्या मातेला हाका मारायची, त्यांना ती उत्तर द्यायची. त्यांची बडबड समजण्यासाठी, मी सर्व काही दिलं असतं. त्यांना पिप्पा दिसत नसूनदेखील त्यांना एकमेकांपासून समाधान मिळत होतं, हे उघड होतं. एकदा तिनं खिडकीच्या खालच्या चौकटीच्या आडव्या भागापर्यंत तिला स्वत:ला उचललं आणि काचेतून पाहताना तिला हॉस्पिटलच्या बाहेरच्या आवारात दोन अस्वले दिसली. इथं हेच फक्त आफ्रिकी नसलेले प्राणी होते आणि त्यांनी तिच्या मनात मोठे कुतूहल निर्माण केलं. त्यानंतर रोज सकाळी त्यांना पाहणं शक्य व्हावं म्हणून मला, तिला आधार द्यावा लागायचा. नाहीतर त्या खिडकीच्या खालच्या चौकटीपर्यंत पोचायला ती धडपडली असती आणि तिनं स्वत:ला इजा करून घेतली असती.

चार दिवसांनंतर तिला अजिबात ताप नव्हता. ती चांगली खात होती आणि मी तिला अन्न द्यायची त्या वेळी ती म्याँव, म्याँव करायची एवढंच नव्हे, तर हळुवार आवाजात न्याम न्याम असा आवाज काढायची. हा आवाज जो ती फक्त व्हिटी मांस खाताना तिचा आनंद व्यक्त करताना काढायची, तिलादेखील तुटलेल्या पायामुळे एका आवारात बंदिस्त केलं होतं तेव्हा काढला होता. पिप्पाची तब्येत इतकी सुधारली की, शनिवार-रविवारच्या सुटीनिमित्त बाहेर जावं असं त्या पशुवैद्याला वाटलं; पण आणीबाणीच्या क्षणी संपर्क साधण्यासाठी त्यानं दुसऱ्या पशुवैद्याचा पत्ता दिला.

दुसऱ्या दिवशी सकाळी पिप्पा अतिशय चिडखोर झाली होती. मी जेव्हा तिची स्थिती बदलण्याचा प्रयत्न करायची, तेव्हा हाड जुळवण्यासाठी बांधलेल्या फळीच्या वरच्या काठाला चाटून ती तिचा तुटलेला पाय वरच्या बाजूला ठेवायचा आग्रह धरायची. मी तिचा ताप पाहिला तो १००° फॅ. दिसला. भीती वाटल्यानं मी दुसऱ्या पशुवैद्याला बोलावलं. त्यानं तिला सकाळी दहा वाजता सूक्ष्मजंतुनाशक (antibiotic) दिलं आणि तिचा ताप वाढत गेला तर त्याला परत बोलवायला सांगितलं. पण तो पुढे म्हणाला की, तो फक्त जेवणाच्या वेळेपर्यंतच भेटू शकेल.

दुपारी तीन वाजेपर्यंत पिप्पाचा ताप १०५° फॅ. पर्यंत वाढला. सुदैवानं आणि योगायोगाने मी ओळखत असलेला एक पशुरोगाची औषधे विकणारा, त्या हॉस्पिटलमधील आजारी प्राण्यांना भेटायला आला. त्याने पिप्पाच्या प्लास्टर चढवलेल्या पायाचा वास घेतला. त्याला दुर्गंधी येत होती. नंतर त्याने त्या प्लास्टरच्या साच्याचा खालच्या भागातून सर्व पू निघून जाईपर्यंत तो दाबला. अतिशय सहृदयतेने त्याने आवाक्यात असलेल्या प्रत्येक पशुवैद्याला फोन केला. रविवार असल्याने एक पशुवैद्य घरी सापडायला संध्याकाळचे पाच वाजले. त्या पशुवैद्याचं आगमन,

पिप्पाचा पशुवैद्यही त्याने अपेक्षा केल्यापेक्षा लवकर परतणं, एकाच वेळी घडलं. तिला उपशामक औषध दिल्यावर त्या दोन पशुवैद्यांनी प्लास्टरचा साचा काढला. तिचा पाय कोपरापासून पायाच्या बोटापर्यंत कुजून गेला होता. पिप्पाची हाडं जुळावीत म्हणून बांधलेली फळी पिप्पाने काढून टाकण्याच्या प्रयत्नात ती फळी जिथं पिप्पाच्या खांद्याला घासली गेली होती, तिथं एक पुवानं भरलेलं मोठं छिद्र तयार झालं होतं. अजूनही पायाच्या काही भागावर असलेले केस स्पर्श केल्याबरोबर कापसाप्रमाणे निघून आले. दोघा पशुवैद्यांना ती जगेल अशी आशा नव्हती. रक्ताचं अभिसरण थांबलं होतं. पाय निष्प्राण झाला होता. जास्तीत जास्त तीन दिवसांत सर्व मांस नष्ट होईल आणि हाडं कुजून जातील, असं त्यांचं मत पडलं. तिला त्वरित मारून टाकायची सूचना त्यांनी केली. एकदम घाबरून जाऊन मी अजून एका पशुवैद्याचं मत घ्यायचा आग्रह धरला. दुसऱ्या दिवसापर्यंत तो उपलब्ध झाला नाही. दरम्यान पिप्पाला गुंगीचं जबरदस्त औषध देऊन शांत ठेवलं होतं आणि सूक्ष्म जंतुनाशकाचं इंजेक्शन दिलं होतं. इतकं करूनदेखील तिची ती रात्र अतिशय वाईट गेली. रात्रीतून मला तिच्या मलमपट्ट्या चार वेळा बदलाव्या लागल्या.

माझी आशा या चौथ्या पशुवैद्यावर केंद्रित होती. दुपारच्या वेळी तो आला, त्याने पूर्ण तपासणी केली आणि पिप्पाचा पाय वाचवता येईल असा विश्वास वाटतो, असं त्यानं मला सांगितलं. पण त्यानं मला सांगितलं की, पिप्पा त्या पायाचा पूर्ण उपयोग कधीच करू शकणार नाही. मी अनेक अन्य प्राणी (इतर प्राण्यांना मारून खाणाऱ्या प्राण्यांसह) जंगलात तीन पायांवर किंवा फक्त एका डोळ्याचा उपयोग करून जगत असलेले पाहिले होते. पिप्पा परत कधीही शिकार करू शकली नाही तरी, ती जास्त चित्त्यांचं पुनर्वसन करण्यात एक अमूल्य दुवा म्हणून मला मदत करेल आणि कदाचित आणखी दहा वर्षे अर्धरानटी जगात जगणं उपभोगू शकेल.

पहिल्या पशुवैद्याबरोबर सल्लामसलत करून दोन्ही पशुवैद्यांनी मिळून काम करायचं ठरवलं. पहिला पशुवैद्य सकाळी पिप्पाला तपासायला येणार होता आणि तो चौथा अगदी अलीकडचा, संध्याकाळी उशिरा येणार होता. दोघेही एकमेकांसाठी त्यांच्या औषधोपचाराच्या नोंदी ठेवणार होते. त्या चौथ्याने नंतर जखमेसाठी फ्युरोसिन तेलाने मलमपट्टी करून सुरुवात केली. त्याने रोगाचा संसर्ग काढून टाकण्यासाठी व आणखी भाग कुजण्याने दूषित होऊ नये म्हणून (kaolin poltices) केओलिन पॉल्टीसेस नावाचं औषध सुचवलं.

एक नित्याचं वेळापत्रक तयार झालं. सकाळी आठ वाजता पहिला पशुवैद्य जखमेची तपासणी करायला आणि पिप्पाला दिवसभरासाठी शांत करायला यायचा.

पिप्पा होती त्यासारख्या अतिशय जखमी प्राण्याला जिवंत ठेवणे हे त्याच्या तत्त्वांच्या विरुद्ध होते, हे मला माहीत असल्यानं, त्याच्या निराशावादी दृष्टिकोनाचा परिणाम माझं मानसिक धैर्य नष्ट होण्यात व्हायचा. त्याच्या भेटीनंतर मी पिप्पाला कच्चं मांस, अंडी आणि दूध देत असे. पोटिस दर दहा मिनिटांनी उबदार करायची आणि मलमपट्टी बदलायची. शरीरांतर्गत भाग कोरडा होणं थांबवण्यासाठी ग्लुकोज आणि मीठ मिसळलेलं इंजेक्शन आणि एनिमा वरचेवर द्यायची. तिच्या पचनासाठी औषध द्यायची. तिच्यावरील उपशामक औषधांच्या माऱ्यामुळे तिची पचनक्रिया बिघडायची. इंजेक्शनच्या पिचकाऱ्या स्वच्छ ठेवायची, तिच्या चादरी वरचेवर धुवायची, तिची खोली घासून स्वच्छ ठेवायची. या सर्व कामामध्ये मी पिप्पाजवळ तिला थोपटत, ब्रश करत बसायची. ते तिला आवडायचं. काही वेळा ती हृदय विदीर्ण करणारा कण्हल्यासारखा आवाज काढायची. तिच्या पिलांना बोलवायची आणि तिच्या अर्धवट शुद्धीच्या अवस्थेत मला ओळखून गुंगीत जाण्यापूर्वी डोळे मोठे करून माझ्याकडे टक लावून पाहत असे.

चहाच्या वेळेनंतर तिच्या जखमांवर औषधोपचार करायला, तिच्या हृदयावर नियंत्रण ठेवायला आणि नंतर तिला रात्रभरासाठी शांत करायला तो चौथा पशुवैद्य यायचा. पिप्पाच्या रोगमुक्तीबाबतच्या श्रद्धेत त्याचा सहभाग होता. पिप्पाच्या त्वरित पूर्वस्थितीत येण्याच्या वैशिष्ट्यपूर्ण गुणाच्या मदतीनं आणि उत्तम औषधांनी, सध्याच्या पेचप्रसंगातून तिला बरी करू शकू, अशी आम्हा दोघांनाही आशा होती.

रात्री नेहमी मोठ्या सत्त्वपरीक्षा घेणाऱ्या असत. पिप्पाच्याजवळ जमिनीच्या पातळीवर पडून राहताना, तिचं अस्पष्ट कण्हणंदेखील मला ऐकू यायचं. बहुधा त्यानंतर थकून जाईपर्यंत तिचं शरीर आचक्यांनी हालायचं. तो पेटका तिच्या डोक्यापासून शेपटीपर्यंत मला जाणवायचा. मी तिला पकडून धरून तो कमी करायचा प्रयत्न करायची. या अवस्थेत ती नेहमी तिची मलमपट्टी फाडून टाकायची आणि मला त्या जखमा त्वरित जंतुविरहित करून, परत मलमपट्टी करावी लागायची. तिचा विश्रांतीचा दुर्मीळ काळ यायचा, तेव्हा जवळपासच्या खोल्यांतील आजारी प्राण्यांचे किंचाळणे मला झोप घेणे अशक्य करून टाकायचे आणि मी कोंबडा आरवण्याची वाट पाहत असे. ती घटना बहुतेक सकाळी पाच वाजता घडायची. त्यानंतर लवकरच हॉस्पिटलचे कर्मचारी नवीन दिवसाचा परिपाठ सुरू करण्यासाठी खोलीच्या दरवाजावर टकटक करायचे.

दीर्घ निद्राविरहित अवस्थेत पिप्पाला इतक्या अनेक मार्गांनी मदत करणाऱ्या आणि दिवसरात्र मला तिच्याबरोबर राहण्यासाठी परवानगी देणाऱ्या लोकांविषयी मी माझी कृतज्ञता कशी व्यक्त करू, याविषयी मी विचार करायची. औषधांच्या

साठ्यापाशी जाण्याची परवानगी असल्याने आणि त्यांना मिळणारा मर्यादित पुरवठा पाहिल्याने, मी इथल्या वन्य प्राण्यांच्या औषधोपचारासाठी किंवा जंगलात जी काही औषधांची गरज असेल त्यासाठी पुरेसा औषधांचा पुरवठा व्हावा याकरिता पिप्पाच्या नावाने एक फंड उभारायचं ठरवलं. यासाठी एल्सा वन्य प्राणी आवाहनाच्या विश्वस्तांकरिता एक योजना तयार करणं भाग होतं. माझ्या योजनेविषयी त्यांच्याबरोबर शक्य तितक्या लवकर चर्चा करण्याचं मी ठरवलं.

वन्य प्राण्यांची दु:खं ही माझ्यासाठी नेहमी यातना ठरत असत. पिप्पाच्या चिंतेनं माझ्या यातना फार तीव्र बनल्या होत्या. विशेषत: या सिंहाच्या छोट्या छाव्यांपैकी एकाने वेदनेमुळे केलेला आकान्त हा मला सहन करण्यापलीकडील होता. रात्री डोकं खाली करून, खाली पडेपर्यंत तो गोल गोल चकरा मारायचा. जवळजवळ गुदमरेपर्यंत त्याचं नाक वाळलेल्या गवतात खुपसायचा. हे मी लक्ष देऊन पाहत असे. पिप्पा काही वेळ थोडी शांत असे. त्या वेळात तो गरीब छावा परत वर्तुळाकार पळू लागेपर्यंत मी त्याला माझ्या मांडीवर घ्यायची आणि सांत्वन करायचा प्रयत्न करायची. तो गरीब छावा सतत चार रात्री तडफडला. नंतर तो मरण पावला. त्याच्याबरोबर एक तरुण हरीण, एक हरणाचं पिलू आणि चित्त्यांची दोन पिलं जी त्या रात्री त्यांच्या आजारात मरण पावली होती, त्यांना घेऊन जात असताना पाहणं दु:खदायक होतं. अशा हृदय पिळवटून टाकणाऱ्या घटना घडूनदेखील दिवसेंदिवस पिप्पा बरी होण्याची शक्यता आहे, ही माझी श्रद्धा बळकट होत होती. ती चांगलं खात होती. तिची जखम हळूहळू जास्त स्वच्छ होत होती आणि त्या जखमेला घाण वास येत नव्हता. तिच्या पायातील बहुतांश भागामध्ये रक्ताभिसरण परत सुरू झालं होतं. दररोज ती जास्त जास्त बरी होत असल्याचं पाहणे हा एक चमत्कार वाटत होता. आता जर तिची हाडं निरोगी ठेवू शकलो आणि जी जड उपशामक औषधं तिला दिली जात होती, त्यांना तिचं हृदय तोंड देऊ शकलं, तर ती सुरक्षित असेल.

ती जितकी जास्त सुधारायची, तितका पिप्पाला जिवंत ठेवण्याच्या माझ्या चिकाटीला, तो पहिला पशुवैद्य विकृत क्रौर्य जरी नाही, तरी माझा स्वार्थ का समजत होता, ते मला समजायचं नाही. हा औषधोपचार म्हणजे वेळेचा पूर्णपणे अपव्यय आहे, असं तो समजत होता आणि अलीकडेच त्याने काही झालं तरी ती मरणारच आहे, असं म्हणून तिचं तापमान पाहण्यासाठी नकार दिला होता. पण त्याच्या भेटी माझ्यासाठी कितीही अस्वस्थ करणाऱ्या असल्या, तरी त्या नवीन पशुवैद्याला आठ मैल गाडी चालवून पिप्पाला उपशमन करायला दिवसातून दोन वेळा यायला वेळ नव्हता. त्यामुळे त्या पहिल्या पशुवैद्यानं त्याच्या सकाळच्या भेटी

चालूच ठेवल्या होत्या.

दरम्यान, पिप्पाच्या अपघाताची बातमी पसरली होती अणि तिथं बसण्यासाठी माझे मित्र येऊ लागले होते. त्यामुळे मधून मधून मी अंघोळ करायला जाऊ शकत होते. ज्युलियनच्या घरापर्यंत जायला त्यांनी मला त्यांची मोटार देऊ केली होती. माझं आयुष्य सुखदायक करण्यासाठी त्यांना शक्य होईल तेवढे ते माझ्यासाठी तोंडात टाकायला निवडक पदार्थ आणत असत.

मी जे नवीन मित्र जोडले, त्यांत (Lew Flurkthaa) ल्यू फ्लर्क्सयाल नावाचा प्राणीशास्त्राचा विद्यार्थी होता. नैरोबी राष्ट्रीय उद्यानातील शहामृगांच्या अभ्यासात मदत करण्यासाठी एल्सा वन्य प्राणी आवाहनाकडून त्याला अनुदान मिळाल होतं. म्हणून माझे आभार मानायला तो आला होता. विद्यापीठ अजून उघडले नसल्याने तो माझ्यासाठी शॉपिंग करू लागे आणि लहान-सहान कामे करत असे.

एके दिवशी माझे मित्र आणि डॉक्टर, वेराल्ड नेविल मला भेटले. त्यांना माझ्या हाताची काळजी होती. एका, मर्दन करून रोग बरा करणाऱ्याने, माझ्या हातावर याच हॉस्पिटलमध्ये उपचार करावेत, असा आग्रह त्यांनी धरला. लंडनमधील शस्त्रक्रिया यशस्वी झाली असली, तरी हात कडक होत होता. कारण तिथं बसविलेल्या स्नायुबंधाला कातडी आणि हाडं चिकटली होती. परिणामत: हाताची बोटं उघडणं शक्य होत नव्हतं. हात सरळ करण्यासाठी कमीत कमी रात्रीच्या वेळी हाडं जुळावीत म्हणून वापरतात तशी फळी हाताला बांधावी अशी त्याने शिफारस केली. ते मी करू शकत नव्हते; कारण मला पूर्ण वेळ काम होतं. मला जास्तीत जास्त पाच तास अनिश्चित वेळा झोप मिळायची आणि त्या अवधीत अवजड फळीचा अडथळा मला सहन करणं शक्य नव्हतं.

दरम्यान पिप्पाचा पाय बरा होणं प्रगतिपथावर होतं आणि जखमांपेक्षा तिला सतत जी उपशामक औषधे दिली जात होती, त्यांचा जास्त धोका होता. या शक्तिशाली औषधांना तिचं हृदय किती काळ तोंड देऊ शकेल, हा प्रश्न होता. संध्याकाळी पशुवैद्यांनी यकृत आणि हृदय यांना उत्तेजक औषधांचे इंजेक्शन दिलं आणि त्याच वेळी उपशामकांचं प्रमाण कमी केलं आणि मला सांगितलं की, तिला अगदी जरुरी वाटली तरच जास्त उपशामकं द्यावीत.

त्या रात्री अकरा वाजता पिप्पा गुरगरू लागली आणि लवकरच तिला इतका वेळ कडक पेटके येऊ लागले की, मला उरलेली उपशामके द्यावीच लागली. त्यानंतर ती चांगली झोपली. दुसऱ्या दिवशी सकाळी तिचं तापमान प्रमाणानुसार कमी होतं. दुपारच्या पशुवैद्याला तिच्या हृदयाविषयी अतिशय काळजी वाटली. म्हणून त्याने वेगळ्या उपशामकाच्या वापराचा प्रयत्न केला. R0-५-२८०७ अधिक

(Acefylpromazin) आणि अगदी थोडं (sernylan) सेरनिलन. या नवीन उपशामकाचे (sernylan) सेरनिलन अधिक (Acetylpromazin) ॲसेटिलप्रोमॅझिन यांच्या पूर्ण डोसपेक्षा, जे तो आतापर्यंत वापरत होता, कमी दमविणारे दुय्यम परिणाम होतील, अशी त्याची अपेक्षा होती. त्याने कमीत कमी डोस इंजेक्शनद्वारे दिला आणि गरज पडल्यास देण्यासाठी बाकीचा माझ्याकडे दिला.

मीदेखील त्याची एक रोगी बनले. त्या दिवशी सकाळी लवकरच मी माझा उजवा हात उकळत्या पाण्याने पोळून घेतला होता आणि त्याचे फोड आता फुटू लागले होते. मी पिप्पाच्या पायाच्या जखमा बांधत असेन, त्या वेळी माझ्या हाताच्या त्या उघड्या जखमा संसर्गदूषित असू नयेत याविषयी त्याला काळजी वाटत होती. त्याने मला पेनिसिलीन त्याचप्रमाणे धनुर्वाताचं इंजेक्शन देण्यासाठी डॉक्टरला बोलावण्याचा आग्रह धरला. तो डॉक्टर रात्री आठ वाजता येईपर्यंत हॉस्पिटलमध्ये विजेच्या कमतरतेमुळे आम्ही अक्षरश: अंधारात होतो. त्यासाठी आम्हाला राष्ट्रीय उद्यानाच्या रखवालदाराकडून ते कार्यालय उघडून घ्यावं लागलं. तिथं त्या डॉक्टरने माझ्यावर औषधोपचार केले. दोन इंजेक्शने घेतल्याबरोबर मी अंधारात पिप्पाशेजारी शुश्रूषेसाठी जागरण सुरू केलं.

ती अशक्त झाली होती आणि तिचा श्वासोच्छ्वास अतिशय हळू चालू होता; पण ती रात्रभर शांत राहिली आणि तिला जादा उपशामकांची गरज पडली नाही. अचानक, मी अस्पष्ट असा पक्ष्याचा आवाज ऐकला, एखाद्या तरुण चित्त्याच्या आवाजासारखा. अजूनही हॉस्पिटलमध्ये वीज नव्हती. त्यामुळे मी त्या आवाजाचं उगमस्थान शोधू शकले नाही. मी गोंधळून गेले. काही दिवसांपूर्वी त्या सर्व चित्त्यांच्या पिलांना इथून नवीन अनाथालयात हालवलं होतं; पण हा स्पष्टपणे लहान पिलांचा आवाज होता. मी इंजेक्शने घेत असताना हा नवागत आला असावा. पिप्पाला जवळ धरून आणि तिच्या हृदयाची हळुवार धडधड अनुभवत, त्या चित्त्याच्या वरचेवर येणाऱ्या हाकेनं मी अस्वस्थ झाले.

दुसऱ्या दिवशी सकाळपर्यंत पिप्पाचा श्वासोच्छ्वास सामान्य होता; पण तिचं तापमान अजूनही फक्त १००° फॅ. होतं. मी ही गोष्ट सकाळच्या पशुवैद्याच्या कानी घातली. तो आज खूपच मित्रत्वानं वागत होता. मी पिप्पाला अर्धा पौंड मांस खाऊ घालत असताना पाहत त्याने Ro-५-२८०७ अधिक (sernylan) सेरनिलनचा पूर्ण डोस अशी उपशामके टोचली. नंतर मी पिप्पाला आणखी मांस देऊ केलं; पण तिनं डोळे मिटले आणि तिचं डोकं खाली झुकलं. तिनं खाणं का थांबवलं असं मी विचारलं. त्या पशुवैद्यानं कदाचित 'ती थकली असावी', असं उत्तर दिलं आणि तो निघून गेला.

पिप्पा परत केव्हाही जागी झाली नाही. ती ऑक्टोबरची सात तारीख होती.

त्याच सकाळी काही वेळानं (Lew Fluxxthal) आला आणि पिप्पाला तिच्या छावणीत पुरता येईल, म्हणून त्याने आम्हाला घेऊन जाण्याची तयारी दाखविली. नंतर तो तिच्यासाठी लाकडी पेटी तयार करून घ्यायला गेला. त्याने तिला त्यात ठेवायला बर्फ आणला आणि एक लँडरोव्हर भाड्याने घेतली, कारण ती अवजड पेटी विमानात बरोबर बसत नव्हती. दरम्यान मी जॉर्जला दुसऱ्या दिवशी संध्याकाळी पिप्पाच्या छावणीत खणायची साधनं घेऊन, आम्हाला भेटण्यासाठी एक रेडिओ संदेश पाठवला.

आम्ही पिप्पाला घेऊन हॉस्पिटलबाहेर जाताना, त्या नवीन चित्त्याच्या पिलाचा ओरडण्याचा आवाज आमची मोटार निघत असतानाही सतत येत होता.

आमच्या लांबवर असलेल्या मेरूपर्यंतच्या प्रवासात गेल्या सतरा दिवसांत जे काही घडलं, त्यावर विचार करायला भरपूर वेळ होता. जर एखादी हलकी धातूची पट्टी किंवा यापेक्षा चांगली एखादी प्लॅस्टिकची पट्टी तिच्या पायाला बांधली असती तर रोजच्या रोज तिच्या जखमेची तपासणी करणं शक्य झालं असतं आणि पिप्पाला वाचवता आलं असतं; पण आता हे सर्व माहीत व्हायला फारच उशीर झाला होता. सुटी करून वेगळी करण्याजोगी फळी वापरून पिप्पा मेरूला व्हिटीच्या आवारात राहू शकली असती. तिथं ती परिचित आसमंतात राहिली असती आणि तिला कोंडून ठेवल्याने तिची होणारी चिडचिड कमीत कमी करता आली असती.

जेव्हा त्यांची पिलं पण फक्त नुकतीच एकाकी जीवन कंठण्याजोगी, मोठी झालेली होती, हे एल्साच्या बाबतीत घडलं तसंच पिप्पाच्या बाबतीतही घडलं होतं. अशी इतिहासाची पुनरावृत्ती घडत होती, हे विलक्षण वाटलं.

टायनी, बिग बॉय आणि सोम्बा यांच्याबाबत अगदी अलीकडील वृत्त ऐकायला मी मोठ्या कष्टानं थांबले होते. सप्टेंबर तेवीसला बेनने लिहिलं होतं की, ज्या दिवशी मी मेरू सोडलं त्या दिवशी उद्यान अधिकाऱ्यांनी विमानाच्या नवीन धावपट्टीवर त्यांना धडधाकट, पोटं पूर्ण भरलेली अशी पाहिली होती. त्यानंतरच्या आठवड्यात माझ्या माणसांना चित्त्याच्या अनेक पाऊलखुणा असलेली एका तरुण हरणाची हाडं सापडली. नवीन मुख्य कचेरीच्या मागच्या बाजूला, सुमारे दोन मैलावरील एका टेकडीच्या माथ्यावर त्यांना पिलं दिसण्यापूर्वी नऊ दिवस जावे लागले. एका हरणाच्या अवशेषांकडे एका गिधाडाने मार्गदर्शन केल्यावर तिथून काही यार्डांवर एका झुडपाखाली त्यांना ती दिसली. बेन त्यांच्याजवळ गेला. तेव्हा त्याला सर्वांत शेवटी आम्ही एकत्र होतो, त्यानंतर वीस दिवसांनी बेनला पाहिल्यावर त्यांना आनंद वाटला असं दिसलं. त्यांनी 'म्याँव म्याँव' असा आवाज काढला.

अर्ध्या तासानंतर टायनी उठला, त्याच्या मागून बिग बॉय आणि शेवटी सोम्बा आणि ते अतिशय दाट झाडीतून हळूहळू चालू लागले. टायनी थांबल्यावर इतर दोघेही थांबायचे. टायनी पुढे चालू लागल्याबरोबर तेदेखील चालू लागायचे. असं वाटलं की बिग बॉयकडून टायनीनं नेतृत्व घेतलंय. तरीदेखील बिग बॉयनं त्याला स्पर्श करण्याचा प्रयत्न केला, तेव्हा तो अतिशय लाजाळू वाटला. अतिशय गरम होईपर्यंत ते असंच चालत राहिले आणि खाली बसले. नंतर ते लोक जेवणासाठी छावणीत परतले. पण चहाच्या वेळी दूध घेऊन निघाले. त्या वेळी त्यांनी ते त्रिकूट अजून त्याच झाडाखाली आराम करत असलेलं पाहिलं. बेनचं सोम्बाशी खेळणं अगदी अंधार पडेपर्यंत तिनं सहन केलं. त्यानंतर आठ दिवसपर्यंत त्यांना पिलांचा माग लागला नाही.

संध्याकाळी बऱ्याच उशिरा आम्ही छावणीत पोचलो. जॉर्ज आणि माझ्या माणसांनी पिप्पासाठी, एका लहानशा ढिगाजवळ, जिथं तिचं एक नरपिलू पुरलं होतं, तिथं एक कबर आधीच खोदून ठेवली होती. दोन्ही कबरींवर एका झाडाची सावली होती. जिथं छावणीत जे काही चालत असायचं ते पाहत ती आणि तिचं कुटुंब नेहमी खेळत असे. माझ्या लोकांनी ज्या शांतपणे पिप्पाचं स्वागत केलं, त्यावरून त्यांना पिप्पाच्या मृत्यूचं किती वाईट वाटत होतं, ते मला समजलं.

आम्ही तिला त्या खड्ड्यात सोडलं, पण त्या पेटीवर माती ढकलण्यापूर्वी मी टायनी, बिग बॉय आणि सोम्बा यांचं प्रतीक म्हणून तीन लहान खडे त्यावर ठेवले; ते एकमेकांचं सांत्वन करतील या आशेनं. नंतर आम्ही तिला चिरविश्रांती दिली. त्यानंतर अचानक मला शांत वाटलं, हे विलक्षण भासलं. पिप्पाला तिच्या जगात विश्रांती दिली, हे माझ्यासाठी अत्यंत महत्त्वाचं होतं. कारण तिचं आमच्याबरोबर अस्तित्व चालू राहील आणि तिच्या नावाने मला जे सर्व काही करायचं होतं, ते करायला ती मला बळ देईल, हे मला माहीत होतं.

❑

- १० -
पिलांची पुन्हा भेट

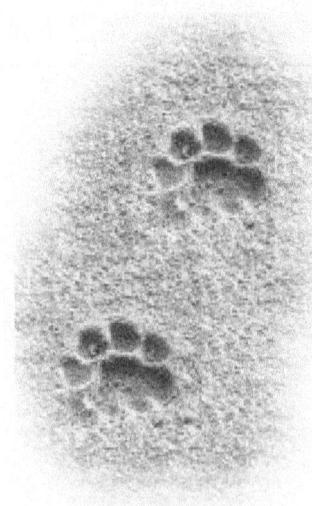

पिप्पाची पिलं शोधणं हे आता अत्यंत निकडीचं काम होतं. सकाळी माझ्या माणसांनी त्यांचा माग राजोवेरू पुलाकडून येणाऱ्या रस्त्यावरून दोन मैल आणि विमानाच्या धावपट्टीपर्यंत काढला होता. तिथं तो त्यांनी हरवला होता, पण परत पाऊलखुणांवरून माग काढला होता.

वेळ वाचवण्यासाठी आणि त्यांचा शोध पुढे चालू ठेवण्यासाठी दुसऱ्या दिवशी सकाळी ते लवकर निघाले. त्या वेळी मी माझं सामान बाहेर काढत होते. मी सामानातील वस्तू अलग करणं सुरू केलं न केलं, इतक्यात काही अमेरिकी पाहुणे आले. त्यांना माझी स्वाक्षरी आणि त्यांच्याबरोबर माझा फोटो हवा होता. माझं छावणीतील जीवन म्हणजे एखादा सार्वजनिक उद्योग समजणाऱ्या आणि माझ्या व्यक्तिगत आयुष्याची कदर न करणाऱ्या अनोळखी लोकांच्या धाडींची मला चांगली सवय झाली होती. मला शक्य होत्या तेवढ्या मी त्यांच्या मागण्या नेहमी पुऱ्या करत असे. पण आज मला वाटलं, की मी त्यांची मागणी पुरी करू शकणार नाही

आणि त्यांच्या मार्गदर्शकाला मी परिस्थिती समजावून सांगितली. माझे लाल झालेले आणि सुजलेले डोळे आणि नवीनच खोदलेली कबर पाहून, ते माझ्या वाटेला गेले नसते; पण त्याऐवजी त्यांनी गप्पांचा फड जमवला, चिकाटीने त्यांचे कॅमेरे माझ्यावर रोखले, मला चांगल्या हास्याची गळ घालू लागले.

दुपारी पिलांबाबत कोणतीच माहिती न मिळता माझी माणसं परतली. दुपारच्या जेवणानंतर लोकल आणि स्टॅन्ले यांनी त्यांचा माग घेणं जिथं सोडलं होतं, त्याच्यापुढं त्यांचं काम चालू ठेवलं. मी आणि जॉर्जने वेगळ्या दिशेनं शोध सुरू केला. त्याच वेळी बेन आणि ल्यू फ्लक्सयाल ताना नदीवरील तीस मैलांवर असलेल्या ॲडम्सन धबधब्याकडे मोटार घेऊन गेले. आम्हाला माहीत होतं की, जोरदार प्रवाहाच्या काठावर कठीण करड्या खडकांच्या मोठ्या फरशांच्या राशी रचलेल्या होत्या आणि त्या जलौघानं गुळगुळीत झाल्या होत्या. पिप्पाच्या कबरीसाठी त्यांचा उत्तम पृष्ठभाग तयार होईल, असं मला वाटलं.

नंतरचे काही दिवस आम्ही आमचं दोघा-दोघांचं सुसंघटित काम परत परत केलं. पण पिलांचं कोणतंच चिन्ह सापडलं नाही. दरम्यान, आम्ही खडबडीत दगडांनी एक मोठी रास उभारली आणि त्यावर ताना नदीतील उत्तम फरशा बसविल्या. ल्यूला नैरोबीला परतावंच लागलं, तेव्हा तो त्या फरशांतील उत्तम फरशी, त्यावर पिप्पाचं नाव आणि तारखा खोदून घेण्यासाठी घेऊन गेला. नंतर ती फरशी आम्ही त्या दगडांच्या राशीच्या केंद्रस्थानी बसविली आणि त्या सर्व फरशा सिमेंटने पक्या बसविल्या. म्हणजे कोणताही हत्ती या कबरीला खराब करू शकला नसता. शेवटी पिप्पाची कबर आणि तिच्या पिलाची कबर यांच्या भोवतालचं एका वर्तुळाकार जमिनीवरील गवत काढून टाकलं. तिच्या पिलाच्या छोट्या कबरीला, पिप्पाच्या मोठ्या कबरीचा आसरा होता. एल्सा आणि पिप्पासाठी इतक्या काळजीपूर्वक कबरी बांधून, मी वेडपट मनोवृत्तीकडे कल असल्याचा आरोप होण्याचा धोका पत्करला होता. तरीसुद्धा या दोन्ही प्राण्यांनी त्यांच्या आयुष्यात, मला सहभागी होऊ दिलं आणि मानवजातीचं जग त्यांच्या जगाइतकं चांगलं करण्याची आशा बाळगण्यासाठी त्यांनी जे सर्व काही केलं, त्यासाठी मला त्यांचा मान राखायचा होता.

अलीकडेच जॉर्जला उद्यानात राहण्याची आणि माझ्या छावणीत सामानासह हलायची परवानगी मिळाली होती. त्याचं सामान घेऊन तो माझ्या छावणीत येतो न येतो, तोच जिथं त्याने गेल्या चार वर्षांपासून घर केलं होतं, त्या दिशेनं एक धुराचा लोट उठत असलेला आम्ही पाहिला. आम्ही शांत होतो. शब्दांची गरज नव्हती. मला जॉर्जविषयी फार वाईट वाटलं.

थोड्या सुटीमुळे त्याला बरं वाटेल असं म्हणून बेन, ल्यू फ्लक्सथालबरोबर

दोन आठवड्यांसाठी गेला होता. याचा अर्थ दुर्दैवानं पिलांचा शोध घ्यायला दोन जोड्या असत्या तर जेवढी भूमी व्यापता आली असती, तेवढी आम्ही व्यापू शकत नव्हतो. हवेत फार उष्मा होता आणि दिवसभर पावलांच्या खुणांवरून शोधं घेणं थकवणारं होतं. आम्ही ज्या नद्यांच्या लगत वरचेवर शोध घेत होतो, त्या नद्यांमध्ये संपूर्ण पोशाखासकट डुबकी मारून तशीच चालत असताना, अर्धवट कोरडी झाल्यावर परत एकदा डुबकी मारून मी माझी डोकेदुखी टाळू शकत होते. पिप्पाचे आमच्याबरोबरचे आणि तिच्या पिलांबरोबरचे स्नेहसंबंध यावर किती अवलंबून होतं, हे मला आता लक्षात आलं होतं आणि तिची पिलं आमचं अस्तित्व सहन करत होती. कारण त्यांनी ते सहन करावं अशी पिप्पाचीही इच्छा होती. काही वेळा मला असं निश्चितपणे वाटायचं, की ती पिलं आमच्या हाका ऐकण्याएवढ्या अंतरावर होती. पण आम्ही दिवसेंदिवस मोठ्या कष्टानं हळूहळू मार्गक्रमणा करत होतो, तरी माझ्या हाकांना कधीही प्रत्युत्तर मिळालं नाही.

दोन वेळा आम्हाला एका चित्त्याच्या पाउलखुणा सापडल्या आणि पाऊलखुणांजवळच आम्हाला पिप्पाच्या सहचराच्या, काळ्या नराच्या त्यांच्या छावणीपासून एक मैलाच्या आत परत रस्ता पार करतानाच्या पाऊलखुणा दिसल्या आणि त्या मुलिका नदीच्या दिशेनं नाहीशा झाल्या. पिलांच्या ठावठिकाणच्याबाबत तो सहचर सुगावा लावेल या आशेनं, त्याच्या पाऊलखुणांचा माग काढला असता आम्ही दोन सिंहांना सामोरे गेलो. त्यामुळे आमचा त्यापुढचा त्या क्षेत्रातील शोध व्यर्थ झाला.

एक दिवस आम्हाला एक मृत हत्तीण आढळली. तिच्या शरीरातील काही भागावर कडक वाळलेली कातडी अजूनही तशीच होती आणि तिच्या डोक्यापासून काही इंचांवर पडलेले, तिचे दोन्ही सुळे, तिचा मृत्यू नैसर्गिकच झाला होता हे दर्शवत होते. एक जिराफमादी मात्र दुर्दैवी होती. तिला आम्ही उद्यानाच्या एक मैल आतल्या बाजूला मरून पडलेलं पाहिलं. तिचं शेपूट कापून टाकलेलं होतं. कदाचित त्या शेपटाचा उपयोग एखादी मादी हाकलायला करायचा असावा. तिच्या कातडीचा काही भाग चाकूने कापून वेगळा केलेला होता. उघडच बेकायदेशीर शिकाऱ्यांचं काम.

एकदा एकाग्रतेनं पाउलखुणांचा माग काढत आम्ही जंगलातून चालत होतो, तेव्हा रेड्याच्या भक्ष्याच्या मेजवानीवर ताव मारण्यात खूप गुंग होऊन गेलेल्या दोन सिंहांशी आमची अचानक भेट झाली. आम्हा सर्वांनाच आश्चर्याचा धक्का बसला आणि सुदैवानं ते सिंह पळून गेले. ते सिंह त्याच्या ताब्यातील सिंहापैकी होते काय, ते जाणून घ्यायला जॉर्जला आवडेल. म्हणून आम्ही त्याला घेऊन येण्यासाठी

छावणीत परतलो. आम्ही तिथं परत यायला जे पाच तास लागले, त्या दरम्यान त्या सिंहांची पोटे मेजवानी झोडून तट्ट फुगली होती आणि ते त्या भक्ष्याजवळ आराम करत होते. पण त्यांच्यातील तो तुलनेने तरुण सिंह त्या भक्षाजवळून अनेक वेळा, त्यांच्या पाळीची वाट पाहत आजूबाजूला जमलेल्या गिधाडांना रोखायला पळत होता. त्या जमलेल्या गिधाडांत (Ruppell) रुप्पलची मोठी, पांढरी आणि गुलाबी मान असलेली गिधाडं आणि नेहमी हजर असणारे मोठे करकोचे होते. त्याच्या कळपात हे सिंह नव्हते हे जाणून घ्यायला जॉर्जनं मोटार त्यांच्याजवळ नेल्यावर आम्ही, सिंहाच्या जोडगोळीला मेजवानीसाठी सोडून दिलं आणि त्या क्षेत्रात पिप्पाच्या पिलांचा शोध घेत फिरून लागलो. एक तासानंतर आम्ही छावणीकडे परतताना त्या रेड्याच्या भक्ष्याजवळून गेलो, तेव्हा त्या दोन्ही सिंहांचं तिथं कोणतंच चिन्ह नव्हतं; पण सर्व गिधाडं एकत्र येऊन तिथं एक पंखांची रास तयार झाली होती. एकमेकांच्या अंगावर चढून ती जवळपास नुसत्या हाडांपासून, ती खाण्याजोगे शेवटचे स्नायुबंध ओढून काढत होती.

त्या मोठ्या करकोच्यांच्या गळ्यापाशी असलेल्या पिशव्या आता फुगलेल्या होत्या. ते पाहण्यात मला आस्था होती. पूर्वी ते झाडावर बसलेले असताना त्यांचा आकार नेहमीसारखाच होता, याबाबत मला खात्री होती. त्याच्या मानेच्या समोरच्या भागावर वाढलेल्या त्या पिशव्या केव्हा आणि का हवा भरलेल्या होतात, याचं स्पष्टिकरण देणारे अनेक सिद्धांत आहेत; पण त्यांतील एकही समाधानकारकपणे सिद्ध झालेला नाही.

पावसाळा फार दूर नव्हता आणि परत गवत जाळण्याची वेळ आली होती. जास्त दूरच्या क्षेत्रात हे काम करायला उद्यान अधीक्षकांकडे पुरेसा कामगारवर्ग नव्हता. त्यामुळे आमच्या शोधकार्यात काही मैदानावरील गवत जाळून टाकण्याची मी दाखविलेली तयारी त्यांनी आनंदानं स्वीकारली. यात रजोवेरू नदीला मिळणाऱ्या उपनद्यांचा प्रदेश हा विशेषकरून संबंधित होता. तो प्रदेश आता आमच्या पूर्णपणे माहितीचा झाला होता. एका सकाळी वाऱ्याकडे काळजीपूर्वक लक्ष देऊन, दोन उपनद्यांच्या प्रदेशात आम्ही काडेपेटीच्या पेटलेल्या काड्या टाकणं सुरू केलं न केलंय तोच, आमच्या सभोवतालच्या वाळून पेंढा झालेल्या गवतानं इतक्या अविश्वसनीय वेगानं पेट घेतला, की आम्हाला आमचा जीव वाचविण्यासाठी नदीकडे धाव घ्यावी लागली. आम्ही आमच्यामागे वेगाने पेटलेल्या ज्वालांपासून वाचण्यासाठी कसंबसं वेळेवर पोचलो आणि त्या नदीत उड्या मारल्या. दूरवरच्या पलीकडील काठावर गेलो आणि रानम्हशींच्या शेणानं माखलेल्या भागात होतो असं आढळलं. आमच्या सभोवतालच्या जंगलात त्यांचे फुरफुरणे आणि जोराने टकरा देण्याचे आवाज

ऐकले. ही भयंकर परिस्थिती होती. यांपैकी एखादा सजीव रणगाडा समोरासमोर भेटला तर आम्हाला पळून जाण्याची कोणतीही आशा नव्हती. या कठीण परिस्थितीत भर म्हणून ती काय, माझ्या पायाच्या पुढच्या भागावर एक खोल जखम झालेली मला दिसली. ती त्या नदीत उडी मारताना झाली होती आणि तिचं रक्त आता दु:खदायक रीतीनं माझ्या बुटात गळू लागलं होतं, पण मी त्या जखमेकडे लक्ष देण्यापूर्वी आणि अग्नीच्या ज्वाला त्या नदीपलीकडे उडी मारून त्यात पकडले जाण्यापूर्वी, आम्हाला या काटेरी जंजाळातून बाहेर पडण्यावर लक्ष केंद्रित करावंच लागणार होतं. शेवटी आम्ही जरा जास्त उघड्या मैदानावर आलो, तेव्हा आमची एका झोपलेल्या गेंड्याशी जवळजवळ टक्करच झाली. तो झोपलेला गेंडा स्पष्टपणे इतका एखाद्या वाळवीच्या टेकाडासारखा दिसत होता, की त्याने उठून, एकदम वळण्यापूर्वी आणि रागाने फुरफुरत आम्ही ज्या काटेरी नरकातून बाहेर पडलो, त्या नरकात तो घुसण्यापूर्वी आम्ही त्याच्यावर पाऊल टाकण्याच्या बेतात होतो. त्या पशूच्या जाड कातडीचा मी हेवा केला, पण त्याच्या आवडत्या निवासाचा नाही.

बेन परतल्यावर आम्ही दोघा-दोघांच्या जोड्या करून वेगवेगळ्या दिशेनं शोध करू शकलो, पण दिवसेंदिवस आमच्या त्या त्रिकुटाच्या पाउलखुणांशिवायच गेले. जणू काही आमचा उपहास करायला, पिप्पाच्या क्षेत्रात आता दोन एकएकटे चित्ते होते. एक केनमेअरजवळ आणि दुसरा राजोवेरू नदीच्या लगत विमानाच्या धावपट्टीजवळ. आम्ही त्यांना प्रत्यक्ष पाहून ते पिप्पांच्या पिलांपैकी नाहीत हे समजण्यापूर्वी त्यांच्या पाऊलखुणांचा मागोवा आमची फसगत करत होता.

पाऊस सुरू झाला होता आणि त्यामुळे बऱ्याच वेळा माग काढणं अशक्य व्हायचं. एका जुन्या जखमेमुळे बेनला गुडघ्याच्या वाटीचा त्रास सुरू झाला. त्यासाठी त्याला नैरोबीला जाऊन तातडीचा औषधोपचार करून घ्यायची गरज होती. त्या वेळी परिस्थिती अजून गुंतागुंतीची झाली. आम्ही नवीन मुख्य कचेरीजवळ त्याच्या दौऱ्यासाठी मोटारीत पेट्रोल भरत होतो, तेव्हा आम्हाला असं सांगण्यात आलं, की त्या दिवशी भल्या पहाटे, तिथून अर्ध्या मैलावरील पाण्याच्या पंपाजवळ पिप्पाची पिलं दिसली होती आणि खरोखरच, तिथं आम्हाला त्या सर्व तिन्ही पिलांच्या पाऊलखुणा सापडल्या. खालच्या खडकाळ जमिनीवर आमच्या नजरा रोखून अंदाजे एक तासपर्यंत पिप्पाच्या नावाने हाका मारत, आम्ही त्या पाऊलखुणांचा माग काढला. नंतर मी एक आफ्रिकी हरीण पळताना पाहिलं. ते सुंदर हरीण माझ्या दुर्बिणीतून पाहत असताना अचानक कोणीतरी माझ्याकडे लक्ष देऊन पाहतंय, याची जाणीव झाली आणि सभोवताली पाहत असताना फक्त काही फुटांवरून गवतातून टायनी, सोम्बा आणि बिग बॉय माझ्याकडे पाहत असलेले आम्हाला

दिसले. ते त्या हरणावर दबा धरून बसले होते काय? उघडच ते भुकेले होते. आम्ही नेहमी बरोबर नेत होतो ते दूध त्यांना दिलं. अगदी लहान असताना ज्याप्रमाणे लहान बाऊलमध्ये त्यांची डोकी खुपसून ते प्यायचे, तसेच अगदी तहानलेले असल्याप्रमाणे त्यांनी ते पिऊन टाकलं. गेल्या काही आठवड्यांत त्यांची किती वाढ झालीय आणि ती किती उत्तम स्थितीत होती, ते मी पाहू शकले. बेननं स्टॅन्लेबरोबर बकरी आणण्यासाठी जायची तयारी दाखविली. त्यामुळं दरम्यान मी त्या पिलांबरोबरच पुनर्मिलन उपभोगू शकले.

मी पिलांच्या मागे एका सावली असलेल्या झाडापाशी गेले. माझ्यामागे थोड्या अंतरावर लोकल होता आणि आम्ही सर्वजण खाली बसलो. दुपारच्या उकाड्यात टायनी आणि बिग बॉय लवकरच झोपले; पण सोम्बा थोड्याशा हालचालींकडेही लक्ष देण्याएवढी सजग राहिली. मी तिच्याजवळ जाण्याचा प्रयत्न केला तर तात्काळ जागा बदलायची. सेहेचाळीस दिवसांपूर्वी पिप्पा शेवटच्या वेळी आम्हा सर्वांच्या बरोबर होती. ती सकाळ सोडल्यास, सहा महिन्यांपेक्षा जास्त काळ पिलांनी मला पाहिलेलं नव्हतं. एका हरणाच्या शिकारीवर असताना बेनला ती पिलं सापडली होती, त्याला आता पंचवीस दिवस झाले होते. ती पिलं आता त्यांच्या बळावर शिकार करू शकतात, हे मला माहीत झालं होतं. गेल्या काही आठवड्यांत, मी वरचेवर निराश व्हायची आणि अजून ती जिवंत आहेत किंवा नाही, या विचारात पडायची. फक्त एका तासापूर्वीच मी 'आम्हाला त्यांना धडधाकट पाहू दे! अशी प्रार्थना केली होती आणि आता माझी प्रार्थना सफल झाली होती.

गेल्या काही आठवड्यांतील तणावाच्या तुलनेत आमच्या आसपासची शांतता, हा आश्चर्यकारक विरोधाभास होता. फक्त प्राणीच मला पूर्ण समाधानाची भावना देतात, असं का? जर पिप्पा अजून आमच्याबरोबर असती तर माझा आनंद परिपूर्ण झाला असता. पण जरी ती प्रत्यक्ष हजर नसली, तरी ती माझ्या अगदी जवळ होती, असं मला वाटलं आणि तिनंच पिलं शोधायला मदत केली होती, असा विश्वास वाटला. हे अर्थपूर्ण होतं आणि आता यापुढे तिचं नाव पिलं आणि माझ्यातील दुवा म्हणून वापरायचं मी ठरवलं.

त्यांच्यापैकी प्रत्येकजणात तिचा एखादा प्रिय होणारा गुण होता. बिग बॉयनं तिचा प्रेमळ काळजी घेण्याचा गुण उचलला होता. त्याच्या बंधू आणि बहिणीला प्रेमाने चाटून तो ते त्याच्याजवळ येऊन, जसे ते पिप्पाला बिलगत, तसे त्याला बिलगेपर्यंत धीर द्यायचा. टायनीकडे आकर्षकता आणि विश्वसनीय प्रामाणिकपणा, त्याच वेळी सोम्बा किंचितशा धोक्यावरदेखील पहारा द्यायची आणि मारोटाच्या काळजीनं त्यांचं संरक्षण करायची.

अचानक तिघेही उठून बसले आणि बकरीचं मृत शरीर घेऊन येणारे बेन आणि स्टॅन्ले लवकरच ज्या दिशेनं आले, त्या दिशेकडे टक लावून पाहू लागले. ते पिलांच्या ताब्यात मिळाल्याबरोबर, त्यांनी ते एका झुडपाखाली ओढत नेलं, जिथं कोणतंही गिधाड त्यांना खाताना पाहू शकणार नाही. अर्ध्या तासात त्या बकरीच्या कातडीचे काही तुकडे, काही हाडं आणि डोकं यांच्याशिवाय काहीही शिल्लक नव्हतं. मी ते डोकं फोडून त्याचा लगदा केल्यानं तेदेखील त्यांना खाता येईल म्हणून ते हाती घेतलं. सोम्बानं तिचं डोकं खाली करून, त्याचं संरक्षण करायचा पवित्रा घेतला आणि तिच्या पुढच्या पायांनी माझ्या दिशेनं इतक्या जलद गतीने मारलं की, मी चटकन ते डोकं खाली टाकलं. तिचं लक्ष विचलित करण्याच्या आशेनं, मी बकरीच्या कातडीच्या तुकड्यावर, लोकलनं हाडातून काढलेला मगज तिला देऊ केला. त्याचं काय करायचं हे तिला माहीत नव्हतं, पण त्याने टायनीची जिज्ञासा जागृत केली. मगज हा त्याचा विशेष हक्क होता, असं तो नेहमी समजत होता आणि आता त्यानं त्याच्या आवडीच्या रुचकर घासासाठी धाव घेतली, ती फक्त बिग बॉयने त्याचा त्वरित पाठलाग करण्यासाठी. तो त्यातील गंमत चुकवू इच्छीत नव्हता. अतिशय जोरजोरात गुरगुरत त्या कातडीच्या तुकड्याला गच्च पकडून त्या दोघांनी तो मगज सर्व दिशांना उधळला. शेवटी त्या कातडीच्या तुकड्याच्या जास्तीत जास्त भागाचं टायनीनं प्रदर्शन केलं आणि त्याला मिळवता आलेला लहान तुकडा बिग बॉय घेऊन गेला. तो तुकडा त्यानं दुधाच्या बाऊलमध्ये टाकला आणि कंटाळा येईपर्यंत त्या विजयचिन्हाचं रक्षण करत बसला. नंतर ते दूध पिऊन तो निघून गेला. एका क्षणानंतर तो तुकडा टायनीनं पकडला आणि खाऊन टाकला. त्या पिलांत मी इतकी गुंतून गेले होते की, मला वेळेचं भान राहिलं नाही आणि त्यांना पाहणं अशक्य होण्याइतका अंधार पडेपर्यंत मी तिथं थांबले आणि नंतर आम्हाला छावणीत परतावंच लागलं.

❑

- ११ -
पिलांची बॉयला वाचवायला मदत

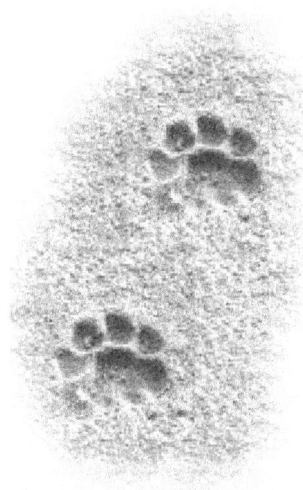

दुसऱ्या दिवशी सकाळी, बेन लवकरच नैरोबीला जाण्यासाठी निघून गेला. लोकल आणि मला मुख्य कचेरीपासून साधारण एक मैलावरील टेकडीच्या माथ्यावर, आम्ही त्यांना आदले दिवशी सोडलं होतं त्या ठिकाणापासून जवळच ते चित्ते सापडले. आम्ही त्या त्रिकुटाला मांस दिल्यावर ते थोड्या अंतरावर असलेल्या एका बाभळीच्या झाडाखाली स्थिरावले. काही वेळानंतर त्यांना दुसऱ्या वेळी मांस मिळालं तर आवडेल, हे माहीत असल्यानं शिल्लक राहिलेलं मांस बरोबर घेऊन मी त्यांच्या मागं गेले आणि त्या पिलांच्या जवळ बसून त्यांचे खूप फोटो काढले.

परत मला माझ्यावर कोणीतरी लक्ष ठेवतंय अशी विचित्र भावना झाली आणि माझ्या दुर्बिणीतून सभोवताल काळजीपूर्वक न्याहाळल्या-नंतर, अंदाजे शंभर यार्ड दूर गवतात पडलेला एक सिंह मला दिसला. हालचाल न करता तो सरळ माझ्याकडे पाहत होता. गवतात दृष्टिआड न झालेला त्याच्या शरीराचा जो काही भाग मी पाहू शकले, त्यावरून तो अतिशय रोड झालेला, त्याच्या डोळ्यांखाली दोन इंचावर साळीचं पीस

बाहेर आलेलं दिसलं. मधुर चविष्ट साळीची शिकार करून, त्यावर जगणाऱ्या प्राण्यांसाठी ही पिसं प्राणघातक ठरू शकतात हे माहीत असल्याने, हा रोड सिंह अतिशय जखमी झाला असणार आणि बहुधा त्याच्या पायात जास्त पिसं घुसलेली असावीत, त्यामुळे हालचाल करणं जरी अशक्य नसलं, तरी ते अतिशय वेदनामय होतं.

दरम्यान त्या पिलांना त्यांच्या शेजाऱ्याची अजिबात जाणीव नव्हती आणि ती चांगला आवाज करत मांस खात होती. त्यांच्यात फाजील भीती उत्पन्न न करता, तो भाग सोडून जायला मी कशी प्रवृत्त करू शकेन बरे? लोकलने अद्याप तो सिंह पाहिला नव्हता. मी त्याला माझ्याजवळ येण्यासाठी खुणावलं. तो सिंह आणि ते चित्ते यांच्यामध्ये उभे राहून आम्ही टायनी साशंक होईपर्यंत, दोन्हीकडे लक्ष ठेवून होतो. त्या सिंहाकडे टक लावून पाहत टायनीनं विचित्र, सखोल गुरगुरत कण्हल्यासारखा आवाज काढला आणि तो तिथून निघाला. बिग बॉय आणि सोम्बा त्याच्यामागून पळाले. त्या पिलांनी स्वतःच तो सिंह पाहिला होता. त्यामुळे मी काळजीतून मुक्त झाले. कारण आमचे संबंध अजून काहीसे नाजूक असताना, त्यांना घाबरवून टाकायला मला आवडलं नसतं.

आता मी जॉर्जचे सिंह, बॉय आणि सुस्वा यांची नावं परत परत मोठ्याने घेतली; पण त्या सिंहाने त्याचा कानदेखील न हालवता फक्त माझ्याकडे पाहिलं. त्याच्या या वागणुकीचा काय अर्थ काढायचा. हे मला समजलं नाही. जॉर्जच्या कळपातल्या सिंहासारख्या वन्य प्राण्याने असं करणं असंभव होतं. एका जखमी सिंहाला मुख्य कचेरीच्या इतक्या जवळ तसंच सोडणं मला शक्य नव्हतं. म्हणून मी उद्यान अधिकाऱ्यांना बोलवायला, अंदाजे एक मैलभर चालत मुख्य कचेरीकडे गेले. त्या अधिकाऱ्यांच्या कार्यालयात जॉर्ज दिसल्यावर मला आश्चर्य वाटलं. जॉर्ज आणि ते अधिकारी बॉयच्या भवितव्याबाबत चर्चा करत होते. माझा वृत्तान्त ऐकल्याबरोबर जॉर्ज काळजीत पडला. कारण तीन आठवड्यांपूर्वी त्या ठिकाणापासून पाच मैलांवर बॉय अतिशय लंगडत असलेला दिसत होता आणि तेव्हापासून तो सापडत नव्हता. हा सिंह साळींदरच्या पिसांचा बळी असू शकेल असं मी सुचवल्यावर, उद्यानाधिकाऱ्यांनी दृढपणे सांगितलं की, त्यांना जितक्या सिंहांना मारून टाकावंच लागलं, त्यांपैकी नव्वद टक्के सिंह साळींदरच्या पिसांनी जखमी झालेले होते. त्यांनी एका सिंहिणीच्या अंगातून साठ पिसं ओढून काढली होती. शक्य तेवढं त्यांनी अशा दुर्दैवी प्राण्यांना वाचवलं होतं आणि साहजिकच ते या सिंहालादेखील वाचवायचा प्रयत्न करतील. जर तो सिंह आधीच त्याला काही मदत करण्यापलीकडे गेला असेल तर, म्हणून त्यांनी एक जड बंदूक बरोबर घेतली.

आम्ही मोटारीने त्या बाभळीपाशी गेलो. तेव्हा तो सिंह अजून त्याच जागी

आढळला. उद्यानाधिकारी मोटारीतून उतरल्याबरोबर तो गुरगुरला आणि लंगडत काही यार्डावरील एका झुडपाकडे लपायला गेला. त्याचा पुढचा उजवा पाय, त्याचं ओटीपोट आणि पाठीच्या कण्याच्या तुलनेत अतिशय सुजला होता. हे इतकं धोकादायक रीतीनं उठून दिसत होतं की, त्या प्राण्याची उपासमार होत होती, हे आम्ही समजलो. जॉर्जनं त्याची मोटार हळूहळू त्या सिंहाच्या दिशेनं नेली. काही वेळानं तो मोटारबाहेर पडला आणि त्यानं जुनं स्टीलचं हेल्मेट पाण्यानं भरलं. एल्साकरिता त्या हेल्मेटचा, पाण्याच्या बाउलसारखा उपयोग केला होता. ते त्यानं त्या सिंहाला दिलं. त्यानं त्याच्या लँडरोव्हरचं दार उघडंच ठेवलं होतं. जॉर्जनं थांबवण्यापूर्वीच तो सिंह लँडरोव्हरमध्ये चढला आणि त्यामधील सीटवर पसरला. त्या सिंहाला जास्त पाणी देऊ करून, जॉर्जनं त्याला बाहेर काढलं आणि त्याला परिचित असलेल्या पाण्याच्या बाउलजवळ स्थिर व्हायला मदत केली. त्यानंतर त्यानं ते साळिंदरचं पीस ओढून बाहेर काढलं आणि आमच्यापाशी परतला. ते सहा इंच पीस हातात पकडून जॉर्ज 'बॉय' शब्दाखेरीज काहीच म्हणाला नाही. जॉर्जच्या, त्याचप्रमाणे उद्यानाधिकाऱ्यांच्या मनात, जरी दोघेही बोलले नाहीत तरी काय चाललं होतं, याची कल्पना मी करू शकले. बॉयने उद्यानाधिकाऱ्यांचा मुलाला जखमी केलं असल्यानं त्यांनी त्यांच्या वैयक्तिक भावना व्यक्त न करता, जरी मुख्य कचेरीजवळ त्यांनी बॉयला पाहिलं, त्या वेळी त्याच्या दिशेनं गडगडाट करणारी आवाजी काडतुसं डागली होती, तरी त्याला उद्यानात ठेवायला संमती दिली होती. इतका त्रास देणाऱ्या त्या सिंहाला नष्ट करण्याची त्यांना एक संधी होती. बराच वेळ शांतता होती. त्यानंतर उद्यानाधिकारी बोलले, तेव्हा त्यांनी बॉयला मदत करण्याचं कबूल केलं. नैरोबीला रेडिओ संदेश पाठवून एखाद्या पशुवैद्याला विमानाने येऊन बॉयच्या पुढील तपासण्यासाठी, गुंगीचं औषध द्यायला सुचवलं. दरम्यान मी छावणीत जाऊन मांस आणि सफ्राथाय झॉल घेतलं आणि जॉर्ज बॉयजवळ थांबला.

मी परतेपर्यंत तो पशुवैद्य दुसऱ्या दिवसापर्यंत येणार नसल्याची वार्ता उद्यानाधिकाऱ्यांना मिळाली होती. दुसऱ्या प्राण्यांना खाऊन जगणाऱ्या प्राण्यांनी हल्ला करण्याच्या धोक्यामुळे आम्ही बॉयला एकटा सोडायला तयार नव्हतो. त्यामुळे जॉर्जने त्याच्याबरोबर ती रात्र काढायची ठरवलं. तो त्याचं सामानसुमान आणि आणखी एक बकरी घेऊन येईपर्यंत मी बॉयवर पहारा ठेवला. गेल्या काही वर्षांत मी जे काही थोडंफार बॉयसाठी केलं होतं, त्यामुळे मी त्याची मित्र होते हे त्याला माहीत होतं. त्याच्यापासून काही यार्डांवर त्यानं मला बसू दिलं. सकाळप्रमाणेच न भिता माझ्याकडे पाहत, त्यानं माझ्यावर विश्वास ठेवला.

इतर प्राण्यांच्या त्यांच्या बाबतीत काय खऱ्या भावना आहेत, या बाबतीत

मानवप्राण्यापेक्षा इतर प्राण्यांची जाणीव जास्त चांगली असते. मानवप्राणी भाषेने फसू शकतो, इतर प्राणी त्यांच्या विचारसंक्रमणावर अवलंबून असतात आणि कधीही फसत नाहीत. प्राणीअनाथालयात तो पहिला पशुवैद्य पिप्पा मला अद्याप चावली नाही का, असं रोज विचारायचा, तेव्हा मला आश्चर्य वाटायचं. ती नेहमी माझा हात चाटते आणि माझ्या औषधोपचाराची प्रतिक्रिया म्हणून 'म्यॉंव म्यॉंव' करते असं मी खात्रीनं सांगितल्यावर त्याला वाटणारं आश्चर्य पाहून माझी करमणूक व्हायची. ते काम करत असताना मी काही वेळा तिला इजा केली तरी, मी तिला मदत करायचा प्रयत्न करतेय हे तिला माहीत असल्यानं ती मला सहकार्य करायची. एवढंच नव्हे तर, माझे आभार मानायची. आज बॉयनं जॉर्जला साळीचा पंख उपटून काढू दिला आणि त्याचा सुजलेला पाय हाताळू दिला, तेव्हा त्याने जॉर्जवर तोच विश्वास व्यक्त केला होता. जरी जॉर्जला आणखी पिसं सापडली नाहीत तरी आणखी एक किंवा जास्त पिसं त्याच्या मांसात खोल रुतलेली असावीत. त्यामुळे त्याचा पाय सुजला असावा, असं जॉर्ज समजून चालला होता.

मी बॉयबरोबर बसले असताना, सध्याच्या परिस्थितीत परिणाम होणाऱ्या योगायोगाच्या गोष्टींच्या असामान्य संयोगाबाबत विचार करत होते. प्रथम पावसामुळे माग काढणं अतिशय अवघड होण्यापूर्वी सेहेचाळीस दिवस पिलांचा शोध घेण्यासाठी आमची चाललेली धडपड, नंतर बेनचा जखमी गुडघा, ज्याच्यामुळे आम्हाला मुख्य कचेरीजवळ पेट्रोल विकत घेणं भाग पडलं, तिथं त्याच दिवशी सकाळी पिलं जवळपासच दिसली होती हे समजलं, नंतर पिलांनी मला बॉयपाशी नेलं. तो अगदी वेळेवर मला दिसला नसता तर, निश्चितच मेला असता. त्याच्या जखमा कमीत कमी तीन आठवड्यांपूर्वीच झाल्या असाव्यात. तो त्याच्या दुखापतीवर मात करू शकला नाही, तेव्हा फरफटत मदत मिळविण्यासाठी अगदी जवळच्या मानवी वस्तीपाशी आला; जसं पिप्पानं केलं होतं. शेवटी उद्यानाधिकारी आणि जॉर्ज दोघंही बॉयला वाचवण्यासाठी त्या क्षणी आवश्यक होते. त्यांच्या एकत्र भेटीचा अविश्वसनीय समय, या सर्व घटना मला फक्त एकामागून एक येणाऱ्या योगायोगाच्या गोष्टी वाटत नाहीत; पण यांचं उद्दिष्ट काय, हे फक्त भविष्यकाळच सांगू शकेल.

जॉर्जनं बॉयबरोबर, विशेष काही न घडता रात्र घालवली आणि तो पशुवैद्य येईपर्यंत त्याची सोबत केली. बॉयला शांत केल्यावर त्या पशुवैद्याने त्याच्या पुढच्या उजव्या पायाचं हाड मोडल्याचं आणि खांदा निखळल्याचं निदान केलं. उजव्या पायानं शिकार करणाऱ्या वन्यप्राण्याला होऊ शकणारं हे फार वाईट एकीकरण होतं. उद्यानाधिकारी, पशुवैद्य आणि जॉर्ज यांच्यात आता असं ठरलं, की जॉर्जच्या मोडून टाकलेल्या छावणीत बॉयवर शस्त्रक्रिया करावी. तिथलं तारेचं कुंपण अजूनही

शाबूत होतं आणि ते सुरक्षित आधार ठरलं असतं. शस्त्रक्रियेनंतरच्या तीन दिवसांच्या बंदीनंतर बॉयला बाहेर जाऊ द्यावं आणि त्याच्या प्रगतीवर जॉर्जने दोन आठवडे लक्ष ठेवावं. या काळानंतर जर बॉय परत संपूर्ण जंगलात जगायला योग्य वाटला तर, जॉर्जने माघार घ्यावी. त्या वेळेपर्यंत जर तो सुधारलेला नसला, तर जॉर्जने त्याला उद्यानातून दूर करावं; नाहीतर बॉयला नष्ट करून टाकावं लागेल.

मोठ्या शस्त्रक्रियेसाठी लागणारी साधनं जमविण्यासाठी तो पशुवैद्य नंतर नैरोबीला परतला आणि जॉर्जनं बॉयला त्याच्या पूर्वीच्या छावणीत हालवलं. तिथं त्याने निरनिराळ्या साधनांची जुळणी करून त्या पशुवैद्यासाठी एक तंबू उभारला आणि तो स्वत: जवळच त्याच्या लँडरोव्हरमध्ये झोपला. हे त्याचं काम चार दिवस चाललं आणि तो पशुवैद्य त्याच्या मदतनिसाबरोबर परतला. इतक्या प्राथमिक परिस्थितीत शस्त्रक्रिया करण्याची गोष्ट सोडून द्या, जंगलात सिंहावर शस्त्रक्रिया करण्याचा प्रयत्न यापूर्वी कधीही केला गेला नव्हता. जॉर्जने कॅनव्हासचा आसरा उभारला होता. त्या आसऱ्याखालील छावणीतील तीन टेबलं शस्त्रक्रियेसाठी म्हणून वापरली जाणार होती. बॉयला संवेदनाहीन करून त्याला टेबलावर घेतल्यानंतर, त्याच्या अस्थिभंगाभोवतीच्या काळ्या पडलेल्या आणि मुका मार लागलेल्या भागावरील केस भादरून टाकले आणि ते भाग जंतुविरहित केले गेले. त्या पशुवैद्याचं लक्ष शस्त्रक्रियेवर केंद्रित राखण्यासाठी एका माणसाला बॉयचं डोकं एका जागेवर पकडून ठेवावंच लागायचं. त्यामुळे त्याच्या डोळ्यांच्या प्रतिबिंबाकडे आणि त्याच्या श्वासोच्छ्वासाकडे लक्ष देता यायचं. त्यामुळे आणखी एका मदतनिसाला संपूर्ण शस्त्रक्रियेत गरज पडणारी अनेक संवेदना नष्ट करणारी इंजेक्शने देण्याची व्यवस्था करता येत होती. आणखी एका माणसावर क्षारयुक्त द्राव आणि ग्लुकोज याची जबाबदारी सोपवली होती आणि तो शरीरातील कोरडेपणा व धक्का टाळण्यासाठी बॉयच्या शेपटीच्या शिरेतून या मिश्रणाचे इंजेक्शन वरचेवर द्यायचा. हा द्राव समप्रमाणात नियमित करण्यासाठी, बॉयने शेपटीला हिसका देणं थांबविण्यासाठी, ती शेपटी दोराने बांधूनच ठेवावी लागली. नंतर तुटलेला पाय योग्य अवस्थेत ठेवला गेला. एका कप्पीचा (pulley) उपयोग करून तुटलेली हाडं ताणलेली जाऊन एकमेकांसमोर आणली. त्याने मुका मार लागलेल्या भागावर अस्थिभंग शोधून काढण्यासाठी एक अडीच इंचाची भेग पाडली, पण अस्थिभंगाची बरोबर जागा दाखविण्यासाठी एक्स रे फोटो नसल्याने त्याला बराच नुकताच वाढलेला पेशीसमूह काढावा लागला. छिद्र पाडण्याजोगं बरोबर हाड सापडल्यानंतर त्यात तेरा इंच लांब स्टेनलेस स्टीलच्या दोन पिना, ती तुटलेली हाडं जोडण्यासाठी ठोकायच्या होत्या.

अनावश्यक वाढ काढून टाकण्याच्या कामात बॉयचं बरंचसं रक्त वाया गेलं. ते सतत पुसावंच लागत होतं. पकडलेले चिमटे पशुवैद्याला हालचालीसाठी मोकळीक देण्याला आणि कातडी जखमेत पडू नये म्हणून वरचेवर सरळ करून घ्यावेच लागत होते. शेवटी तो दोन स्टीलचे खिळे ठोकत असताना त्याला हाडातील मगजाची पोकळी अतिशय छोटी आणि जवळपास हाडासारखी घन आढळली. ते खिळे ठोकण्याचं काम त्यामुळे खूप गुंतागुंतीचं झालं आणि तीन तास तीव्र शस्त्रक्रियेनंतर ती जखम सूक्ष्म जंतुनाशक मलमाने भरून एकत्र शिवता आली. ही संपूर्ण कसोटी अपूर्ण होती म्हणून की काय, त्या पशुवैद्याने बॉयच्या पोटातील अलीकडच्या अंतर्गळावर शस्त्रक्रिया केली. जॉर्ज, जो थोड्या दिवसांपूर्वी अशाच शस्त्रक्रियेला सामोरा गेला होता, त्याने त्या पशुवैद्याने पोटातील पिशवीसारखा कोष बाहेर काढण्यासाठी कातडीला अगदी आवश्यक तेवढाच छेद देऊन त्यातून तो कोष बाहेर काढला आणि नंतर तो कापून उघडा केला. अनावश्यक पेशींचा भाग पिळून आणि कापून काढला आणि शेवटी त्याची दोन्ही टोकं स्टीलच्या तारेने नीटपणे शिवून टाकली. त्याने शेवटी सर्व काही पोटात ढकलून दिलं, हे सर्व मी बारकाईनं पाहिलं.

सरतेशेवटी आम्ही सर्वांनी तणावमुक्त होऊन एक एक कप चहा घेतला. अशा मिळतील त्या साधनांचा वापर केलेल्या परिस्थितीत इतक्या गुंतागुंतीच्या अस्थिभंगावर शस्त्रक्रिया करण्याच्या त्याच्या कौशल्याने, त्यानं माझी संपूर्ण प्रशंसा मिळविली. नेहमीच्या परिस्थितीत त्याला मदत करायला चार पशुवैद्य आले असते; पण इथं आम्ही सर्व आम्हाला जितकी चांगली करता येईल, तितकी मदत करत होतो.

नंतर लवकरच हा शस्त्रक्रिया करणारा गट विखुरला आणि मी पिलांच्या शोधार्थ निघून गेले. गेल्या काही दिवसांतील त्यांच्या क्षेत्रातील कार्यक्रमांनी त्यांना बाहेर हाकलण्यात आलं होतं. आता, त्यांना शोधणं आम्हाला थोडं कठीण गेलं; पण शेवटी मुलिका आणि वसोरोंगीमधील एका लव्हाच्या पठारावर, त्यांनी मला बॉयपर्यंत जायला मार्गदर्शन केलं होतं, तिथून काही मैलांवर ती सापडली. तिथली जमीन जवळपास नापीक होती. दोन गेंड्यांशिवाय तिथं कोणतीही शिकार नव्हती. पिलांना इथं येणं का आवडलं, हे मला कळलं नाही; पण या खडकाळ वाळवंटात ती मागेपुढे थडकत होती. आम्ही मांसाची जड टोपली घेऊन त्यांच्यामागून लाव्हाच्या तापलेल्या गोट्यांवरून अडखळत चालत होतो. त्यांना मांस देण्यासाठी तिथं अजिबात सावली नव्हती.

पूर्वी व्हिटी, एम्बिली आणि टाटू यांचं जे खेळाचं आवडतं मैदान होतं, त्या रेतीच्या तुकड्यांवर ते दिसल्याने आम्ही सुदैवी होतो. ज्या झाडाच्या खडबडीत

सालीवर ते नेहमी त्यांची नखं तेज करून घ्यायचे, त्याच काटेरी झाडाजवळ आता टायनी नेमकं तेच करत होता. ही उत्कृष्ट धडधाकट पिलं आणि तो बिचारा बॉय, यांच्या तुलनेत किती तफावत होती! बॉय आणि पिप्पानं अनुभवलेल्या तशा दुःखद प्रसंगातून यांना कधीही जावं लागू नये, अशी मी प्रार्थना केली. सध्या मी जे सर्व काही करू शकत होते ते म्हणजे जो थोडा काळ मला त्यांच्या जीवनात सहभागी होण्याची परवानगी मिळाली होती, त्यात त्यांना मला शक्य होईल तेवढं चांगलं मांस त्यांना देणं ज्याच्या सहाय्यानं भविष्यकाळातील जीवनात सर्व धोक्यांशी लढण्यासाठी त्यांची हाडं आणि दात बळकट होतील.

बिग बॉय हा आता त्या पिलांतील सर्वांत खादाड पिलू झाला होता आणि तो जे काही खात असे, त्याबाबत अजिबात चोखंदळ नसे. जे खात असे ते भरपूर असलं पाहिजे, हीच त्याची आवड झाली होती. त्यानं त्याचं मांस दुधामध्ये टाकण्याची सवय लावून घेतली होती. अशा रीतीनं तो मांस आणि दूध टायनी आणि सोम्बा यांनी चोरण्यापासून प्रतिबंध करत असे. सोम्बाचा आता माझ्यावर पूर्ण विश्वास होता आणि मला तिला मदत करायची असते, याची तिला माहिती झाली होती. तरीदेखील ती खात असेल, तेव्हा मी तिच्यापासून अंतर राखून असायची. टायनी अजून माझ्याबरोबर खेळायचं नाटक करायचा. कोणताही जादा गोड घास घ्यायला माझ्याजवळ यायचा, पण जेव्हा मी एखाद्या काठीनं मांसाचे चांगले तुकडे त्याच्या नाकाजवळ न्यायची, तेव्हा तो त्या काठीकडे जणू काही नसल्यासारखा पाहत असे. तो खराखुरा विदूषक होता.

काही दिवसांनी त्या पिलांनी एक तरुण शहामृग मारले आणि ती पिलं आम्हाला त्या पक्ष्याच्या पिसांजवळ, त्यांची तोंडं अजून रक्ताने माखलेली आणि पोटं फुटतील एवढी भरलेली अशी दिसली. ती पिलं पूर्वीप्रमाणे माझ्या मांस खाऊ घालण्यावर अवलंबून नव्हती, हे समजल्यावर मला विशेष आनंद झाला. बेन तिथं नसल्यानं मला फक्त पिलांना शोधावं लागत नव्हतं; तर ती भुकेली असतील, तर मांस कायम तयार आहे, की नाही हे पहावं लागायचं. त्याचबरोबर मला जॉर्ज आणि बॉयला त्यांना गरज असलेलं सर्व काही पुरवावं लागायचं. कारण बॉयला जॉर्ज एकटा सोडू शकत नव्हता. मला जिथून बकऱ्या मिळत, तिथून ते ठिकाण तीस मैल दूर होतं. निसरड्या रस्त्यावरून कधी-कधी मला दोन फेऱ्या माराव्या लागत. वरचेवर पाण्याच्या डबक्यातून मला लँडरोव्हर खेचून बाहेर काढावी लागायची आणि गाडी चालवत असताना, चिखलातून घुसळत हळूहळू पुढे न्यावी लागायची.

बिचारा बॉय, त्याला अजून खूप अंगानं भरायचं होतं आणि तो सतत खात असे, पण तरीही तो भुकेलाच असायचा. आम्हाला भेटायला तो शक्य तितकं

चांगलं लंगडत येत असताना थकून लटपटत त्याचं खाली पडणं दुःखदायक होतं. तो आणि जॉर्ज छावणीत परतल्याची वार्ता सर्वत्र लवकर पसरली होती. मी ती छावणी जॉर्ज त्यांची काळजी घेत होता त्या सिंहांनी आणि त्यांच्या छाव्यांनी वेढलेली, नेहमी पाहत असे. ते सिंह बॉयला इतका आजारी आणि कुंपणात बंदिस्त पाहून उघडच गोंधळून गेले होते. त्या कुंपणातून बॉय त्याच्या मोठ्या जनानखान्याकडे दुःखद भावाने पाहत असे.

लहान सँडी त्या कळपाबरोबरच नेहमी असायची आणि तिच्या आनंदी वागणुकीवरून आणि चांगल्या परिस्थितीवरून सिंहांनी तिला परत एकदा पूर्णपणे स्वीकारलं होतं, असं दिसलं. त्या कळपातील इतर सिंहिणीच्या अगदी लहान छाव्यांची तिनं स्वतःला पालक म्हणून नेमणूक केल्यासारखी वाटत होतं. तिनं ही मावशीची भूमिका खूपच गांभीर्याने घेतली होती.

वनाधिकाऱ्यांनी निर्वाणीची जी तारीख दिली होती, तोपर्यंत बॉय परत वन्यजीवन जगण्याजोगा बरा होऊ शकणार नव्हता, हे स्पष्ट होते. म्हणून मी आमच्या नैवाशा सरोवराजवळील घराजवळ एक मोठं आवार, मुख्य घरापासून शक्य तितकं लांब उभारावं म्हणजे बॉय त्या आवारात कोणत्याही अडथळ्याशिवाय बरा होऊ शकेल, असं सुचवलं होतं. याशिवाय आणखी त्या आवाराला लागून आम्ही एक पूर्वरचित बंगला उभारायचं ठरवलं. त्यामुळे जॉर्जला बॉयजवळ झोपता येईल आणि त्याला शक्य तेवढी सोबत देता येईल. आम्ही याची वनाधिकाऱ्यांबरोबर सर्व चर्चा केली आणि त्यांनी नोव्हेंबरअखेरपर्यंत, तो बंगला पूर्ण होईपर्यंत बॉयला वनात राहण्यासाठी परवानगी दिली.

भयंकर पाऊस कोसळत होता आणि वनाचा भाग दलदलीच्या प्रदेशासारखा झाला. एक दिवस सकाळी आम्हाला पाण्यात बुडून मेलेलं म्हशीचं पिलू, पूर आलेल्या ओढ्यातून वाहत जाताना स्वयंपाकघराजवळच्या पुलाच्या जवळ अडकलेलं दिसलं. ज्या बहुधा छावणीपासून दूर असायच्या, त्या मगरींना त्या पिलानं आकर्षित करू नये या हेतूनं ते आम्ही त्वरित तिथून हालवलं.

परत अनेक दिवस पिप्पाची पिलं आम्हाला सापडली नाहीत. पण आम्ही त्यांना पाहिलं होतं, तिथपासून पंधरा मैलांवर लेपर्ड रॉकच्या पलीकडे ती आम्हाला सापडली. आम्हाला अनेक वेळा दिसलेल्या सिंहांनी त्यांना दूर हाकललं होतं, हे उघड होतं. उद्यानाबाहेर शिकार करणाऱ्या लोकांच्या एका गटाने, आम्हाला थोडं हत्तीचं मांस दिलं होतं. ते आता मी पिलांना देऊ केलं. सोम्बा आणि टायनीनं नाकं वाकडी केली, पण बिग बॉयनं ते कडक मांस त्याला खाणं अशक्य होईपर्यंत बकाबका खाल्लं. दोन दिवसांनंतर मी त्यांना थोडं म्हशीचं मांस देऊ केलं. ते

पिलांना खूप आवडलं आणि त्यांनी ते शेवटच्या तुकड्यापर्यंत एकमेकांबरोबर भांडत खाल्लं.

दुसऱ्या दिवशी सकाळी ती चार मैल दूरवरच्या गोलो सर्किटच्या वळणावर गेली होती. त्याच्याजवळच एक मोठं बाभळीचं झाड होतं. लवकरच ते आमचं आवडतं भेटण्याचं ठिकाण बनलं. मी त्यांचे चांदणीच्या रचनेत बसून खात असलेले फोटो घेतले. चित्त्यांची ती एक विशिष्ट सवय आहे. त्यामुळे प्रत्येक प्राणी इतरांपासून समान अंतरावर असतो, त्यामुळे प्रत्येकाला भरपूर मोकळी जागा मिळते. मी नुकतीच कॅमेऱ्यात नवीन रोल भरत होते. तेव्हा एक गेंडा आमच्या दिशेनं भरभर चालत आला. तत्क्षणी सर्व पिलं जमिनीला बिलगून, खाली दबली; पण तो त्यांच्याकडे येत असताना त्यांची नजर, त्या गेंड्याच्या हालचाली गवतातून न्याहाळत होती. अचानक त्याला त्या पिलांचा वास आला असावा; पण नंतर दिशा एकदम बदलून, तो संशयग्रस्त होऊन वास घेऊ लागला. त्यानंतर त्याचं आमच्या दिशेनं येणं चालू राहिलं. अचानक तो थांबण्यापूर्वी त्याचं गोलाकार शरीर हेलकावे खाताना, तो जणू काही नाचतोय असं वाटत होतं. एका क्षणात सोम्बाने हल्ला केला आणि ती पाठलाग करत असताना, तो गेंडा मोठा आवाज करत दूर निघून गेला. सीने-कॅमेरा घेऊन त्या हास्यास्पद दृश्याचं चित्रीकरण करायला मी तयार होते; पण काही प्रवासी घेऊन एक मोटार आली आणि तिने सारी मजा घालवली.

त्यानंतर दुसऱ्या दिवशी आम्हाला सोम्बा एका झाडावर उंच जागी एका ग्रँट हरणांच्या कळपाकडे लक्ष ठेवून असलेली दिसली. तिनं त्या कळपाचा व्यर्थ पाठलाग केल्यानंतर, आम्ही आणलेलं मांस, तिचे बंधू, जे आधीच त्यावर ताव मारत होते, त्यांच्या शेजारी बसून खाऊ लागली. नेहमीप्रमाणे बिग बॉयने त्या मांसाचा जास्तीत जास्त भाग मिळवला होता आणि त्याचं पोट एखाद्या ड्रमसारखं झालं असलं तरी अजून काही मिळतंय का, यासाठी तो आजूबाजूला शोधत होता. तो एक भव्य प्राणी होता. इतर दोघांपेक्षा तो खूपच मोठा आणि अत्यंत देखणा; पण अतिशय अलिप्त आणि माझा त्याच्याशी कमीत कमी संपर्क होता.

शेवटी जेव्हा त्यानेदेखील पुरेसं खाल्लं, त्यानंतर त्यांनी तेथील ताडाच्या झाडांच्या रोपांभोवती एकमेकांचा पाठलाग केला. त्या रोपांनी त्या पिलांना लपायला आणि एकमेकांवर दबा धरून हल्ला करायला उत्तम जागा दिली होती. त्यांच्या मोहक हालचाली, तेजस्वी निळ्या आणि केनियाच्या कायमच्या पांढऱ्या ढगांनी नक्षीकाम केलेल्या आकाशाच्या पार्श्वभूमीवर, बारीक ताडाच्या रोपांच्या गटात किती उत्कृष्ट आणि योग्य दिसत होत्या.

ती पिलं काही काळ लेपर्ड रॉकच्या आसपास राहिली. त्या भागात ते सहा

पांढरे गेंडे होते, जे रात्रीच्या वेळी बंदिस्त ठेवले जायचे; पण दिवसा रमतगमत गवत चरत आरामात फिरायचे.

एकदा सकाळी आम्ही पिलांना खाऊ घातलं आणि मांस खाल्यानंतर ते झोपी गेलेले पाहत होतो, तेव्हा हे गेंडे रमतगमत त्या दिशेनं आले. विजेच्या चपळाईनं पिलं पळून गेली. हे पाळीव पांढरे गेंडे, त्यांनी अनेक वेळा पाहिले असतील आणि त्यांचा वास घेतला असेल आणि म्हणूनच ते धोकादायक शत्रू असल्याप्रमाणे त्यांची आताची प्रतिक्रिया विचित्र वाटली. तथापि, काही दिवसांपूर्वीच त्यांनी काळ्या रानटी गेंड्यांचा फक्त मजा म्हणून पाठलाग केला होता. हे पांढरे गेंडे मूळचे इथले नाहीत हे त्यांना समजलं असेल काय आणि याच कारणाने त्यांच्याविषयी पिप्पाने खूप अंतरावरून एक जोडी पाहिल्यावर जशी प्रतिक्रिया दर्शविली होती, तशी त्यांनीही दर्शविली?

पावसाळ्यात उद्यानातील सर्व रस्ते इतके बिघडले होते की, जॉर्जच्या छावणीकडे जाणारा रस्ता दुरुस्त करण्याचा प्रयत्न करण्यासाठी एक ट्रॅक्टर आणला होता, पण अर्ध्या अंतरापर्यंत रस्ता नांगरल्यावर तो मोडला आणि गुडघ्यापर्यंतच्या चिखलात पडून राहिला. जॉर्जकडे जाण्याच्या माझ्या प्रयत्नात मला माझ्या लँडरोव्हरचा तोल चाकोरीच्या अरुंद काठावर सांभाळावा लागे, नाहीतर माझी लँडरोव्हर पातळ चिखलात फसे आणि त्यातून बाहेर काढण्यासाठी अनेक तास खर्च करावे लागत. लेपर्ड रॉकचा रस्ता त्यापेक्षा चांगला नव्हता आणि एक दिवस लँडरोव्हर चिखलातून बाहेर ओढून काढण्यासाठी सात तास वाट पाहावी लागली. सुदैवानं ही घटना त्या पिलांच्यापासून फार लांबवर घडली नाही. त्यामुळं मला तो दिवस त्यांच्याबरोबर घालवता आला.

त्या पिलांना तिथं एक वालुकामय भूमीचा तुकडा सापडला होता. त्या ठिकाणी पावसाचं पाणी त्वरित वाळून जायचं आणि पावसाच्या सरींच्या मध्यंतरात मी त्यांच्याजवळ पसरू शकत होते. आमची डोकी एकमेकांना लागली इतकी जवळ आल्यावर सोम्बा प्रथम संशयग्रस्त झाली आणि थोडावेळ ती माझ्या थोड्याशा हालचालीनं माझ्यावर हल्ला करण्याच्या तयारीत होती. पण मी आवाज न करता सरळ तिच्या नजरेला नजर भिडवून पाहिलं, माझ्या तिच्याबाबतच्या मित्रत्वाच्या भावना तिला जाणवल्या असाव्यात; कारण तिनं तिचा राग सोडून दिला. तिच्या बंधूंनी माझ्याकडे लक्ष दिलं नाही. आम्ही सर्व विश्रांती घेत असताना त्या ओलसर वाफायुक्त जमिनीवर सूर्य तळपत होता आणि पिलांचा श्वासोच्छ्वासाचा आवाज आणि काही आळसावलेल्या पक्ष्यांची किलबिल मी ऐकत होते. त्या आवाजाशिवाय सर्व काही शांत होते. हे सुंदर उद्यान आणि त्यातील सर्व वन्य प्राणी मला खूप

आवडत होते. गेल्या सत्तावीस वर्षांपासून जॉर्जचा वनसंरक्षक म्हणून या उद्यानावर ताबा होता, तेव्हापासून मला या उद्यानाची ओळख होती. बारा वर्षांपूर्वी हे एल्साचं घर बनलं आणि नंतर पिप्पाचंसुद्धा. आम्हा उभयतांना या क्षेत्राबाबत जास्तच जिव्हाळा वाटत होता. आमचा यावर खरंच कायदेशीर हक्क नव्हता, तरी एका दृष्टीनं हे क्षेत्र आम्ही आमचं आध्यात्मिक घरच समजत होतो.

एकदा का आमचे प्राणी त्यांची स्वत:ची काळजी घेऊ लागले, की आमच्या मुक्कामाचे दिवस संपतील, याची आम्हाला सुरुवातीपासूनच जाणीव होती आणि तेच आमच्या प्रयोगाचं उद्दिष्ट होतं. पण जरी टायनी, बिग बॉय आणि सोम्बा चौदा महिन्यांचे असल्यापासून आमच्या मदतीविना जिवंत राहू शकत होते (तुलनेने व्हिटी, एम्बिली आणि टाटू ती साडेसतरा महिन्यांची होईतोवर, पिप्पा त्यांची काळजी घ्यायला होती.), पिप्पाच्या पूर्वीच्या पिलांच्या वयाएवढी होईपर्यंत मी या कुटुंबाबरोबर राहू इच्छीत होते. मुख्यत: जर त्यांनी समागम करणं सुरू केलं, तर त्यांचे संबंध कसे प्रगत होतील हे पाहण्यासाठी.

त्यांच्या आयुष्यातील या महत्त्वपूर्ण वाढीची अवस्था बारकाईनं पाहणं आणखीनच कुतूहलपूर्ण झालं असतं, कारण आता त्यांचा मुलूख ओळखायला मदत करण्यासाठी त्यांची माता त्यांच्याबरोबर नव्हती. अशा वेळी या ठिकाणी असण्यासाठी मी माझ्यावरील लंडनमधील औषधोपचार अर्धवट सोडले होते. त्यामुळे उद्यानाच्या अधिकारीवर्गातून मला जॉर्जबरोबर नोव्हेंबरच्या शेवटी उद्यान सोडून जाण्याचं पत्र मिळालं, तेव्हा मला धक्काच बसला. जो काळ माझ्यासाठी कबूल केला गेला होता, तो कमी केला जावा असं मी काहीच केलं नव्हतं. म्हणून मी उद्यानअधिकाऱ्यांना पत्र लिहिलं आणि मूलत: ठरवल्याप्रमाणे या वर्षाच्या अखेरपर्यंत काम करत राहण्यासाठी त्यांची संमती मिळाल्यावर मला दिलासा मिळाला.

दरम्यान जॉर्जनं बॉयला हालवण्याचे सर्वतोपरी प्रयत्न केले, पण अतिशय प्रचंड पावसामुळे रेडिओच्या साहाय्याने दळणवळण कठीण झाले; मग विमान उतरवून किंवा मोटारने वाहतूक करणे सोडूनच द्या. जॉर्ज आणि बॉय एका छोट्या तंबूत राहत होते. बॉयची जखम खूपच वाढू लागली होती. त्यासाठी सतत औषधोपचारांची गरज होती. धोकादायक वादळांच्या मध्यंतरीच्या काळात वैमानिकाने एक पशुवैद्य मेरूला आणण्याचा तीन वेळा प्रयत्न केला, पण तो व्यर्थ होऊन त्याला नैरोबीला परतावं लागायचं. कारण थिजलेल्या धावपट्टीवर विमान उतरवणं अशक्य होतं.

सरतेशेवटी तो यशस्वी झाला. त्याला मदत करण्यासाठी तयार राहण्यास मला सांगण्यात आलं होतं. शेवटी त्याने ते विमान निसरड्या जमिनीवरून दोन मुसळधार सरींच्या दरम्यान मोठ्या कौशल्याने चालवलं, तेव्हा मी त्याच वेळी त्या

पशुवैद्याला मोटारीनं जॉर्जपाशी नेऊ शकले. उद्यानाधिकारी, वैमानिक आणि सहा वनसंरक्षकांसह थोड्याच वेळात मागून येणार होते. त्याच विमानातून बेनदेखील आला. हा एक अनपेक्षित तरी सुदैवी योगायोग होता. त्याच्या उपस्थितीने आमच्यापुढे असलेल्या अवघड कामात आणखी एकजण मदत करायला होता. यापूर्वी दोन वेळा थोड्या थोड्या काळासाठी तो या ठिकाणी आला होता; पण आता मात्र मी उद्यान सोडून जाईपर्यंत मला मदत करण्याची त्याची इच्छा होती.

नंतर मुंगवांगो टेकड्यांपर्यंत दहा मैल चिखल घुसळत जाऊन, आम्ही जॉर्जला आश्चर्यचकित केलं. तरीदेखील काळे ढग जास्त पावसाचा इशारा देत असल्यानं वेळ घालवणं अशक्य होतं. तो पशुवैद्य बॉयला संवेदनाहीन करत असताना, मी एका एअर बॅगमध्ये जॉर्जचं सामान भरलं, छावणीचा सरंजाम त्याच्या मोटारीत भरण्यासाठी मदत केली. दरम्यान, इतरांनी बॉय बेशुद्ध झाल्याबरोबर त्याला सुरक्षित रीतीनं लँडरोव्हरमध्ये उचलून ठेवायची तयारी केली.

ही सर्व गडबड चालू असताना अचानक गर्ल (सिंहीण) आली. छावणीचं सर्व सामान घेऊन जाणार होती, त्या कुंपणापलीकडील लँडरोव्हरच्या टपावर उडी मारून, ती तिच्या बंधूला (बॉय) उचलून एका कुंपणाच्या आतील मोटारीत ठेवत होते आणि नंतर त्याच्या कळपापासून दूर घेऊन जाणार होते, ते लक्ष देऊन पाहत होती. उद्यानाधिकाऱ्यांनी बेनशिवाय आमच्यापैकी इतर सर्वांना त्यांच्या मोटारीत घेतले. बेन सर्वांत शेवटी छावणीचा सरंजाम घेऊन येणार होता; पण त्याने गर्लला हिशेबात धरले नव्हते. हट्टीपणाने, ती लँडरोव्हरच्या छतावर बसून राहिली आणि कोणीही तिला ते छत सोडायला प्रवृत्त करू शकत नव्हते. जणू काही तिला बॉय आणि जॉर्ज यांना परत पाहता येणार नाही, हे समजलं होतं. या परिस्थितीत तिला छतावर घेऊन मोटार चालविण्याशिवाय बेनला काहीही करणं शक्य नव्हतं. एक मैलभर मोटार चालवल्यावर त्यांना, एक तरुण वासरू ज्यामध्ये होतं असा जिराफांचा एक कळप दिसला. त्याच क्षणी गर्लने खाली उडी मारली आणि त्या वासरापाठोपाठ पळत जाऊन, त्याच्या पायावर हलकासा एक फटका मारून त्याला खाली पाडले आणि नंतर त्याचा गळा पकडून त्याला गुदमरविले. बेननं या प्रसंगाचं वर्णन केल्यावर, तिच्या भावाच्या निघून जाण्याकडे लक्ष देऊन पाहण्यापासून, या शिकारीमुळं, गर्लचं लक्ष विचलित झालं. यामुळे मला आनंद वाटला. बॉयशी ती आयुष्यभर निष्ठावान होती. एवढंच नव्हे, तर त्याच्यापासून झालेल्या तिच्या दोन पिलांची ती माता होती. दरम्यान त्या लहान चार-आसनी विमानाचं तो चारशे पौंड वजनाचा सिंह, जॉर्ज, तो पशुवैद्य आणि वैमानिक घेऊन जाणाऱ्या विमानात रूपांतर केलं होतं. ते करण्यासाठी मागचं आसन काढून टाकण्यात आलं होतं आणि त्या

मोकळ्या जागेत बॉय आणि जॉर्ज यांना कसेबसे बसायला जागा केली होती. अंधार पडण्यापूर्वी पोचण्यासाठी आणि पुढे जमून येत असलेलं प्रचंड वादळ टाळण्यासाठी हे सर्व करणं आवश्यक होतं. मी जॉर्जकडे पाहण्याचं धाडस करू शकले नाही. त्या लहान जागेत बॉयला जितक्या आरामदायक अवस्थेत ठेवता येणं शक्य होतं तितकं ठेवून, नंतर त्याच्याजवळ तो हातपाय आखडून जवळ घेऊन बसला, तेव्हा त्याचा उतरलेला चेहरा लांबट झाला होता. त्या पशुवैद्याने वैमानिकाजवळची जागा घेतली आणि त्या वैमानिकाने इंजिन सुरू केलं आणि विमान उंच उडालं. काळ्या ढगात नाहीसं होताना, ते छोटं पांढरं विमान स्पष्टपणे दिसलं. त्या पूर्ण संध्याकाळी मला विचित्र ओकं ओकं वाटत होतं.

जरी हे नाट्यमयरीत्या निघून जाणं त्या वेळेपुरतं मोठे दुःखदायक होतं, तरीही या परिस्थितीत बॉयसाठी आम्हाला करता येण्याजोगं उत्तम काम होतं, असं निष्पन्न झालं. नंतर लवकरच त्याला दोन अतिशय अवघड शस्त्रक्रियांना सामोरं जावं लागणार होतं. शस्त्रक्रियेनंतर नैवाशाला पूर्ण नऊ महिने त्याला पूर्ण बंदिस्त अवस्थेत काढावे लागणार होते.

पावसाने परत एकदा त्या कोरड्या, वाळलेल्या गवताच्या रंगाच्या मैदानाचं, रोज उमलणाऱ्या लक्षावधी फुलांच्या मधुर चराऊ कुरणात रूपांतर केलं होतं. आकाशी निळ्या रंगाच्या फुलांच्या मैदानातून चालत असताना पिप्पाची पिलं अतिशय सुंदर दिसत होती. आपल्या लावण्यपूर्ण पिलांच्या दृश्याचा आनंद उपभोगायला त्यांची माता हजर असायला पाहिजे होती, ही कल्पनाच काय ती मी करू शकत होते. ती पिलं अजूनही लेपर्ड रॉकपासून एक मैलाच्या परिसरातच राहत होती. तिथली जमीन तुलनात्मक दृष्ट्या कोरडी आणि परिणामतः शिकारीनं परिपूर्ण होती.

आजकाल बिग बॉय सोम्बाच्या खूप प्रेमात पडलाय, असं दिसत होतं. दोघंही बराच वेळ एकमेकांना आलिंगन देऊन चाटत असत. सोम्बाचं एका सुंदर मादीत रूपांतर झालं होतं. ती खूप अलौकिक स्वभावाची आणि त्या त्रयीत अतिशय हुशार होती. मला आठवतं, थोड्याशा अपराधीपणाच्या भावनेनं, जेव्हा मला वाटायचं, की ती एक विचित्र प्राणी बनेल. आता तिला माझ्या सँडलबरोबर खेळायचं होतं. रबराच्या सोलना डिवचत ती माझ्याजवळ सरकत होती. तिच्या मैत्रीच्या आवाहनाला प्रतिसाद देण्याच्या माझ्या इच्छेला आवर घालणं खूपच अवघड होतं, पण आम्हाला एकत्र राहण्यासाठी परवानगी मिळालेल्या या अखेरच्या काही महिन्यांत आता मी त्या पिलांना बिघडवल्यास, मी स्वतःला कधीही माफ करू शकले नसते.

❑

- १२ -
पिलं वयात येतात

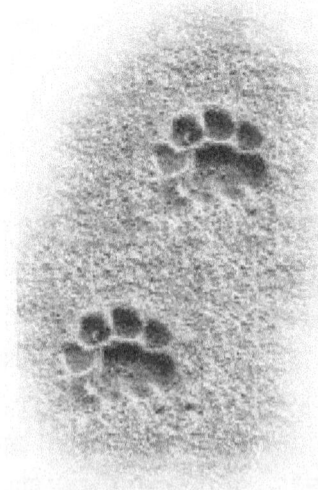

आज डिसेंबरची पहिली तारीख होती आणि उद्यानाधिकाऱ्यांबरोबर झालेल्या माझ्या चर्चेनुसार आज सकाळी मी पिलांना त्यांची पोटं पूर्ण भरेपर्यंत शेवटचं मांस दिलं होतं. त्यानंतर त्यांनी त्यांची पोटं पूर्ण भरलेल्या अवस्थेत माझ्यावर नेहमीप्रमाणे विश्वास ठेवून डुलकी घेतली. अचानक वानरांनी कलकलाट केल्याचा आवाज झाला आणि क्षणार्धात ती पळून गेली.

दुसऱ्या दिवशी सकाळी आम्हाला ती एका फांद्या जमिनीपर्यंत लवलेल्या झुडुपवजा झाडाखाली सापडली. बिग बॉय परत सोम्बाविषयी अतिशय प्रेमळ वाटला. सोम्बानं त्याला आलिंगन दिलं आणि तो काटक्या चघळायचा प्रयत्न करत होता, तरी त्याच्याजवळ जाऊन त्याला कुरवाळलं. अशा रीतीनं तिनं त्याला प्रेमाने प्रतिसाद दिला. बिचारा टायनी जणू काही त्या दोघांत जे काही चाललं होतं, त्याबाबत आस्था नसल्याप्रमाणे दूर बसला होता.

काही वेळानंतर ते सर्व शंभर-दोनशे यार्डावरील एका वाळवीच्या टेकाडाकडे गेले. ती वाळवीची टेकडी एका झुडपाखाली पूर्णपणे

झाकली गेली होती. इथं बिग बॉयनं अचानक तीक्ष्ण कर्णकटू पर्र पर्र असा आवाज केला. तो आवाज आरोळीसारखा वाटला आणि तो सोम्बाच्या अंगावर चढला. सोम्बा अगदी एखादी सिंहीण बसावी तशी बसली. त्या वेळी बिग बॉयने साधारण एक मिनिटभर जलद गतीनं ढकलल्यासारखी कृती करणं पुन्हा पुन्हा चालू ठेवलं. त्यानंतर दोघंही शिथिल झाले आणि एकमेकांना चाटत, म्याँव म्याँव करत एकमेकांजवळ त्यांनी विश्रांती घेतली.

त्या झुडपाच्या सावलीत जितकं शक्य होतं तितकं टायनीनं त्याला स्वत:ला दूर ठेवलं होतं. दुर्दैवानं हे सर्व काही माझ्यासाठी झुडपाखालील काळसर सावलीत, कॅमेरे जुळवून घेण्यासाठी फारच जलद आणि अनपेक्षितपणे घडलं. अर्ध्या तासानंतर ती पिलं रमतगमत मुरेरा नदीकडे गेली. तिथं ती दुपारच्या विश्रांतीसाठी एका मोठ्या झाडाखाली स्थिरावली. मी त्यांची रेखाचित्रं आणि फोटो काढत त्यांच्याजवळच विश्रांती घेतली.

पण ती बहुतांश वेळ झोपूनच राहिल्यामुळे आम्ही पटकन जेवण उरकून घेण्यासाठी छावणीत परतलो. चहाच्या वेळी आम्ही परत आलो तेव्हा पिलं अजूनही, एक कोंगोनी हरीण येईपर्यंत, झोपेच्या गुंगीतच होती. नाउमेदीनं थोडा वेळ त्यांनी त्या मोठ्या हरिणावर दबा धरला. नंतर त्याविरुद्ध निर्णय घेतला आणि त्याऐवजी एका मोठ्या वाळवीच्या टेकडीवर बसली. या सभोवतालचा प्रदेश हा लहान झाडं आणि झुडपांनी व्यापलेला उद्यानाच्या प्रदेशासारखा, आदर्श चित्त्यांचा प्रदेश होता. वातावरणात थोडा थंडावा आल्यावर त्या दोघा भावांनी झाडावर काटकोनात त्यांच्या मूत्राचा फवारा मारला. हे असं करताना त्यांना मी अनेक वेळा पाहिलं होतं. सुरुवातीला ते त्या झाडाचा वास घ्यायचे, नंतर ते उलटे फिरायचे आणि शेपटी वर करून मूत्राची धारा त्या झाडाच्या खोडावर मारायचे, जी एक किंवा दोन सेकंद चालत असे. त्यांनी हे फवारा मारणं दोन-तीन वेळा जलद गतीनं पुन्हा पुन्हा केल्यामुळे, ते त्यांच्या क्षेत्राची अशा प्रकारे खूण करत असावेत असं मी समजले. पण ते मी कधीही त्यांनी इतक्या लक्षपूर्वक केलेलं पाहिलं नव्हतं आणि मी ते कोणत्याही प्रतिस्पर्ध्याला सोम्बाजवळ न येण्याची ताकीद देत आहेत की काय अशा विचारात पडले. ती नरांना आकर्षित करतेय याची तिला जाणीव होती आणि एखाद्या नराला चेतवू इच्छिणारी मादी जितकी भुरळ पाडण्याजोगी वागेल, तितकी ती वागत होती.

यानंतर ते बंधुद्वय सोम्बाजवळ येऊन बसण्यापूर्वी एकमेकांचा पाठलाग करू लागले. आता टायनीदेखील त्याच्या भुलविणाऱ्या बहिणीत आस्था दाखवू लागला; पण त्याला बरोबर काय करायचं हे ठाऊक नव्हतं. म्हणून तो बिग बॉयबरोबरच सोम्बाच्या अंगावर चढला आणि ते तिघेही गडगडत खाली पडले

आणि त्यांचा एक विचित्र ढीग झाला. पिप्पाच्या पिलांची वयात येण्याची अवस्था लक्ष देऊन पाहणे याचं, मला खूप आकर्षण वाटलं. या अचानक गोंधळात पाडणाऱ्या नव्या उत्कट आकांक्षेनं त्या पिलांवर उघडच मात केली होती. मी गृहीत धरलं की, प्रत्यक्ष समागमापेक्षा ती केवळ प्रेमचेष्टा होती. दुर्दैवानं लवकरच इतका अंधार झाला, की काय घडतंय हे दिसेना, तेव्हा आम्हाला छावणीत परतावंच लागलं.

दुसऱ्या दिवशी सकाळी आठ वाजता गोलो रस्त्याजवळ, मुरेरा नदीपासून शंभर-दोनशे यार्डांवर ती पिलं सापडली. झिमझिम पाऊस पडत होता आणि ती त्रयी एका पडलेल्या झाडावर चढण्याचा प्रयत्न करू लागण्यापूर्वी, पूर्ण शक्तीनिशी झुडपांच्या सभोवताली एकमेकांवर दबा धरून हल्ला करण्याचा जंगली खेळ खेळत होती. त्या झाडावरील उत्तम जागेसाठी स्पर्धा करत, ते परत जोरदार खेळ करण्यासाठी, एकमेकांची शेपटी ओढून प्रतिस्पर्ध्याला झाडावरून खाली ओढण्यासाठी उठण्यापूर्वी वरचेवर खाली पडायची. अचानक मी परत पर्र पर्र असा तीक्ष्ण, कर्कश आवाज ऐकला आणि दोन्ही बंधूंनी एकाच वेळी सोम्बाशी समागमाचा प्रयत्न केला. हे शक्य नसल्याने, टायनी बिग बॉयवर चढला आणि बिग बॉयने सोम्बाशी समागम केला. तो काही मिनिटांपर्यंत चालला. पण सुदैवानं मी कॅमेरे घेऊन योग्य जागी होते आणि झिमझिम पाऊस पडत असूनदेखील मला काही चांगली चित्रं मिळतील, अशी आशा होती.

त्यांचा पहिला लैंगिक अनुभव नोंद करणं मला महत्त्वाचं वाटलं, म्हणून मी लोकल आणि स्टॅन्लेला त्यांच्यापासून काही अंतर राखायला सांगून माझ्याबरोबर एक टिपण वही आणि कॅमेरे घेऊन मला शक्य होतं तितकं त्यांच्याजवळ त्यांच्यामागं गेले. आता सव्वाआठ वाजले होते. काही क्षण एकमेकांच्या अंगावर चढून नंतर साडेआठपर्यंत पिलांनी आराम केला. त्यांनी आठ-चाळीसला याचीच पुनरावृत्ती केली. त्या वेळी सोम्बा तिच्या झुडपाजवळून ते न्याहाळत होती. एक दिवसापूर्वी तिने दिला होता तसा, आज तिच्या कामेच्छू बंधूंना ती तितका प्रतिसाद देत नव्हती आणि लहान काटक्या चघळत त्यांच्या समागमाच्या प्रयत्नांना तिनं नकार दिला. यासाठी गरीब बिचाऱ्या नरांना त्यांच्या अपरिचित शक्तीने भाग पाडल्याने, एकमेकांपासून पुरेपूर फायदा करून घ्यावा लागला.

आठ-पन्नासला बिग बॉयने सोम्बाला अवचित गाठलं, पण ती सहकार्य देत नसल्याने, त्याने टायनीकडे मोर्चा वळवला. तो पटकन धडपडत झाडावर चढला; जिथं तो बिग बॉयच्या आवाक्याबाहेर होता. थोड्या वेळानंतर तो बिग बॉयजवळ येऊन स्थिरावला. दोघांनी नऊ-पाचपर्यंत डुलक्या घेतल्या. नंतर ते एकमेकांच्या अंगावर चढण्याचा प्रयत्न करू लागले. नंतर ते आम्ही आलो त्या वेळी टायनीनं

ज्या झाडावर मूत्राचा फवारा मारला होता, त्या झाडाकडे सोम्बाबरोबर गेले. नंतर त्या सर्वांनी सभोवताली एकमेकांच्या पाठलागाचा उत्तम खेळ केला. नऊ-तीसपर्यंत झिमझिम पावसात पळापळी केली. त्यानंतर त्यांनी धापा टाकत एका झुडपाखाली विश्रांतीसाठी स्वत:ला झोकून दिलं. पाऊस थांबल्यावर ते एका वाळवीच्या टेकडीवर जाऊन स्थिरावले.

पूर्वी माझ्या लक्षात आलं होतं की, त्या बंधूंचे अंडकोश, खाली लोंबकळणाऱ्या इतर स्तनधारी प्राण्यांच्या विरोधात नेहमी सरळ स्थितीत असायचे. आज त्यांची सरळ जननेंद्रिये मादीच्या जननेंद्रियाच्या विरोधात दिशा दाखविणारी पाहिल्यावर माझा जास्तच गोंधळ उडाला आणि असे ते एकत्र समागम कसे काय करू शकतात, हे मला समजलं नाही. माझी निरीक्षणं ताडून पाहण्यासाठी मी त्यांचे फोटो घेतले आणि त्यांच्या जननेंद्रियांच्या जागेची रूपरेषा काढली.

साडेअकरा वाजता दोन झेब्रा त्यांना दिसेपर्यंत पिलं शांत राहिली. तत्क्षणी ते त्रिकूट दबा धरू लागलं. त्याच वेळी पाच गिधाडं दिसली आणि ती जवळून घिरट्या मारू लागली. शिकार झालीच तर एक क्षणही गमावू नये, म्हणून ती काही वेळापासूनच त्या पिलावर लक्ष ठेवून असावीत. पण त्यांच्या पदरी निराशा पडणार होती; कारण पिलांनी लवकरच पाठलाग करणं सोडून दिलं आणि विश्रांतीसाठी सावलीची जागा शोधली. सोम्बा एका झुडपाखाली गेली आणि ते बंधू काही यार्ड अंतरावरील एका वाळवीच्या लहान टेकाडावर स्थिरावले. त्या टेकाडावर नखांनी जमीन उकरून झोपायला आरामशीर जागा केल्यावर बिग बॉयनं थोडंसं गवत खाल्लं. टायनी मग त्याच्याजवळच स्थिरावला आणि थोड्या अवधीत दोघेही झोपी गेले.

त्या त्रिमूर्तीवर जवळून नजर ठेवण्यासाठी आरामात स्थिर व्हायला माझ्यासाठी त्या वाळवीच्या टेकाडाशिवाय कोठेही सावली नव्हती, पण ते टेकाड त्या बंधूंसाठी कसंतरी पुरेसं होतं. म्हणून मला माझ्या अंगाचं मुटकुळं करून, त्या टेकाडाच्या पायथ्याशी बसून झुडपांच्या सावलीबरोबर जागा बदलावी लागली. सुदैवानं ते बंधू इतके झोपेला आले होते, की मी त्यांच्या अगदी जवळ असल्याची त्यांना काळजी वाटली नाही आणि टायनी तर त्याचे पाय आलटूनपालटून बिग बॉय आणि माझ्या अंगावर दाबून तो एकटाच नाही, याची खात्री करून घेत होता. तो झोपलेला असताना इतका प्रेमळ वाटत होता की, त्याला न कुरवाळण्यासाठी माझ्या तत्त्वावर ताण पडला. झोपेतदेखील बिग बॉय स्वत:ची खात्री असणारा होता. त्याच्यात रानटी चित्त्याचा आत्मविश्वास व्यक्त होत होता. त्याच्यापासून इतक्या जवळ आराम करत असताना मला स्वत:ला मी एक चित्ता असल्याप्रमाणे वाटलं.

साधारण दुपारी तीन वाजता सोम्बा तिच्या बंधूंना सामील झाली. त्यांना

तत्क्षणी तिच्याबरोबर समागम करायचा होता, पण ती प्रतिक्रिया देण्याच्या मूडमध्ये नव्हती. म्हणून त्यांना त्याऐवजी एकमेकांच्या अंगावर चढावंच लागलं. अजूनही वातावरणात बरीच उष्णता असूनही, पिलांनी नंतर नदीकडे मोर्चा वळवला. बिग बॉय नेतृत्व करत होता. वाटेवरील छोट्यामोठ्या विश्रांतीच्या वेळी टायनी इतर झाडांवर मूत्राचे फवारे मारत होता. नदीचे किनारे म्हणजे दाट झुडपांची जवळपास भिंतच झाली होती. चित्त्यांनादेखील त्यात घुसणं कठीण झालं होतं. नदीपर्यंत पोचायला पिलांनी अनेक ठिकाणी त्या झुडपांच्या दाटीत घुसताना, प्रत्येक वेळी घाबरून माघार घेतली होती. सरतेशेवटी बिग बॉयला अशी एक जागा सापडली, जिथून तिघंजण एकाच वेळी पाण्यापर्यंत जाऊ शकतील.

मी त्यांच्यामागून जवळच धडपडत होते. वेलींच्या जाळ्यातून मोकळी होऊन, ती पिलं ताडाची झाडे जी नदीवर इतकी दाट झुकली होती, की पलीकडील काठ पाहणं अशक्य होतं, त्या झाडीत ती निश्चयानं रोखून पाहत होती. ती नदी ओलांडून जाण्याच्या बेतात आहेत हे जाणून मी घाईघाईने कॅमेरा त्यांच्यावर रोखला आणि टायनी एखाद्या विद्युलतेप्रमाणे त्या अंधाऱ्या झुडपात उडी मारताना फोटो घेण्यासाठी बरोबर वेळ साधली. त्याच्यामागून पाणी उसळलं. त्यानंतर बिग बॉयने उडी मारली. तो जोराने वाहणाऱ्या लोंढ्यात पडला आणि पलीकडच्या किनाऱ्यावर धडपडत चढला. शेवटी सोम्बानं उडी मारली, तीदेखील पाण्यात पडली.

त्या पिलांचा पाठलाग करण्यात काही अर्थ नव्हता, कारण आम्ही पैलतीरावर पोचेपर्यंत ती नाहीशी झालेली असतील आणि त्या दाट झुडपांच्या रानात त्यांचा मागं काढणं अशक्य झालं असतं. म्हणून आम्ही व्हर्वेट वानरांनी भीतीनं मारलेल्या किंकाळ्या ऐकल्या. त्यांच्या किंकाळ्यांची दिशा बदलल्यामुळे, पिलं कोणीकडे वाटचाल करीत आहेत, याचा सुगावा लागला.

खरंच या क्षणी पिलांच्या सहवासाला मुकण्यासाठी मी फक्त स्वत:लाच दोष देऊ शकले असते. माझा सहवास त्यांना पुरेसा मिळाला होता आणि मला टाळायचं असेल, तर नदी पार करणं हाच मार्ग होता. मी इतकं सहसा मागे लागले नसते आणि आज इतक्या चिकाटीनं त्यांच्या पाठीमागे लागण्याचं कारण म्हणजे शक्य होतं तेवढं चित्त्यांच्या पहिल्यावहिल्या लैंगिक प्रतिक्रियांविषयी जाणून घेणं हे होतं. ज्याचं माझ्या माहितीप्रमाणे, यापूर्वी कधीही नैसर्गिक परिस्थितीत, फोटो काढणं सोडून द्या, पण निरीक्षणदेखील केलं गेलं नव्हतं.

त्या त्रिकुटाला परत भेटण्याच्या आशेनं, आम्ही प्रवाहाच्या वरच्या बाजूला जिथं आम्ही मोटारनं नदी पार करू शकू तिथपर्यंत काही मैल मोटार नेली, पण पलीकडील किनाऱ्यावरच्या झुडपांतून आम्ही मैदानात गाडी घेतली, तेव्हा अनेक

रानम्हशी आमच्यासमोर आल्या. त्यामुळे आम्हाला पुढे जाणं रहित करावंच लागलं आणि जेमतेम अंधार पडण्यापूर्वी आम्ही छावणीत परतलो.

तिथं आम्हाला बेन भेटला. जॉर्जचं काही सामान नैवाशाला घेऊन जाण्यासाठी तो दूरवर गेला होता आणि त्याने त्याचा दौरा वाढवला होता. मी लंडनहून परतल्यावर तो इथं फारच थोडावेळ का होता, असं मी त्याला विचारलं. त्याला चित्त्यांची जबाबदारी माझ्याबरोबर विभागून घेणं आवडत नव्हतं, त्याऐवजी स्वतंत्रपणे त्यांची जबाबदारी सांभाळणं आवडायचं, असं स्पष्टीकरण त्याने दिलं. ते समजण्याजोगं होतं, पण माझा मदतनीस म्हणून सुसंगत नव्हतं. दुसऱ्या दिवशी पिलांच्या शोधार्थ तो आमच्याबरोबर आला, पण शक्य तितका एकटाच राहिला.

मुरेरा नदी ही उद्यानाची सीमा आहे आणि त्यापलीकडील प्रदेश हा आमच्यासाठी नवी भूमी होता. एकदा का नदीशेजारचा घनदाट झुडपांचा प्रदेश, जो नदीच्या शेजारी अदमासे एक मैल पसरलेला होता, मागे सोडला की तो प्रदेश चित्त्यांसाठी आदर्श होता. या विशाल झाडाझुडपांच्या प्रदेशाचं कारण त्याच्यामधून वाहणारा एक आकर्षक झरा होता. तो झरा काही मैलांवर संपतो. त्यानंतर नदीकाठचा झुडपाळ प्रदेश मुरेरा नदीपुरताच मर्यादित होता. त्या झऱ्याचं पाणी फक्त पावसाळ्यातच वाहत असलं, तरी काही डबकी कोरड्या ऋतूतदेखील असायची आणि ती अनेक प्राण्यांना आकर्षित करायची. कारण इथं त्यांना मुरेरा नदीत वास्तव्य करणाऱ्या मगरींचं भय नसायचं. आता पाऊस चालूच असल्यानं, तो झुडपांचा प्रदेश पूर्ण बहरात होता आणि इतकी विपुल फुलं होती की, ती गोळा न करता, पिलांच्या शोधावर लक्ष केंद्रित करणं मला कठीण वाटू लागलं, जे काही झालं तरी, या परिस्थितीत अशक्य होतं.

हळूहळू झुडपांची जागा सुंदर उद्यानाच्या जमिनीने घेतली. त्या जमिनीवर ठिपक्यासारखी वाळवीची टेकाडं पसरली होती. ती टेकाडं टेहळणीसाठी उत्तम जागा उपलब्ध करत होती आणि झुडपासारख्या वृक्षांच्या समूहाखाली, शिकारी प्राणी एखादं सावज जवळून जाईपर्यंत आरामात थंड सावलीत लपून वाट पाहू शकत होते. थोडक्यात, ती भूमी संरक्षित असती, तर एक शिकार करण्याची आदर्श भूमी ठरली असती; पण ती बोरान टोळीवाल्यांच्या मालकीची होती. त्यांनी ते तीनशे वर्ग मैलांचं वृक्षसंपन्न मैदान, जरी त्या मैदानावर त्से त्से माशांचा उपद्रव होता आणि गुराढोरांसाठी ते निरुपयोगी होतं तरी, राष्ट्रीय उद्यानांना विकायला नकार दिला होता. तरीदेखील, बेकायदेशीर शिकारी त्या भागात वरचेवर येत असत. सुदैवानं त्यांचा वावर बिसनदीच्या दरम्यान केंद्रित असे. ती नदी मुरेराच्या पलीकडील भागातील प्राण्यांसाठी पाण्याचा एकमेव स्रोत होती. बिसनदी मुरेरापासून बऱ्याच अंतरावर होती. त्यामुळे पिप्पाची पिलं मुरेराच्या आसपासच राहतील, अशी

आम्हाला आशा होती; पण तिच्या या तीरावर संपूर्ण शोध घेऊनदेखील आम्ही त्यांना शोधण्यात सुदैवी ठरलो नाही.

दुसऱ्या दिवशी सकाळी मी जॉर्जच्या छावणीपासची कुंपणाची तार गोळा करायला बेनला सांगितलं आणि परत एकदा पिलांचा शोध घेण्याच्या मोहिमेहून हात हालवत परतल्यावर मला त्याची एक चिठ्ठी मिळाली. त्यात त्यानं त्याचा पाय परत एकदा जखमी झाल्यानं तो नैरोबीच्या हॉस्पिटलमध्ये मोटार घेऊन गेल्याचं लिहिलं होतं. तो परत कधीही आला नाही.

आता आम्ही आमचा शोध बोरान भूमीवर केंद्रित केला. दिवसेंदिवस आम्ही पूर आलेली मुरेरा नदी पार केली आणि परतलो. त्या नदीच्या तीरावर आणि नदीपलीकडील मैदानावर पिलांच्या ताज्या पाऊलखुणा पाहण्यासाठी मैलोगणती चाललो. जोपर्यंत मी माझे कॅमेरे कोरडे ठेवू शकत होते तोवर, मुसळधार पावसात आम्ही ओलेचिंब झालो, तरी काळजी नव्हती. एका ठिकाणी तीन हत्तींनी, जिथं आम्ही दोन मोठ्या मगरी पाण्यात गेलेल्या पाहिल्या होत्या अशा ठिकाणी, नदी पार करून जाण्याशिवाय आम्हाला पर्याय ठेवला नाही. वरचेवर दगड मारून आणि बरंच पाणी उडवून आम्ही पलीकडच्या किनाऱ्यावर सुरक्षित पोचलो, पण मी पिलांविषयी आजपर्यंत कधी नव्हे एवढी काळजीत पडले.

पाच दिवसांनंतर आम्हाला लेपर्ड रॉकजवळ जेरेनक हरणाचे अवशेष सापडले. त्यांभोवती चित्त्यांच्या पाउलखुणा होत्या आणि त्यानंतर दोनच दिवसांत परत गेंड्यांसाठीच्या छोट्या मैदानाजवळ, चित्त्यांच्या ताज्या पाऊलखुणा सापडल्या. इथून जवळच गिधाडांनी आम्हाला एका मृत जिराफाकडे दिशादर्शन केले. त्या जिराफाच्या मृत शरीरापाशी एक सिंह बसलेला दिसला. आम्हाला पाहिल्याबरोबर तो पळून गेला आणि त्यामुळे आम्हाला त्या शिकारीचं निरीक्षण करण्याची संधी मिळाली. त्या ठिकाणी आम्ही पोचल्यावर आम्हाला असं आढळलं की, त्या जिराफाचे डोळे आणि जीभ सोडून त्याच्या शरीराला स्पर्शही केलेला नव्हता. डोळे आणि जिभेच्या बाबतीत गिधाडांनी आधीच त्यांचं भयानक काम उरकलं होतं. त्या जिराफाचं फक्त डोकं, मान आणि पाठ दिसत होती आणि बाकीचं शरीर पातळ चिखलाने आत ओढून घेतलं होतं आणि पूर्णपणे बुडालं होतं. भोवतालची दलदल पाहून, तो जिराफ ती दलदलयुक्त भूमी पार करत असताना रुतून जाऊन त्याला भयानक मृत्यू आला असावा. गिधाडांचं आगमन नंतर झालं असावं, एवढीच आशा मी करू शकत होते. त्याच्या नैसर्गिक मृत्यूविषयी पुरावा म्हणून उद्यानाधिकाऱ्यांना नंतर देण्यासाठी लोकलनं त्याचं शेपूट कापून घेण्यात यश मिळवलं.

❑

- १३ -
शेवटचे काही दिवस पिलांबरोबर

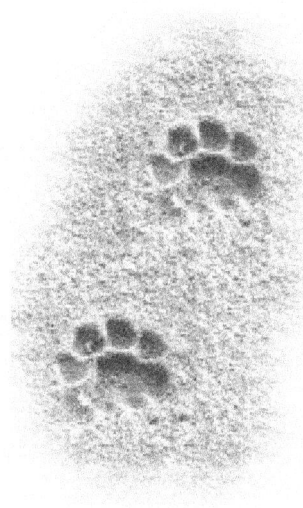

दरम्यान, माझ्या चित्यांबरोबरच्या शेवटच्या महिन्याचे सात अमूल्य दिवस पिलं न सापडता वाया गेले होते. एकदा संध्याकाळी बऱ्याच उशिरा आम्ही छावणीत परतत असताना, अचानक मनात वेगळा विचार आल्याने आम्ही मुख्य रस्ता सोडून गोलो मार्गावर वळलो. याचा अर्थ सरळ वादळाला तोंड देणे असाच होता. आम्ही शंभरएक यार्ड अंतर पार करत नाही, तोवर आम्हाला आमच्याकडे धावत येत असलेली पिलं दिसली. त्याच वेळी काळ्याभोर आकाशातून काही क्षण सूर्यानं दर्शन दिलं आणि त्यांची मोहक शरीरं, नाट्यमय पार्श्वभूमीच्या विरोधात प्रकाशमान झाली. ती उत्तम परिस्थितीत होती आणि त्यांनी, ज्यांची हाडं या ठिकाणाहून जवळच आम्हाला सापडली होती, त्या जेरेनक हरणाची शिकार केली होती. तरीदेखील पिलं भुकेली होती; पण त्यांना द्यायला माझ्याजवळ काहीही नव्हतं. पहिले मोठे थेंब पडून ती पिलं ओलीचिंब होण्यापूर्वी मी चटकन त्यांचे काही फोटो घेतले. एकमेकांजवळ येऊन त्यांनी त्यांच्या केसाळ कातड्यांवरून पाणी घालवून टाकलं. लवकरच

त्यांना कंटाळा आला आणि ती आसऱ्यासाठी एका झुडपाखाली गेली. मी मोटार वळवायचा प्रयत्न केला, पण ती पूर्णपणे रुतून बसली होती. आम्ही जमीन खणून ती बाहेर काढत असताना ओलंचिंब व्हायची आमची पाळी होती. नंतर आम्ही वाहत्या पाण्यात फूट फूट खोल चाकोऱ्यांतून मोटार हळूहळू चालवत छावणीत गेलो.

त्यानंतरचे दोन दिवस आम्हाला पिलांच्या पावलांचे ठसे सापडले, त्यावरून ती लाव्हाच्या पडाराच्या दिशेनं जाताना, त्यांनी एका तरुण म्हशीचा पाठलाग केला होता एवढं समजलं. याशिवाय आमचा शोध व्यर्थच झाला. या क्षेत्रावर लक्ष केंद्रित करून माझा आवाज जो दिवसभर पिप्पा, पिप्पा असं ओरडून आधीच घोगरा झाला होता, तो वाचवण्यासाठी मला मोठ्याने बोलण्याचा कर्णा बरोबर घ्यावाच लागला. पहिला प्रतिक्रिया देणारा टायनी होता. नंतर बिग बॉय आला आणि शेवटी सोम्बा मागोमाग आली. ती सर्वजण जोरजोरात धापा टाकत होती. पिलं निश्चित शिकार करत असावीत. पिलं खूप भुकेली होती. कमीत कमी तीन दिवसांपासून त्यांनी शिकार केलेली नसावी. विश्वासाने ती आमच्या सभोवताली मांसाची वाट पाहत बसली, जे यापुढे केव्हाही त्यांना द्यायची मला परवानगी नव्हती.

आधीच खूप उष्णता होती आणि पिलं एका झुडपाखाली स्थिरावली. तिथं त्यांना थंड वाटेल एवढी पुरेशी सावलीदेखील नव्हती. एकमेकांच्या सान्निध्यात राहण्यासाठी त्यांचे पाय एकमेकांच्या अंगावर टाकून, पिलांनी डुलकी घेतली, पण दुपारी दोन वाजता ती अस्वस्थ झाली आणि चालू लागली. ती किती भुकेली होती, हे मला समजलं. माझ्याजवळ त्यांच्यासाठी मांस नव्हतं हे त्यांना समजल्यावर दिवसातील अतिशय उष्ण वेळीदेखील त्यांनी शिकारीची तयारी केली. माझ्या दुर्बिणीनं मी सभोवताल न्याहाळला, पण त्यांच्यासाठी शिकार करण्याजोगं काहीही न दिसल्यानं मी लेपर्ड रॉकच्या दिशेनं चालू लागले. तिथं जास्त शिकार होती. ती पिलं माझ्यामागे येतील, अशी आशा वाटली. ती पिलं माझ्यामागून आलीही ती लांब, उष्ण वाटचाल होती आणि त्यांना अगदी थोडी तुटपुंजी सावली दिसली की, ती थोडी विश्रांती घ्यायची. टायनी खूपच थकलेला आणि भुकेला होता. मी जवळ जायची, तेव्हा तो 'म्यॉंव म्यॉंव' करायचा. शेवटी त्यांना द्यायला माझ्याकडे कदाचित, फक्त शिकारीकडे घेऊन जाणं याशिवाय काहीच नव्हतं. त्यामुळं मी दुःखी व्हायची. ते बंधुद्वय त्यांना स्वतःला अक्षरशः ओढत होते. त्या वेळी सोम्बा सतत प्रत्येक हालचालीवर नजर ठेवून होती पण गोलो वळणावर जिथं मी लँडरोव्हर ठेवली होती, तिथं येईपर्यंत आम्हाला फक्त तीन हत्ती भेटले. काहीतरी खायला मिळेल या आशेनं पिलांनी मोटारीभोवती वास घेतला, पण गाडीत काहीच नसल्यानं ती

जवळच्या वाळवीच्या टेकडीवर स्थिरावली आणि तिथूनच माझ्याकडे इतक्या तिरस्कारयुक्त नजरेनं पाहायला लागली की, मला अत्यंत वाईट वाटलं. विशेषत: सोम्बा ''इतक्या लांबवर आम्हाला फक्त निराश करायला का घेऊन आलीस?'' असं विचारत आहे, असं वाटलं.

नंतर मला बऱ्याच दूरवर दोन ग्रँट गॅझेल हरणं दिसली. मी त्यांना हाकून आणि पाठलाग करून पिलांच्या दिशेनं आणायचा प्रयत्न केला; पण एक म्हैस अचानक एका झुडपाखालून माझ्या आणि हरणांच्यामध्ये आली आणि तिनं माझा हेतू विफल केला. नंतर लोकल आणि स्टॅन्ले यांनी त्यांचं नशीब अजमावायचं ठरवलं. मी त्या पिलांचं लक्ष त्या हरणांकडे वेधण्याचा प्रयत्न केला; पण ते त्यांनी अद्याप पाहिलं नव्हतं. आता आणखी जास्त म्हशी आल्या आणि त्यांनी आमचं सांघिक कार्य खराब केलं. अंधाराचं साम्राज्य भराभर वाढत होतं आणि पिलं तिथंच राहतील, त्यामुळे ग्रँटची हरणं त्यांना सापडतील, या आशेनं मोटारनं लवकर निघून जाण्यापलीकडे मी काहीच करू शकले नाही. त्या दिवसभर पिलांनी समागम केल्याचं कोणतंच चिन्ह मी पाहिलं नाही. फक्त सोम्बा बिग बॉयच्याजवळ राहिली.

दुसऱ्या दिवशी सकाळी मैदानावरून पिलं धावत मोटारच्या दिशेनं आली आणि आम्ही आदल्या दिवशी त्यांना ज्या वाळवीच्या टेकडीवर सोडलं होतं, त्याच टेकडीवर विसावली. तिथं आठ ग्रँटची हरणं दिसत असूनदेखील त्यांनी शिकार केली नव्हती. पिलांना त्या हरणांची दिशा दाखविण्याचा मी उत्तम प्रयत्न केला, पण ती झोपण्यासाठी फक्त दुसऱ्या सावली असलेल्या झाडाकडे गेली. नंतर ती एका छोट्या टेकडीकडे गेली. त्यांची रूपरेषा काढण्यासाठी त्या जागी खूपच ऊन होतं, म्हणून मोटारीतच बसून मी पत्रं लिहिली. त्या वेळी पिलांनी वामकुक्षी घेतली. दुपारी दोन वाजता ती परत निघाली. या वेळी मुरेरा नदीकडे, जी साधारण एक मैल दूर होती. सोम्बानं नेतृत्व केलं. जागरूकतेनं अगदी सूक्ष्म आवाजाकडे लक्ष देत, ती हळूहळू एक एक पाऊल, मान पुढे करून जात होती. थोडासादेखील आवाज करणं टाळण्यासाठी ती तिचं पाऊल लोंबकळत सोडायची आणि एखादे हरीण लपेल अशा गर्द झाडीला वळसा घालत होती. काही वेळा टायनी तिला मदत करायचा. तो विरुद्ध दिशेनं त्या झुडपांना वळसा घालायचा. ती शोधत असताना तिचं तोंड सुंदर दिसायचं. ती इतकी आनंदी दिसली, की तिनं मला अगदी पिप्पाची आठवण करून दिली. या तिन्ही पिलांच्या नाकांची टोकं पिप्पा किंवा तिच्या या पूर्वीच्या पिलांपेक्षा जास्त प्रमाणात बाकदार होती, हे विचित्र होतं.

सरतेशेवटी सोम्बा आणि बिग बॉयनं (Lesser Kudn) नर हरणाला जागृत केलं आणि त्याचा जोरदार पाठलाग केला. इतक्या मोठ्या हरणात त्यांनी

आस्था व्यक्त करावी, याचं मला आश्चर्य वाटलं आणि लवकरच त्यांनी पाठलाग करणं सोडून दिलं. त्यामुळं मला हायसं वाटलं. यानंतर आम्ही काही एलँड ऑटिक्स हरिणं आणि जिराफ पाहिले; पण ते सर्व झटापट करायला पिलांसाठी फारच मोठे होते.

विश्रांती न घेता तीन तासांपासून वाटचाल करत असल्यानं पिलांनी एका झुडपाखाली माघार घेतली. इथं ती नदीपासून जवळ होती. मी जर अतिशय चिकाटीनं त्यांचा पाठलाग केला तर ती परत नदी पार करून जातील या भीतीनं फक्त दुपारच्या चहाचीच वेळ झाली होती, तरी मी माघार घेतली. सूर्यास्ताच्या वेळी उद्यानाधिकाऱ्यांनी त्यांना लेपर्ड रॉकजवळ पाहिलं. नंतरच्या काही दिवसांपर्यंत त्यांच्या ठावठिकाण्याबाबत आम्हाला माहीत असलेली ही शेवटची माहिती होती.

पहाटेपासून संध्याकाळपर्यंत माग काढत असताना, एकदा संध्याकाळी बऱ्याच उशिरा एका झाडावर उतरत असलेल्या अंदाजे पन्नास गिधाडांच्या मागे आम्ही गेलो. शिकारीवर असलेल्या पिलांकडे ती आम्हाला नेतील, अशी आमची अपेक्षा होती. आम्ही जवळ गेल्याबरोबर, सर्व गिधाडं दुसऱ्या झाडाकडे उडाली आणि आम्ही त्या झाडाजवळ गेल्यावर याच प्रयोगाची त्यांनी पुनरावृत्ती केली. एखाद्या विविध जातींच्या शिकारी पक्ष्यांच्या थवा जमण्यासाठी, ज्याचं कारण झालं असा, एखाद्या पशूच्या मृत शरीराचा पत्ता नव्हता किंवा शिकारी प्राण्यांच्या मागाचादेखील पत्ता नव्हता.

सर्व सकाळच्या वेळात चाललेल्या त्रस्त करणाऱ्या शोधानंतर आम्ही मुरेरापाशी जेवण घ्यायचं ठरवलं. या ठिकाणी नदी एका खडकाळ कड्याजवळून जोरात वाहत होती. ताड, अंजीर आणि बाभळीची विपुल झाडं होती. सर्व झाडं वेलींनी घुमटाकार जोडलेली होती. वेलींच्या सावलीत आमची पिकनिक चालली होती, खालच्या बाजूला नदी गर्जना करत होती. मी जिकडे पाहत होते तिकडे कीटक आणि पक्ष्यांनी ती जागा जागृत ठेवली होती. सगळीकडे एक प्रकारचं विचित्र वातावरण होतं; एक कालरहितपणा, जो जीवन अस्तित्वात असेपर्यंत अस्तित्वात राहील. इथं मला 'सुरक्षित' वाटलं. आणि मानवानं स्वत:भोवती तयार केलेल्या सुसंस्कृत जगात मला कधीही सुरक्षित वाटत नाही, असं का? जीवन, जे मूलत: अनियंत्रित आहे, त्यात लुडबूड करण्याचा प्रयत्न आपण करतो आणि ते नियंत्रित करण्याचा प्रयत्न करतो म्हणून असं असेल का? या क्षणापुरते जग, आगाऊ कल्पना नसलेल्या त्या गोष्टींचा स्वीकार करून, इथं कोट्यवधी वर्षांपासून राहत आहे. आपण सर्वच गोष्टी मर्यादित ठेवण्याचा प्रयत्न करू लागलो, तर आपणदेखील तग धरून जिवंत राहू का? ज्या जीवनात सर्व प्रकारची रूपं अंतर्भूत होती, अशा इथं

शाश्वतता होती; पण सुसंस्कृत जगात फक्त मानवच अस्तित्वात आहे. प्रथम वन्य प्राण्यांना जगण्यासाठी मदत करून ही शाश्वतता टिकविण्यासाठी मी मदत करू शकले तर, असा विचार मी केला. सारं समजून घेण्यासाठी वन्य प्राणी हे गुरूकिल्ली आहेत. म्हणून माझ्या जीवनात मी जर हे करू शकले तर माझं जीवन वाया जाणार नाही, असं मला वाटलं. चित्त्यांच्या जीवनातील आजतागायत अज्ञात असलेल्या घटना तपासून पाहण्याच्या (आजतागायत कधी नव्हे इतक्या) जवळ मी आले होते. उदा., वयात येण्याची अवस्था प्राप्त होण्याच्या वयातील त्यांची प्रतिक्रिया. पण हा पडदा उघडणं मला नाकारण्यात येणार होतं. (काही मर्यादांमुळे, ज्यांच्यापुढे मला शरणागती पत्करणं भाग होतं.)

ती डिसेंबरची पंधरा तारीख होती. चित्त्यांच्या आयुष्यात सहभागी होण्यासाठी फक्त काही दिवस. यांपैकी कितीतरी दिवस पिलांच्या शोधात वाया जात होते, हे दु:खदायक होतं. माझ्या अंत:प्रेरणेनं मला सांगितलं की, ती अजून बोन प्रांतातच होती आणि दुसऱ्या दिवशी त्यांना आम्ही तिथंच पाहिलं. अजूनही त्यांनी शिकार केली नव्हती आणि आता सात दिवसांच्या उपवासाने, त्यांच्या ओटीपोटाची हाडं धोकादायक वाटावीत अशी बाहेर उठून दिसत होती. त्यांनी शिकार करण्याचा खूप प्रयत्न केला होता; पण गवत फार उंच वाढलं होतं, त्यामुळं शिकार शोधणं त्यांना अवघड होत होतं. मी त्यांना मांस द्यायचं ठरवलं. मी खूपच योग्य काम करतेय, असं मला वाटलं. ती समागम करत असताना त्यांची स्थिती खराब व्हावी, असं मला वाटत नव्हतं किंवा त्यांच्याशी संपर्क तुटावा, असंही वाटत नव्हतं आणि त्यांच्या लैंगिक वागणुकीबाबत जास्त जाणून घेण्याची एकमेव संधी चुकवायची नव्हती. शिवाय ती आता उद्यानाच्या सीमेबाहेर होती म्हणून उद्यानाधिकाऱ्यांच्या अधिकारक्षेत्राबाहेर होती, असं मी मला समजावलं.

मी बकरी मिळवण्यासाठी गेले; तेव्हा पिलांच्या हालचालींवर लक्ष ठेवायला लोकलला मागे ठेवलं. मी परतल्यावर त्यानं मला सांगितलं की, तो हालला तेव्हा सोम्बानं त्याच्यावर हल्ला करण्याचं नाटक केलं; पण तो स्तब्ध राहिला तोपर्यंत तिनं त्याच्या अस्तित्वाला आक्षेप घेतला नाही. ती पिलं मृत बकरीवर अधाशीपणे तुटून पडली आणि अर्ध्या तासात त्यांनी ती खाऊन फस्त केली. त्या बकरीत खाण्याजोगं काहीही राहिलं नाही याची खात्री झाल्यावर, पिलं एका झाडाकडे गेली. नेहमीप्रमाणे स्केचबुक घेऊन मी त्यांच्यामागे गेले, तेव्हा पिलांनी माझं तिथं स्वागत नाही, हे स्पष्ट केलं. थोड्या वेळानं मी परत माझ्या नशिबाची परीक्षा घेतली; पण मला तेच फळ मिळालं. याकरिता मी सुरक्षित अंतरावरून माझ्या दुर्बिणीतून त्यांच्यावर नजर ठेवली. माझ्या असं लक्षात आलं की, टायनी बिग बॉयला

चाटायचा आणि आलिंगन द्यायचा तेव्हा त्याचं शिस्न पुढे यायचं; तरीपण जेव्हा बिग बॉय सोम्बाबरोबर प्रेमचेष्टा करायचा, तेव्हा टायनी दूर राहत असे.

दुसऱ्या दिवशी पिलं सकाळी त्याच प्रवाहापाशी सापडली. तो प्रवाह पुढे मुरेरा नदीलगतच्या झाडाझुडपांच्या रुंद पट्ट्यातून वाहत होता, पण इथं तो उघड्या मैदानावर वाहत होता. त्याच्या किनाऱ्यावर काही ताडाची झाडं आणि इतर झुडपं वाढली होती. ती दिवसातील उष्ण काळासाठी चित्त्यांना उत्तम आसरा देत होती. त्याचबरोबर ती टेहळणीसाठी चांगली जागा देत होती. त्या प्रवाहातील पाणी फक्त काही इंच खोल होतं आणि ते खेळाचं आदर्श मैदान झालं असतं; पण पिलं जरुरीपेक्षा जास्त त्यांचे पाय ओले करत नसत. त्यापेक्षा त्या प्रवाहावरून उडी मारणं पसंत करत असत. कालच्या मेजवानीमुळे त्यांची पोटं अजूनही वाटोळी होती. म्हणून मी त्यांना परत मांस दिलं नाही आणि ती खेळत असताना व एकमेकांना चाटत असताना पाहिलं. त्यांना माझं अस्तित्व आवडत नव्हतं आणि मी जवळ गेले की, ती तिथून निघून जायची. म्हणून आम्ही दुपारी दोन वाजता छावणीत परतलो.

त्यानंतरच्या दिवशी दाट धुक्यानं दृश्यमानता काही यार्डांवर आली होती. एका शेवटच्या झाडाखाली मी माझी मोटार उभी केली, तिथून आम्हाला सर्वसाधारण परिस्थितीत मैदानावरचा आणि प्रवाहाच्या सगळीकडचा उत्तम देखावा दिसला असता; पण आज चित्त्यांना आकर्षित करायला मला मोटारीच्या भोंग्याच्या आवाजावर अवलंबून राहावं लागलं. काही वेळ जाण्यापूर्वीच धुक्यातून ती अतिशय भुकेली पिलं आली. ती गोचिडींनी भरलेली होती. यापूर्वी कधीही या परोपजीवी प्राण्यांनी त्यांना इतकं पिडलेलं मी पाहिलं नव्हतं; पण त्यांपैकी काही गोचिडी ओढून काढून टाकण्याचे माझे प्रयत्न त्यांना आवडले नाहीत. म्हणून त्यांची रिकामी पोटं भरण्यासाठी बकरी आणायला मी गेले.

दरम्यान वातावरण निवळलं आणि मी परतल्यावर सूर्य आधीच इतका प्रखर तळपत होता की, मी त्या पिलांना कोपऱ्यातल्या झाडाखाली बकरी दिली. ते झाड सर्वांकरिता सावली देत होतं. बिग बॉय टायनीपेक्षा दुप्पट वेगानं त्याचं मांस खात होता. टायनी बकरीच्या कातडीजवळचा चरबीयुक्त पेशीचा भाग हळूहळू आणि समाधानानं चघळत होता. त्याला हा पेशीचा भाग इतका आवडायचा, की तो जास्त भरदार भागाकडे दुर्लक्ष करायचा. तो मी त्याच्यासाठी त्याच्या अधाशी बंधू आणि भगिनीपासून वाचवायची. आज पिलांनी लैंगिक प्रेरणा दर्शविली नाही, पण त्यांचं खाणं संपल्याबरोबर ती माझ्यापासून दूर निघून गेली.

दुसऱ्या दिवशी आम्ही त्यांना अजूनही त्याच शेवटच्या झाडाखाली पाहिलं.

तेच यानंतर आमचं भेटण्याचं ठिकाण झालं. मी त्यांना एकमेकांना कुरवाळताना, आलिंगन देताना लक्ष देऊन पाहिलं. त्याचा अर्थ मी फक्त 'प्रेमचेष्टा' असा केला. साधारण दोन तासांनी टायनी फारच कामातुर झाला. त्यानं बिग बॉयजवळ जाऊन त्याला प्रेमानं मिठी मारली. त्या वेळी त्या दोघांची जननेंद्रिये पुढे आलेली होती. शेवटी ती दोन्ही पिलं जवळच्याच झाडाकडे पळत गेली. त्या झाडाभोवती त्यांनी हुंगलं आणि शेपूट ताठ करून त्या झाडाच्या खोडावर मूत्राचा फवारा मारला. अनेक वेळा याची पुनरावृत्ती केल्यानंतर, एकमेकांचा वर्तुळाकार पाठलाग केला. नंतर त्यांच्या मागच्या पायांवर उभं राहून एकमेकांना मारलं, जास्त जास्त उत्तेजित होईपर्यंत 'पर्र पर्र' आवाज करत एकमेकांच्या अंगावर चढून समागमाचा प्रयत्न करू लागले.

सोम्बा शांतपणे तिच्या बंधूंकडे लक्ष देऊन पाहत होती. त्यांचे समागमाचे प्रयत्न संपल्यावर ती त्या प्रवाहाकडे सावकाश पळत आली. त्वरित टायनी आणि बिग बॉय तिच्या मागून गेले आणि सर्वजण एका झुडपाखाली नाहीसे झाले. तिथं वाहणाऱ्या झऱ्याच्या काठावर त्यांना एक उत्तम गुहा सापडली. दाट झाडोरा असलेल्या झुडपाखालून मला त्या पिलांची फक्त झलकच पाहण्यास मिळाली, पण तरीदेखील पिलांनी जणू काही असं म्हणायला माझ्याकडे पाहिलं, "सरतेशेवटी आम्हाला एक अशी जागा सापडलीय, जिथं तू आमचा पाठलाग करू शकत नाहीस.''

एकोणीस डिसेंबरच्या सकाळी, दाट धुक्यानं उद्यानाला परत एकदा आच्छादलं. आम्ही चित्त्यांच्या पाऊलखुणांचा तीन तासांपेक्षा जास्त वेळ माग काढला होता आणि परत एकदा मी पिप्पा, पिप्पा अशी साद घातली. नंतर शेवटी मी एक चित्ता झाडावर बसलेला पाहिला. काही वेळ मी त्याच्याकडे लक्ष देऊन पाहिलं, पण काहीच घडलं नाही. मी परत हाका मारल्या, पण या चित्त्यानं प्रतिसाद दिला नाही. मी गोंधळून गेले, तो जर त्या त्रिकुटांपैकी एक होता, तर इतर दोघं का हजर झाले नाहीत? माझ्या माणसांना मागे ठेवून मी अचानक ती व्हिटी होती हे ओळखेपर्यंत तिच्याकडे गेले. तिनं उघडच 'पिप्पा' ही हाक ऐकली होती आणि ती आली होती. ती एकदम निरोगी होती. खूप मोठी होती. ती लहान पिलू होती, तेव्हाची तीच आकर्षकता तिच्यात अजूनही होती. निकडीच्या प्रसंगी म्हणून आम्ही नेहमी बाष्पीभवन केलेला दुधाचा एक डबा बरोबर घेत होतो. तो आता मी व्हिटीला देऊ केला. मी तिला अन्न देऊन दोन वर्षं आणि तीन महिने झाले होते. यापूर्वी, एक वर्षापूर्वी तिला एकदा पाहिलं होतं, तेव्हा ती गाभण होती. आम्ही कधी विभक्त झालोच नव्हतो. इतक्या विश्वासानं ती आली आणि माझ्यापासून काही फुटांवरच दूध प्यायली. नंतर

शेवटचे काही दिवस पिलांबरोबर / १५५

ती एका पडलेल्या झाडाकडे गेली. त्याच्यावर आकाशाकडे पाठ करून फोटोसाठी उत्तम पोझ देऊन बसली. बाऊल तिच्याजवळ धरून मी तिला आणखी दूध देऊ केलं. त्याला तिनं थोडं गुरगुरून प्रतिक्रिया दिली; पण तरीही दूध पिऊन बाऊल स्वच्छ केलं. नंतर तिनं एका झुडपाकडे अतिशय काळजीपूर्वक पाहिलं. झाडावरून उडी मारली आणि तिच्या जगात नाहीशी झाली. ती हळूहळू नाहीशी होत असताना पाहताना मला खूप आनंद झाला. आता गेल्या दोन वर्षांपेक्षा जास्त काळ, व्हिटी पूर्णपणे वन्य अवस्थेत राहत होती. ती पूर्वी गाभण होती. हे आठवून ती याक्षणी तिच्या पिलांकडे जात असण्याची शक्यता होती आणि तरीही तिनं अजून मला तिची जुनी मैत्रीण म्हणून स्वीकारलं; पण आमच्यामागे तिच्या पूर्वीच्या घरी येण्याची कोणतीही इच्छा दाखविली नाही. गेल्या काही वर्षांत मी जे काही हृदयद्रावक प्रसंग अनुभवले, त्यासाठी मी जर पुरस्काराचा विचार करू लागले, तर हा खरोखर मी याचना केलेला सर्वांत मोठा पुरस्कार होता.

काही वेळानंतर अर्ध्या मैलावर आम्ही आमच्या त्रिमूर्तींना भेटलो. ते आधीच व्हिटीला भेटले होते काय आणि भेटलेच असतील, तर त्यांची एकमेकांबाबत काय प्रतिक्रिया होती, व्हिटी त्यांच्याशी मातेसमान वागेल, का तिच्या क्षेत्रावरील घुसखोर अशी वागणूक देईल? किंवा ती बिग बॉय आणि टायनी यांच्याकडे आकर्षित होईल आणि सोम्बाशी प्रतिस्पर्धी म्हणून झटापट करेल? आज पिलं समागमासाठी उत्सुक वाटली नाहीत; पण ती भुकेली असल्यानं मी लोकलकडे त्यांचा ताबा दिला आणि बकरी आणण्यासाठी निघून गेले.

दोन तास मी तिथं नव्हते, त्या अवधीत लोकल त्या पिलांना त्या शेवटच्या झाडाकडे घेऊन गेला. तेव्हा ती पिलं माझ्या परतण्याची वाट पाहत थांबली होती. ती बकरी खाऊन टाकायला त्यांना वेळ लागला नाही. नंतर त्या पिलांनी विश्रांती घेण्यासाठी माघार घेतली. लवकरच ती इतकी झोपेला आली होती, की माझ्या अस्तित्वाविषयी त्यांनी चीड दर्शविली नाही आणि मी त्यांचे फोटो घेत आणि त्यांच्या रूपरेषा काढत त्यांच्यासह बसू शकले. त्यांना स्पर्श न करण्याचा माझा नियम मला अतिशय निष्फळ वाटला; विशेषत: जेव्हा सोम्बाची रेशमी शेपटी, माझ्या पायाला घासत होती. पण व्हिटीबाबत विचार करत असताना जर मला पिप्पाची पूर्वीची पिलं जशी राहत आहेत तसं या पिलांनी सुखानं राहावं असं वाटत असेल तर, मी केव्हाही त्या पिलांच्या प्रेमाबाबत स्वत: मालकी दाखविताच कामा नये.

दुसऱ्या दिवशी सकाळी परत आम्ही दुपारपर्यंत त्यांचा शोध घेतला; पण मी माझी लँडरोव्हर जिथं ठेवली होती. त्या शेवटच्या झाडापाशी ती पिलं वाट पाहत

होती. तिन्ही पिलं खेळण्याच्या मूडमध्ये होती. विशेषत: टायनी कामवासनेनं धुंद झालेला. त्यानं केवळ सोम्बा आणि बिग बॉयलाच आव्हान दिलं नाही, तर तो गडगडत झाडापर्यंत गेला आणि जंगलीपणाने आसपास पळत सुटला. जणू काहीही संत्रस्त करून टाकणारी तीव्र आकांक्षा कशी तृप्त करावी, हे त्याला माहीत नव्हतं. सरतेशेवटी तो अगदी थकून सोम्बा आणि बिग बॉयजवळ येऊन स्थिरावला आणि तिघांनीही डुलकी घेतली.

या उष्ण प्रहरी पिलं आता आराम करतील, हे मला माहीत होतं. म्हणून मी इथून जवळ असलेली बोरान वसाहत किती जवळ आहे, हे पाहण्यासाठी मोटारीनं निघू शकले. या क्षेत्राच्या जवळपास पिकं घ्यायला प्रोत्साहन देण्याच्या एका नवीन योजनेबाबत मी ऐकलं होतं. त्यानं मी काळजीत पडले होते. या सीमेवरच्या रस्त्यानं मोटार नेत असताना मला एक मैलभर दाट वनश्री असलेला रस्ता पार करावाच लागला. मोकळ्या मैदानाबाबतची पिलांची पसंती माहीत असल्यानं, त्यांना पलीकडील प्रदेशाची पाहणी करण्याची भीती वाटेल, अशी मला आशा वाटली.

नंतर मला बिसनदी पार करावी लागली. त्यानंतर दोन मैल उघडे मैदान पार केल्यावर मी किन्ना नदीपाशी पोचले. ती नदी इथं खालच्या बाजूला काही मैलांवर बिसनदीशी संगम होण्यापूर्वी बिसनदीला समांतर वाहते. किन्ना नदी पार केल्याबरोबर मी बोरान टोळ्यांच्या पहिल्या लेच्यापेच्या झोपड्या पाहिल्या. त्या झोपड्यांभोवती तांदूळ आणि मक्याच्या शेताचे तुकडे पाहिले आणि थोड्याफार हाडकुळ्या बकऱ्या चरताना दिसल्या. आम्ही ती पिलं आराम करत असलेल्या जागेपासून जेमतेम चार मैल अंतरावर होतो. विरुद्ध दिशेला असलेला प्रदेश पिलांना जास्त आकर्षक वाटेल; पण अपरिचितापासून दूर राहण्याच्या त्यांच्या प्रेरणेवर ती अवलंबून राहतील, ही आता माझी एकमेव आशा होती.

चहाच्या वेळी मी परतल्यावर मांस खाण्याच्या अपेक्षेनं ती मोटारकडे धावत आली, पण बकरी न मिळाल्यानं ती खेळू लागली. एकत्र लोळण घेत आणि चाटत आणि एकमेकांना हळुवारपणे आलिंगन देत ती तासभर खेळली. दोन्ही नर मग जवळच्याच झाडापाशी त्यावर मूत्राचा फवारा मारायला गेले. एकमेकांवर दबा धरून बसल्यावर आणि एकमेकांना पाहून, एकमेकांना चापट्या मारायचा खेळ खेळत, 'पर्र पर्र' आवाज करत, तिन्ही जणांनी समागमासाठी जंगली गोंधळ केला. मला प्रथमच लक्षात आलं, की नरांनी त्यांचा समागम झाल्यावर सोम्बाच्या मानेचा चावा घेतला, नेमका एखादा सिंह सिंहिणीचा चावा घेतो तसा. जरी पिलं त्यांची नैसर्गिक प्रेरणा पाळत होती, त्या बंधूंनी जरा जास्तच जोरानं चावलं आणि बिचाऱ्या सोम्बाची कातडी इतकी उंच ओढली की, ती मोठ्यानं ओरडली आणि तिनं त्या

दोघांना चपराक मारली. परिणामतः ते बंधू एकमेकांच्या अंगावर चढले; पण शेवटच्या चाव्याविना. पूर्वीच्या प्रसंगाप्रमाणे जेव्हा पिलं कामवासनेच्या प्रेरणेनं उद्युक्त व्हायची, त्यांना माझं अस्तित्व आवडायचं नाही आणि ती प्रवाहापलीकडे जायची. त्यांना पुढे बोरान प्रांतात जायला लागू नये, तो त्यांनी म्हणून मी माघार घेतली.

त्यानंतर चार दिवस मी पिलांचा समागम पाहू शकले नाही. सकाळी लवकर केला असेल. आम्ही त्यांना अजून शोधत असताना सतत ती एकमेकांशी अतिशय प्रेमळपणे आणि कोमलतेनं वागत होती आणि अगदी जास्त उष्णता असताना एकमेकांना जवळ धरून आणि एकमेकांच्या जिभा चाटून ती जवळचा संबंध राखायची. ते बंधू वरचेवर झाडावर फवारा मारायचे. काही वेळा ते एकाच झाडावर पण अलग अलग वेळी. सोम्बाचा अशा खुणा करण्यात कधीही सहभाग नसायचा. झाडाच्या बुंध्यावर किंवा वाळवीच्या टेकडीवर जे त्या वेळी जवळ असेल, तिथे विष्ठा टाकायची.

या दिवसांत ती पिलं त्या शेवटच्या झाडापासून एक मैल अंतरावर राहिली, तरी काही वेळा आम्हाला ती सापडेपर्यंत अनेक तास त्यांना शोधावं लागायचं. एकामागून एक दोन दिवस त्या त्रिकुटानं ग्रँट हरणाच्या एका छोट्या कळपाकडे कुतुहूलाने पाहिलं; पण तिसऱ्या दिवशीच, जेव्हा आम्ही त्यांची फुगलेली पोटं पाहिली, तेव्हाच ते शिकार करण्यात यशस्वी झाल्यासारखं वाटलं. नकळत त्यांनी त्यांच्यासाठी ख्रिसमसचं जेवण मिळवलं होतं.

पिप्पा आणि तिच्या पिलांबरोबर मी मेरू उद्यानातील छावणीत राहायला सुरुवात केल्यापासून हा पाचवा ख्रिसमस होता आणि दुःखद गोष्ट म्हणजे हा आमचा इथला शेवटचा ख्रिसमस असणार होता. जणू काही पिप्पाच्या अनुपस्थितीकरिता आमचं सांत्वन करायला संपूर्ण खेड्यापाड्याच्या प्रदेशानं ख्रिसमसचा रंगमंच सजवावा तसं सजवलं होतं. सकाळी लवकर झाडं दवानं ओथंबलेली होती आणि दवाचा प्रत्येक थेंब वर्णपटातल्या सर्व रंगांनी चकाकत होता. विशेषतः कोळ्यांची जाळी उन्हात चमचम करणाऱ्या ख्रिसमस अलंकाराप्रमाणे चकाकत होती, प्रत्येक फांदीची शोभा वाढवत होती. काही वेळानंतर उन्हाची उष्णता हा अद्भुत नजारा संपवत असे.

ख्रिसमसच्या सकाळी पिलांनी परत समागमाने शेवट होणाऱ्या तीव्र प्रणयचेष्टेत आनंद व्यक्त केला. आतापर्यंत त्यांनी नेहमी एक नित्याचा परिपाठ पाळला होता. कमीत कमी अर्धा तास एकमेकांना प्रेमानं कुरवाळणे, नर नंतर झाडावर मूत्राचा शिडकाव करायचे, त्यानंर ते मादीबरोबर जोरदार पाठलागाचा खेळ करायचे आणि

शेवटी कर्कश 'पर्र पर्र' आवाज त्यांच्या समागमापूर्वी करायचे. समागम फक्त काही मिनिटे चालायचा. नंतर ते उष्ण प्रहरात विश्रांती घ्यायचे. काही वेळा मला त्यांच्याजवळ बसू द्यायचे. आज मला असा विशेष हक्क प्राप्त होता. सोम्बालादेखील माझ्याविषयी काही संशय वाटत नव्हता आणि ती काही वेळा तिचे पाय माझ्या पायावर दाबायची. टायनी अशा मैत्रीच्या भावनांना अनुकूल नव्हता. तो माझा आवडता होता, हे त्याला माहीत असूनदेखील. बिग बॉयच्या तुलनेत तो अजून काहीसा नाजूक होता, पण नेहमी कार्यक्षम आणि कीव करण्याजोगा होता.

चहाच्या वेळी पिलं त्या प्रवाहाकडे गेली आणि उत्कृष्ट खेळ खेळली. टायनीनं ताडाच्या फांदीचं चिथावणी देणारं प्रदर्शन केलं आणि त्याचा इतरांनी तत्परतेनं पाठलाग केला. त्या पानाबद्दल सर्वजण विसरेपर्यंत ते एकमेकांवर लोळले आणि त्यांनी प्रवाहावरून इकडून तिकडे, तिकडून इकडे उड्या मारल्या. हे करत असताना त्यांनी जवळपासच्या बेडकांना अस्वस्थ केलं. त्या बेडकांनी इच्छापूर्ती करणाऱ्या कारंजात पैसे टाकावेत, तशा पाण्यात उड्या मारल्या. कुतूहल निर्माण झाल्यानं, पिलं काठावर स्थिरावली आणि अंधार पडेपर्यंत बेडकांकडे लक्ष देऊन पाहत होती; पण आम्हाला छावणीत परतणं भाग पडलं.

त्यानंतरच्या सकाळी आम्हाला ते शिकारीवर आढळले. मी त्यांच्या मागे काही अंतरावरून, त्यांना अडथळा येऊ नये म्हणून चालले; पण ती प्रत्येक झाडोऱ्यात पाहत होती. अगदी मंद आवाजदेखील ऐकत होती. एका म्हशीच्या हालचालीशिवाय इतर काही हालचाल झाली नाही. ती आळसाने गवतातून उठली आणि माझ्या सुदैवानं माझ्या विरुद्ध दिशेनं निघून गेली. त्यानंतर लवकरच ते बंधू एकत्र एका वाळवीच्या वारुळावर चढले; पण तत्क्षणी खाली उडी मारून शक्य होईल तितक्या जोरात पळाले. नंतर मी खूप दूरवर वानरांची एक टोळी उंच गवतात वरखाली उड्या मारत असलेली पाहिली. त्या पिलांची आता पूर्ण वाढ झाली होती, तरी अजूनही ती ताडाच्या झाडांच्या गुळगुळीत खोडावर चढू शकायची नाहीत, जे वानरं सहजगत्या करायची. त्यामुळे चित्त्यांना अजूनही वानरांची भीती वाटायची.

नंतर आम्हाला टायनी एका बाभळीच्या झाडावर शिकार पाहत बसलेला आढळला. मी जवळ गेल्याबरोबर तो मांस मागण्यासाठी 'म्याँव म्याँव' करू लागला. पिलं खूप भुकेली होती हे उघड होतं आणि सभोवताली जिराफाशिवाय कोणतीच शिकार मला दिसली नाही. त्यामुळे मी एक बकरी आणविली. जंगली चित्ते सरासरी एक दिवसाआड शिकार करतात. हे मला ठाऊक होतं. म्हणून चित्त्यांना जर शिकार मिळवणं शक्य नसेल तर, मी हा परिपाठ पाळला. नंतर ते

बकरीचा फडशा पाडत असताना, बिग बॉय हा त्या बकरीचे जास्तीत जास्त मांस खाऊन फस्त करत होता, त्याकडे दुर्लक्ष करून टायनी आणि सोम्बा एका मांसाच्या तुकड्यावरून भांडत असताना पाहून मला गंमत वाटली. टायनी सोम्बाबरोबरच्या भांडणात गुंतला असताना, त्यानं एक नवीनच कर्कश आवाज काढला, तो त्याच्या बहिणीला घाबरवण्यासाठी असावा. नंतर तो थोडा नरमला आणि नियमित खाऊ लागला. काही सेकंदांतच दोन्ही पिलं एकमेकांसमोर एकच मांसाचा तुकडा मित्रत्वानं चावून-चावून खात होती. शेवटचा तुकडा चाटूनपुसून खाल्यानंतर ती पिलं प्रवाहाकडे गेली आणि नंतरच्या पूर्ण दिवसासाठी झुडपात नाहीशी झाली.

दुसऱ्या दिवशी एकोणतीस डिसेंबरच्या सकाळी ती पिलं एका (gerenak) हरणावर लक्ष ठेवण्यात गुंग होती, असं आम्हाला दिसलं. सोम्बा जमिनीवर दबत दबत त्या हरणाजवळ गेली, ती फक्त दोन म्हशींना जागृत करायला. त्यामुळं तिचं दबा धरणं बिनसलं. म्हणून पिलं हळूहळू त्या प्रवाहाकडे गेली. तिथं टायनीला अचानक प्रचंड लैंगिक आकांक्षेनं ग्रासलं. इतक्या जोरात, की त्यानं बिग बॉयवर जवळपास हल्लाच केला. दरम्यान त्या म्हशींनी पिलांना गाठलं होतं आणि त्यांनी त्यांची डोकी उंच धरून, आमचा वास घेतला आणि आमच्यापासून शंभर यार्डपेक्षाही कमी अंतरावर स्थिर राहिल्या. त्यांच्या अस्तिवानं सतत बिग बॉयचा पाठलाग करून त्याच्या अंगावर चढेपर्यंत टायनीला कोणतीच भीती वाटली नाही. बिग बॉय आणि टायनी त्या प्रवाहाच्या काठापासून, जिथं तो काठ पाच फूट खोल भिंतीप्रमाणे सरळ उभा होता, अगदी जवळ होते. ते दोघे त्यांच्या उद्दीपित लैंगिक क्रियेत इतके मग्न होते की, ते त्या किनाऱ्याजवळ जात होते हे त्यांच्या लक्षात येण्यापूर्वीच ते धप्पकन खालच्या पाण्यात पडले. मला मोठ्याने हसण्यावाचून राहवलं नाही; पण त्याबद्दल मला वाईट वाटलं. कारण ते त्यांचं अंग झटकून कोरडे होत असताना, शिथिल पडून पाण्यातून चालत कोरड्या जमिनीवर येत असताना दोन चित्ते इतके गोंधळात पडलेले मी अद्याप पाहिले नव्हते. टायनीच्या कामांध प्रयत्नांचा तो अंत होता. त्यांचा मोठेपणा परत मिळविण्यासाठी त्यांना वेळ द्यायला, मी माझ्या मोटारकडे, पत्र लिहायला माघार घेतली. त्या वेळी त्या पिलांनी दुपारच्या झोपेसाठी जवळच्याच एका सावली असलेल्या झुडपाकडे मोर्चा वळवला.

चहाच्या वेळेपर्यंत टायनी परत अस्वस्थ झाला आणि त्या बंधूंचे एकमेकांच्या अंगावर चढणे फिल्म करायला मी अगदी वेळेवर तयार होते. त्या दोघांनाही माझ्या अस्तित्वाची विस्मृती होती, असं वाटलं आणि त्यांनी अगदी माझ्या पायांजवळ समागम केला. त्यावेळी सोम्बा माझ्यापासून अगदी स्पर्श करण्याइतक्या अंतरावर, हे सर्व शांतपणे, पाहत विश्रांती घेत होती.

दोन्ही बंधू शिथिल झाल्यावर, बिग बॉय तिथून निघाला. अजून खूप उष्मा होता. तरीसुद्धा दृढ निश्चयाने तो चालू लागला. त्यामुळे टायनी आणि सोम्बाला मागे राहणे नसेल, तर त्याच्या मागोमाग जाण्यावाचून पर्याय नव्हता. आदल्या दिवशीच मी त्यांना एक बकरी दिली होती. तरीही सर्वजण खूप भुकेले वाटले आणि आता उघडच शिकारीवर होते. बिग बॉय जरी पुढारी होता, तरी त्यानं अवघड काम सोम्बावर सोपवलं. तिनं एकही झाड न निरखता सोडलं नाही आणि ती अगदी सावध होती. टायनीदेखील नेहमी एक चपळ शिकारी होता, पण तो उष्म्यानं पीडित होता आणि नाइलाजानं त्याचं काम करत होता.

आम्ही एक तास चालल्यानंतर पिलांनी जोरात धापा टाकत एका सावली असलेल्या झुडपाखाली एकमेकांपासून काही यार्ड अंतरावर त्यांची अंगं टाकून दिली. त्या वेळी मी टायनीपासून त्याला स्पर्श करण्याजोग्या अंतरावर स्थिर झाले. थोड्या उशिराच्या दुपारच्या उन्हानं तीव्र झालेल्या गडद निळ्या आभाळाच्या खाली हालणाऱ्या गवतातून दिसणारा टायनी, माझ्या मते एक परिपूर्ण सौंदर्याचं चित्र होता. माझ्यासाठी म्हणाल तर, आफ्रिकी मैदानाच्या भव्यतेत तो एका परिपूर्ण वन्य प्राण्यापेक्षा खूप काही होता. त्यांनी माझ्यासाठी, जणू काही आम्हाला जुन्या जमान्यात नेलंय, ज्या वेळी मानव आणि वन्य प्राणी एकोप्यानं राहत होते आणि एकमेकांवर त्यांचा विश्वास होता. टायनीच्या भोवती माझे बाहू टाकून हा क्षण कायमचा पकडायची माझी अत्युत्कट इच्छा होती. पण काही दिवसांत हे आकर्षण भंग पावणं गरजेचं होतं आणि मला टायनीला भविष्यासाठी तयार करायचं होतं. ज्यामुळं इतर मानवजातीवरील त्याचा विश्वास त्याला अडचणीत आणणार नाही. काही अवधीत हे सर्व फक्त अमूल्य स्मृतीशिवाय काहीही राहणार नाही, या दु:खद जाणिवेनं मी ही काही मिनिटं घालविली.

सुदैवानं पिलांनी मला दु:खद विचारापासून वाचवलं. त्यांनी लवकरच त्यांच्या शिकारीचा पाठलाग चालू ठेवला. मला यापूर्वी माहीत होतं त्यापेक्षा बोरान प्रदेशात ती खूपच पुढे गेली. शेवटी त्यांना एका पिलाबरोबर काही झेब्रा दिसले. बिग बॉय आणि सोम्बा त्वरित एका झाडावर चढले आणि टायनी एका झाडावर एक फांदी फुटली होती तिथपर्यंत धडपडत चढला. तिथून त्यांनी त्या कळपाकडे लक्ष देऊन पाहिजं. बराच वेळ शिकारीबाबत विचार करून त्यांनी शिकार न करण्याचा निर्णय घेतला. त्यामुळं मला बरंच ठीक वाटलं. कारण ते पिलू, त्या त्रिकूटाला झटापट करायला आधीच खूप मोठं होतं.

मी त्या त्रिकूटाकडे पाहिलं. अस्ताला जाणाऱ्या सूर्याच्या उन्हात विश्रांती घेत असताना ती किती सुंदर दिसत होती! पिप्पाचा विचार माझ्या मनात आला.

पिप्पाची मला जितकी उणीव भासते, तितकी त्यांना भासत नसेल अशी मी आशा केली. आता अंधार लवकर पसरत होता. त्यामुळे आम्हाला घाईनं छावणी गाठणं भाग पडलं.

दुसऱ्या दिवशी सकाळी आम्ही त्या शेवटच्या झाडापाशी आलो, तेव्हा माझ्या दुर्बिणीतून मला दोन सिंह त्या प्रवाहाच्या समांतर चालत, आम्ही त्या पिलांना जिथं सोडलं होतं, तिथं नाहीसे होताना पाहिलं. त्या चित्त्यांनी या सिंहांचा आवाज ऐकून तिथून पळ काढला असावा, असा माझा अंदाज होता. आम्ही त्यांना शेवटचं पाहिलं होतं, त्या ठिकाणापर्यंत आम्ही प्रत्येक पाऊल सावधतेनं टाकत पाहिलं; पण त्या कुटुंबाचा माग लागला नाही.

दुसऱ्या दिवशी आम्ही रणरणत्या उन्हात, पूर्ण चित्त्यांच्या प्रदेशात (dwiker) हरणांच्या पाऊलखुणांनी विखुरलेल्या प्रदेशात चाललो; पण त्या त्रिकुटाचं कोणतंच चिन्ह दिसलं नाही. त्यानंतरच्या दिवशी पहाटेपासून संध्याकाळी अंधार पडेपर्यंत नवीन जागी, बिसव नदीकडे नेणारा जंगलाचा पट्टा, जिथं झाडांच्या खाली उगवलेला झाडझाडोरा इतका दाट होता की, आम्ही कुठे आहोत हे पाहण्यासाठी लोकलला वरचेवर झाडावर चढावं लागे. पिलांबरोबर राहण्याची परवानगी असलेला हा शेवटचा दिवस होता आणि त्यांना शोधण्यासाठी मी जिवावर उदार झाले होते. अर्थात माझ्या विवेकशक्तीनं मला सांगितलं की, त्यांनी शिकार करण्याचा निश्चय केलेला असताना आम्ही सोडून जाणं हे त्यांच्यासाठी अतिशय चांगलं होतं. शेवटच्या क्षणापर्यंत त्यांनी माझ्या मांस देण्यावर अवलंबून राहून, शेवटी त्यांचा त्याग केल्याची भावना होण्यापेक्षा, मला माझ्या मनाविरुद्ध त्यांना सोडून दिलेलं चांगलं. तरीदेखील त्या पिलांना परत एकदा पाहण्यापूर्वी त्यांना सोडून देणं कठीण होतं.

पिप्पाची सर्व पिलं आता पूर्णपणे वन्य म्हणून जगू शकतात, असं मी माझं सांत्वन करून घेऊ शकले असते. त्यांच्या आयुष्यात त्यांना ज्याला म्हणून तोंड द्यायचं आहे, त्यासाठी त्यांना उत्तम परिस्थितीत सोडलंय हे समाधान मी मिळवू शकते. साहजिकच, सोम्बा सतरा महिन्यांच्या वयात, आताच गाभण राहिली आहे का आणि तिनं पिलांना जन्म देण्यापूर्वी आणि नंतर तिचे बंधू तिला अन्न मिळवून देतील का आणि जेव्हा केव्हा हे त्रिकूट फुटेल, तेव्हा ते त्यांची भीती कशी वाटून घेतील आणि पिप्पाच्या पूर्वीच्या पिलांच्या भूमीवर आक्रमण न करता, कोणत्या क्षेत्रात ती वाढवून घेतील आणि ते एकमेकांशी कसे वागतील, हे सर्व जाणून घेण्याची माझी इच्छा होती.

चित्त्यांच्या माहीत नसलेल्या सवयींसंबंधी मला अजून माहिती मिळवायचीय

हे मी उद्यानाच्या अधिकाऱ्यांना समजावून सांगितलं; पण माझं इथलं वास्तव्य वाढविण्याच्या सर्व आवाहनांना नकार मिळाला. त्यामुळे भविष्यात पिप्पाच्या पिलांना भेटायला उद्यानाला वरचेवर भेट देणं, एवढंच काय ते उरलं होतं. त्या वेळी आमच्या छावणीच्या जागी राहण्यासाठी उद्यानाधिकाऱ्यांनी परवानगी दिली आणि लोकलला पांढरे गेंडे पाळण्यासाठी सध्या मिळत असलेल्या पगाराएवढे जास्त पैसे देऊन त्याची मदत घेण्याची परवानगी दिली. त्याचबरोबर मेरूमध्ये येण्याची फी त्यांनी माफ केली. अशा रीतीने आम्ही २ जानेवारी १९७० रोजी वेगळे झालो.

❑

- १४ -
मी मेरू उद्यानाला दिलेल्या निष्फळ भेटी

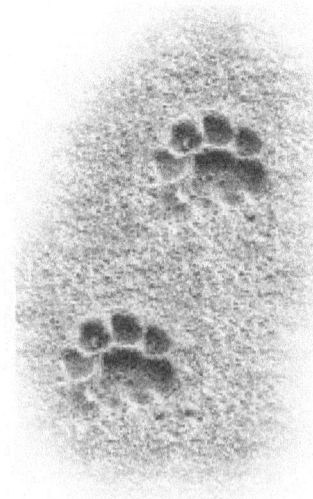

पंचवीस मार्चपूर्वी मला परतणं शक्य झालं नाही; कारण माझ्या हातावरील तिसऱ्या शस्त्रक्रियेनं बरं व्हायला बराच काळ घेतला.

तोपर्यंत थोडा, पण जोरदार पाऊस परत अपेक्षित होता. वाईट हवामानाच्या अंदाजाकडे दुर्लक्ष करून, मी स्टॅन्लेला घेऊन मोटारने एक दिवसाच्या प्रवासानंतर मेरूला पोचले. आम्ही जानेवारीत ती छावणी सोडल्यावर, माझी छावणी जाळून टाकली असेल हे मला अपेक्षित होतं. तरीदेखील, संध्याकाळी उशिरा तिथं पोचल्यावर, जे माझं साडेचार वर्षं घर होतं ते पूर्णपणे नष्ट केलेलं आणि आजूबाजूची जमीन राखेनं भरलेली पाहिल्यावर आम्हाला धक्का बसला. स्टॅन्ले आणि लोकल यांनी एकमेकांना पाहिल्यावर त्यांना अत्यानंद झाला, जो सभोवारच्या दुःखद शांततेला भेदून गेला. आम्ही आमचे तंबू उभारल्यावर ते दोघं त्यांच्या जागेत विश्रांती घ्यायला गेले आणि मी पिप्पाच्या कबरीपाशी गेले. आमच्या एके काळच्या सुखी घरांपैकी ही एकच गोष्ट आता शिल्लक राहिली होती. ती माझ्या आठवणींची जनक होती. पहाटे एका

पक्ष्याच्या अर्धजागृत चिवचिवाटानं मला जाग आली. नैवाशातील आरामशीर घराप्रमाणे, भिंतींनी आम्हाला विभक्त केलं नव्हतं आणि उगवत्या सूर्याची जाहिरात करणाऱ्या या सर्व आनंदी पक्ष्यांची मी एक भाग झाले होते.

स्टॅन्लेनं सकाळचा चहा आणल्याबरोबर, नेहमीच्या न्याहरीच्या अपेक्षेनं माझे सर्व जुने मित्र हजर झाले. धारदार चोचींचे पक्षी (Warbills) सुगरिणी आणि कबुतरं त्यांच्या धान्याची वाट पाहत आणि ते उत्कृष्ट काळे पक्षी त्यांच्या मांसाच्या कडांसाठी. त्यांच्याचपैकी जरा कुरूप पक्ष्याने उडी मारून माझ्या तंबूत प्रवेश केला होता आणि माझ्या पायाला जवळपास ढोसत होता. माझ्या या मित्रांकडून इतक्या अढळ विश्वासाची अपेक्षा मी केली नव्हती, तरी त्यांना निराश न करण्याइतपत भरपूर अन्न मी आणलं होतं.

नंतर मी छावणीसभोवारच्या सर्व गोष्टींची चटकन पाहणी केली. छावणीच्या जवळ जे थोडे जाड्याभरड्या गवताचे तुकडे होते, ते आता सभोवताली सर्व जागी पसरले होते. आणि दोन वर्षांपासून गवत जाळून टाकलं नसल्यानं इतकं जंगल माजलं होतं की फक्त हत्ती, जिराफ आणि म्हशी कोणत्याही मांसभक्षी प्राण्यांच्या भीतीविना इथं चरू शकत होते. पिप्पाच्या मृत्यूपासून तिच्या पिल्लांपैकी कोणीही या ठिकाणी आले नव्हते, हे मी चांगलं जाणून होते. गवत जाळायचा कार्यक्रम लवकर परत सुरू केला नाही, तर हा प्रदेश खुरट्या झाडांनी व्याप्त आणि लहान प्राण्यांसाठी निरुपयोगी झाला असता.

सर्व बाजूंनी वेढून असलेले काळे ढग पाहिल्यानंतर, पिल्लं आज सापडायची असतील तर वेळ घालवून चालणार नाही, हे मला समजलं. आमच्या मोटारप्रवासात आम्हाला एक पूर्ण वाढ झालेले जिराफ दिसले, ज्याची मान त्याच्या शरीराच्या लांबीच्या अर्ध्या अंतरापर्यंत वळल्यावर एक फुटापर्यंत क्षितिजाला समांतर वाढली होती. उभ्या स्थितीत तेवढ्याच अनपेक्षितपणे परत सरळ उभ्या स्थितीत वळली होती. हा विचित्रपणा असूनदेखील त्या मादीला चरण्यात किंवा इतर हालचालींना काहीच अडचण जाणवत नव्हती आणि कळपाने तिला स्वीकारली होती.

दुर्दैवानं नंतरच्या तीन दिवसांत आम्ही वरचेवर चिंब भिजलो आणि आमचा बराचसा वेळ आमची लँडरोव्हर चिखलातून खणून काढण्यात गेला. या काळात तेवढी एकच संस्मरणीय गोष्ट पाहिली. भिजलेल्या जमिनीवरून माग काढणं अशक्य झालं होतं. पावसामुळे अनेक आठवडे अडकून पडण्याआधी मी नैवाशाला परतण्याचा निर्णय घेतला. जानेवारी महिन्यात बिसनदीजवळच्या सीमावर्ती रस्त्याजवळ सर्वांत शेवटी पिल्लांना पाहिलं होतं, हे कळण्याखेरीज काहीच साध्य न झाल्यानं मी जड अंत:करणानं मेरू उद्यान सोडलं.

वीस जुलै ते सव्वीस जुलैदरम्यानचा माझा दुसरा दौरा जास्त सफल ठरला. आमच्या आगमनानंतर मला असं सांगण्यात आलं, की अलीकडेच हॅन्स दलदलीपाशी अनेक दिवस एक मित्रत्वानं वागणारी चित्त्याची मादी, एका तीन महिन्यांच्या आणि अगदी बुजऱ्या नरपिलाबरोबर पाहिली होती. ती पिप्पाची एक मादीपिलू असावी, असं समजलं जात होतं. त्याचप्रमाणे मुरेरा गेटजवळ दोन मोठे नर पाहिले होते. ते टायनी व बिग बॉय असावेत, असं मानलं जात होतं. केनमेअर लॉजजवळ आणखी एक मादी तिच्या दोन पिलांबरोबर वरचेवर पाहिली गेली होती. तीदेखील पिप्पाच्या मादीपिलासारखी वागत होती आणि याशिवाय दोन पिल्लांबरोबर एक मादी राजोवेरूच्या पलीकडे पाहिली होती. त्याचप्रमाणे एक नर पांढऱ्या गेंड्यांच्या निवासस्थानाजवळ पाहिला होता. या सर्व हकिगती आशादायक वाटत होत्या. त्या चित्त्यांच्या शेपट्यांच्या मुळापाशी असलेल्या ठिपक्यांवरून त्यांना ओळखल्यानंतर मी त्यावर विश्वास ठेवणार होते.

पहिल्या दिवशीदेखील आम्ही नशीबवान ठरलो. सकाळी लवकर मुलिका दलदलीजवळच्या रस्त्याने मोटारने जात असताना गिधाडांनी आमचं लक्ष वेधून घेतलं आणि रस्त्यापासून शंभरएक यार्ड आतमध्ये एका झुडपाखाली एक चित्ता बसलेला मला दिसला. मी 'पिप्पा', 'पिप्पा' अशा हाका मारत हळूहळू त्याच्याजवळ गेले, तेव्हा तो त्याच जागी स्थिर होता. मी त्याच्यापासून वीस यार्डांच्या आत गेल्यावर, जवळजवळ पूर्ण वाढ झालेली दोन पिल्लं लपलेल्या जागेपासून बाहेर येऊन पळून गेली; पण त्यांच्या मातेनं माझ्या नजरेला नजर भिडवून पाहिलं आणि मी अगदी स्पर्श करण्याइतपत अंतरावर गेल्यावर तिथून हलली. तिचा पाठीमागचा भाग पाहिल्याबरोबर ती टाटू होती हे मी ओळखलं. मी तिला यापूर्वी अन्न देऊन दोन वर्षं आणि दहा महिने झाले होते. गेले एक वर्ष आणि सात महिने मी तिला पाहिलं नव्हतं. तिच्या पिल्लांची वाढ पाहून व्हिटी गाभण असतानाच तीदेखील गाभण असली पाहिजे, असं समजले.

थोडं पळाल्यानंतर ती थांबली आणि बाऊलभर दूध घेऊन मला तिच्याजवळ येऊ दिलं. मी बाऊल जमिनीवर ठेवलं. पण तिनं त्याच्याकडे दुर्लक्ष केलं आणि पुढं निघाली. तिला नेहमी दूध अतिशय आवडायचं आणि म्हणून मी परत प्रयत्न केला. पण तिनं त्या बाऊलकडं पाहणंदेखील नाकारलं आणि मी बाऊल दाखवल्यावर पुढं चालू लागली. तिची पिलं नाहीशी झाली होती, त्या दिशेनं आमचं जाणं असंच चालू राहिलं. लोकल सुरक्षित अंतरावरून मागून येत होता. टाटू हळूवार कण्हल्यासारखा आवाज काढून पिल्लांना बोलावीत होती. पिप्पाला पिलांची काळजी वाटायची, तेव्हा ती असाच आवाज काढायची. त्यामुळे मला तो आवाज परिचयाचा होता.

शेवटी टाटू एका झुडपाखाली बसली आणि मी जवळच्याच एका झाडाखाली स्थिर झाले. आम्ही मुलिकापासून काही यार्डांपेक्षा जवळ होतो आणि मी तिला उद्यानात आणल्याबरोबर पिप्पानं तीन महिन्यांसाठी हे ठिकाण प्रमुख ठिकाण म्हणून निवडलं होतं, त्या ठिकाणापासून ही जागा फार दूर नव्हती. पिप्पाच्या मादीपिलाबरोबर आणि तिच्या नातवांबरोबर इथं असणं आश्चर्यकारक होतं. ते साधारणत: पिप्पा तेव्हा होती, त्याच वयाचे होते.

टाटूनं पिल्लांना बोलावणं थांबवलं; पण अजूनही तिनं मुलिकाकडे लक्षपूर्वक पाहणं सोडलं नव्हतं. माझ्या हजेरीमुळे तिची पिलं घाबरली असावीत असं समजून आणि तिला त्यांचा ठावठिकाणा माहीत करून द्यायचा नव्हता असं समजून, चटकन जेवण उरकून घेण्यासाठी आम्ही दुपारी दोन वाजता छावणीत परतलो. चहाच्या वेळी आम्ही परत तिथं गेलो, तेव्हा ती दोन पिल्लं वेगात मुलिकाकडे पळत असल्याची झलक मी पाहिली; पण त्यांचं वय निश्चित करण्यासाठी ती फारच दूर होती. टाटू, मी तिला सोडलं होतं त्याच जागी होती. ती तिच्या मांडीचा सांधा चाटण्यात मग्न होती. ती जरा शिथिल झाल्यावर, ती माझ्या हाताएवढी एक उघडी जखम चाटत होती असं मला दिसलं. जखमेभोवतालची कातडी काळी पडली होती; पण अन्यथा ती जखम स्वच्छ दिसत होती. ती जखम पाहिल्यावर मला धडकी भरली. मला सकाळी तिच्या पायात लंगडेपणा किंवा कडकपणा दिसला नव्हता. इतकी भीषण जखम कशामुळे झाली असेल याची मला कल्पना येईना. कारण झटापटीत जखम होण्यासाठी ती जागा खूप संरक्षित होती आणि उघडं पडलेलं मांस बिघडलेलं वाटलं नाही. एक तर गोचिडीचा चावा जो (abcess) फोड सुरू करू शकतो. जो शरीरातील पेशी नष्ट करू शकतो, किंवा सापाचा चावा जो फक्त कातडीइतकाच खोल आहे; पण त्याचा तितकाच वाईट परिणाम आजूबाजूच्या भागावर होतो. फक्त याच कारणांची मी कल्पना करत होते. मला त्या जखमेचं चांगलं निरीक्षण करायचं होतं आणि त्या जखमेचा फोटो घेऊन पशुवैद्याला दाखवायचा होता. पण या दोन्हीसाठी टाटूनं मला जवळ येऊ दिलं नाही आणि सतत पिलांना बोलावत, ती छोटी नदी येईपर्यंत पुढे जात होती. इथून तिनं पाण्याच्या आरपार नजर टाकली, जिथं तिची पिलं नि:संशय लपलेली होती. तिच्या नजरेचा मागोवा घेत मी पाहिलं, तेव्हा मला एक गेंडा आमच्या दिशेनं येताना दिसला. मावळत्या उन्हात एका वाळवीच्या टेकडीवर उभी राहिलेली टाटू खूप सुंदर दिसत होती. ती इतक्या भयानक जखमेनं पीडित आहे याचा कोणालाही संशय आला नसता. तिनं मुलिका ओलांडावी असं मला वाटत नव्हतं. म्हणून मी उद्यानाधिकाऱ्यांकडे जाऊन त्यांची मदत मागण्याचा निर्णय घेतला.

उद्यानाधिकाऱ्यांना हे प्रकरण समजावून सांगितल्यावर, टाटूच्या प्रकृतीत जलद सुधारणा घडविण्यासाठी मी तिला अन्न द्यावं, हे त्यांनी कबूल केलं. म्हणून दुसऱ्या दिवशी सकाळी लवकर आम्ही बकरी मिळवण्यासाठी निघालो; पण अगदी बोरान क्षेत्रात एक विकाऊ बकरी मिळण्यापूर्वी आम्हाला दिवसाचा बराचसा भाग त्यासाठी घालवावा लागला. दुपारी खूप उशिरा आम्ही बकरी घेऊन टाटूला सोडलं होतं, तिथं पोचलो. तिच्या पाऊलखुणांवरून आम्हाला समजलं, की ती मुलिका ओलांडून तिच्या पिलांना सामील झाली होती; पण नंतर तिनं असं खडकाळ क्षेत्र पार केलं होतं की, आम्ही त्यांचा सर्व माग हरवलो. यानंतर आम्ही टाटूला शोधण्याला प्राधान्य दिलं; पण ती आणि तिची पिलं यांचा माग न मिळता आमचे दिवसामागून दिवस फुकट गेले. मागच्या आठवड्यात जे चौदा चित्ते पाहिल्याचं आम्हाला समजलं होतं, त्यांपैकी एकही आम्हाला सापडला नाही. फक्त त्यांच्या पाऊलखुणांवरून त्यांचं अस्तित्व आम्ही ताडून पाहू शकलो.

माझ्या मताप्रमाणे टाटूच्या पिलांची वयं, ती नुकतीच तिला तिच्या जखमेनंतर शिकारीत मदत करायला योग्य झाली असावीत. असं जर नसेल तर ती तिन्ही जिवंत कशी राहू शकली असती? शिकार करताना टाटू स्वतःला जास्त जखमी करून घेऊन शकेल, या माझ्या विचारानं घबराट होऊन, आम्ही पायी किंवा मोटारनं प्रचंड जमीन पार केली. पण सर्व जागी आता गवत इतकं उंच वाढलं होतं, की आम्ही त्या चित्त्याला पाहिल्यावाचून काही फूट अंतरावरून गेलो आणि जर त्या चित्त्याला आम्ही पहावं असं वाटत नसेल, तर त्याला शोधणं अशक्य होतं. चित्ते लपण्यात किती प्रवीण असतात, हे माहीत असल्यानं आमची शोधमोहीम खूप व्यर्थ झाली.

मला माझ्या हातावरील चौथ्या शस्त्रक्रियेसाठी, जी आणखी काही दिवसांत होणार होती, ऑक्टोबरमध्ये लवकर परतायचा निर्णय घेऊन, ज्या वेळी पावसापूर्वी गवत जाळल्यानं पिलांना काळ्या जमिनीवर शोधणं सोपं झालं असतं, आम्ही उद्यान सोडलं.

माझी मेरूची तिसरी भेट ऑक्टोबर पाच ते तेवीसपर्यंत चालणार होती. पिप्पाच्या छावणीतील पहिल्या सकाळी तिथले पक्षी आतापर्यंत वागत होते, तितकेच मैत्रीपूर्ण वागले आणि त्यांच्या गोड घासासाठी त्यांनी रांग लावली. ती दोन ग्रँटची गॅझेलदेखील तितकीच पुराणमतवादी होती आणि आमच्या मोटारप्रवासात आम्हाला भेटलेली ग्रेव्हीची झेब्रा अजून त्याच क्षेत्रात चरत होती, ज्या क्षेत्रात ती चरताना आम्ही पाच वर्षांपासून पाहत होतो. (Hammercap) 'मासे पकडणारा पक्षी' या माझ्या जुन्या मित्राबाबतदेखील हे खरं होतं. तो छावणीजवळच्या खालच्या प्रवाहातील

चुनखडी असलेला प्रवाह ओलांडण्याच्या जागेवर, पण आता जिथं कॉंक्रीटचा प्रवाह ओलांडण्याची जागा केली होती तिथं, मासे पकडत होता. चहूकडे इतकी प्रचंड रस्त्याची कामं झाल्यानं पाहुण्यांना भेटी द्यायला अनेक रस्ते उपलब्ध होते, तरी तो पक्षी जिवंत होता, याचा मला आनंद वाटला.

बहुतांश उद्यान अस्पर्श असताना मी इथं पिप्पाबरोबर राहत होते तेव्हा मी किती सुदैवी होते, याची चांगली जाणीव मला होती. एल्सा वन्य प्राणी आवाहन फंडामुळे त्याची प्रगती करण्यासाठी पैसा पुरवला तरीदेखील एल्साच्या जगात इतके नवीन राजमार्ग सरळ रेषांप्रमाणे पसरलेले पाहून मला खूपच दु:ख व्हायचं.

काही वेळानं, मुलिकाजवळच्या वाळूच्या तुकड्याजवळून जाताना, जे पिप्पाचं एक आवडीचं खेळाचं मैदान होतं, काही अंतरावर गवताच्या वरच्या बाजूला झटके देणारे दोन कान दिसले, ते पिप्पाच्या एखाद्या पिलाचे असावेत, या आशेनं मी तिचं नाव मोठ्यानं घेतलं; पण त्यामुळे फक्त एक तरुण सिंहीण जागृत झाली. आम्ही जवळ जाताच ती निघून गेली.

अर्धाएक मैल पुढे, अनेक गिधाडं एका टेकाडावर उतरत होती. त्यांच्यामागे गेलो. एका वाळून गेलेल्या हत्तीच्या सांगाड्यावर हल्ला करत असलेल्या दक्षिण आफ्रिकी बगळ्यांच्या ढिगामध्ये ती उतरत होती. हस्तिदंत आधीच काढून नेलेले होते. पण अन्यथा तो हत्ती पूर्ण होता आणि ममीसारखा दिसत होता. तो हत्ती खूप वेळापूर्वी मरण पावला असावा. हे भंगी पक्षी त्याच्या कडक आणि जाड सांगाड्यावरच्या कातडीखाली काय शोधत होते, ते माझ्या कल्पनेपलीकडचं होतं.

बाकी राहिलेला पूर्ण दिवस त्या पिलांच्या शोधात व्यर्थ घालवला आणि संध्याकाळी खूप उशिरा छावणीत परतलो. ती ऑक्टोबरची सात तारीख होती. पिप्पाच्या मृत्यूची पहिली पुण्यतिथी. आमच्या पूर्वीच्या भेटीत मी तिच्या कबरीत काही भेगा पाहिल्या होत्या. बहुतेक, काही वानरांनी केलेल्या, त्या कबरीवरील त्यांच्या लिदेवरून, ते ती कबर खेळाचं मैदान म्हणून वापरत असावेत आणि तिच्यावर ऊन खात असलेल्या पाली किंवा किड्यांना शोधण्यासाठी जोडांतील सिमेंट नखांनी ओरखडलं असेल. मी जे सिमेंट बरोबर आणलं होत, ते कबरीतील चिरा-भेगांत घालून, कबरीची दुरुस्ती केली.

नंतर त्या कबरीला पाठ टेकून बसले, जसं मी पूर्वी वरचेवर करत होते. चंद्र उगवला होता आणि त्याने सभोवतालच्या झुडपांवर पांढुरकं धुकं पसरलं होतं. त्यामुळे त्यांच्यामधला विरोधाभास कमी केला होता. इथं सर्व काही शांत होतं. पिप्पाच्या पिलांबाबत माझं मन शांत करू शकले तर? पिप्पाची पिलं तिच्या मदतीवर अवलंबून असताना ती त्यांच्या बाबत सतत काळजी करायची; पण एकदा

का ती त्यांची स्वत:ची काळजी घेण्याजोगी झाली, की दु:खाविना त्यांना सोडून द्यायची. हे माझं मला सांगून त्याचा फायदा नव्हता, जरी मला माहीत होतं, की हा निसर्गाच्या नियमाचा एक भाग होता. पण त्यानं मला त्यांच्या बाबतीत सर्व काही आलबेल आहे याची खात्री मिळत नव्हती. म्हणून आम्ही आमचा शोध दुसऱ्या दिवशी सकाळी चालू ठेवला आणि दिवसागणिक अनेक तास मोटार चालवत, जिथं पिप्पाची पिलं असावीत असं आम्हाला वाटत होतं, त्या उद्यानाच्या सर्वांत दूरच्या सीमेपर्यंत आमचा शोध चालू होता.

एकदा जॉर्जच्या पूर्वीच्या छावणीजवळ, खूप अंतरावर आम्हाला एक चित्ता दिसला. पण मी पिप्पाचं नाव घेऊन त्याच्याकडे चालू लागल्यावर तो नाहीसा झाला. त्याच्या जुन्या छावणीजवळ असलेल्या विशाल दलदलीच्या टोकाला अनेक गिधाडं उडत असलेली दिसली. अतिशय खडबडीत भूमीवरून तिथपर्यंत लँडरोव्हर न्यायला मला अर्धा तास लागला. एक तरुण सिंहीणदेखील संथ गतीनं त्या ठिकाणी निघाली होती. ती जवळ गेल्यावर पक्षी जवळच्या झाडांवर उडून गेले. ती त्या ठिकाणी गेल्याबरोबर एक गेंडा तिचा सामना करण्यासाठी उभा राहिला. दोघंही शांत उभे राहिले. काही वेळानं सिंहिणीनं त्या गेंड्याचं नाक डिवचलं. त्यामुळं तो गेंडा संतापला आणि काही फूट मागं सरला. तिथंच तो सिंहिणीला तोंड देत उभा राहिला. ती सिंहीण त्या गेंड्यावरची नजर न हटवता खाली बसली. नंतर तो गेंडा वळला आणि हळूहळू काही यार्ड दूर गेला. तात्काळ सिंहिणीनं त्या दोघांमध्ये पडलेला, पण जो गवतामुळे आमच्यापासून दडलेला, एक सांगाडा उचलला. साधारण चारशे यार्ड दूर, आमच्या स्थितीवरून, तिनं कोणता सांगाडा तिच्या मागच्या पायात घेतला होता, हे आमच्यापैकी कोणालाही समजलं नाही. पण तो सांगाडा जड असलाच पाहिजे, कारण तो आमच्या दृष्टिआड घेऊन जायला त्या सिंहिणीला खूप वेळ लागला. मी फक्त अंदाज केला, की त्या गेंड्याच्या मादीचा गर्भपात झाला असावा. तो गिधाडांनी टिपला आणि त्यांनी त्या सिंहिणीला आणि आम्हाला त्या शिकारीकडे मार्गदर्शन केलं. आम्हा दोघांनाही एकाच वेळी तिथं येण्याला थोडा वेळ लागला. ती गेंड्याची मादी जिनं त्या मृत पिलाचं संरक्षण केलं, ती आता निघून गेली होती, जे पिलू जिवंत असतं तर ते तिनं केलं नसतं.

जॉर्जच्या जुन्या छावणीत वनभोजन करण्याचा आमचा विचार होता. पण तिथं इम्पाला हरणांनी मुक्काम केल्याचं आम्हाला दिसलं. ही ऐटबाज हरणं दोन झाडांमध्ये, ज्या झाडांनी पूर्वी जॉर्जच्या छावणीवर सावली धरली होती, उभी राहिली, हे दृश्य अतिशय सुंदर होतं. ती इम्पाला हरणं दुपारच्या उन्हाचा कडाका कमी होण्यासाठी अगदी स्थिर उभी होती. ती अगदी एखाद्या शोभेच्या चित्राप्रमाणे

दिसत होती. आजूबाजूची जमीन पूर्णपणे झाडाझुडपांनी आच्छादलेली होती आणि एखाद्याचा विश्वासही बसला नसता, की जेमतेम एक वर्षापूर्वी या जागी मानवी हालचालींची रेलचेल होती. निसर्गानं मानवाच्या लुडबुडीपासून ती भूमी इतक्या लवकर परत मिळवली, हे उपरोधिक वाटेल. त्याच वेळी मैदानात सर्व बाजूंना, ताज्या जखमाप्रमाणे रस्ते तयार केले होते. या रस्त्यांवरून आम्हाला नेहमी चित्त्यांच्या पाऊलखुणा सापडायच्या, ते या रस्त्यांचा राजमार्गासारखा उपयोग करायचे. पण आम्ही जरी अगदी शिकारी कुत्र्यांप्रमाणे त्या पाऊलखुणांचा अनेक मैल मागोवा घेतला तरी, आम्हाला कधीही चित्ता सापडला नाही, फक्त एकदा खूप उशिरा संध्याकाळी सापडला.

सूर्य खाली झुकू लागला होता आणि अनेक प्राणी या वेळी दलदलीपाशी पाणी प्यायला येत असत. एक एकाकी (Oxyx) हरीण न्याहाळताना त्याच्यापासून जवळच लोकलला अचानक दोन चित्ते दिसले. कितीही काळजीपूर्वक लपतछपत आम्ही त्यांचा पाठलाग केला, तरी आम्ही त्यांना दुर्बिणीतून पाहून ओळखण्यापूर्वीच त्यांनी आम्हाला पाहिलं होतं आणि ते खूप दाट झुडपांत पळून गेले. आम्हाला शक्य होतं तेवढ्या वेगानं आम्ही त्यांच्या पाऊलखुणांवरून माग काढण्यासाठी, त्याचवेळी आमच्या सभोवार पसरलेल्या हत्तींवर नजर ठेवून गेलो. त्या वेळपर्यंत उजेड भराभर कमी होत होता आणि मोटारपर्यंत अंधार पडण्यापूर्वी पोचायचं तर आम्हाला घाई करणं भाग होतं. आमच्या मार्गावर, एक हत्तीण आरामात रस्त्यावरील रेती अंगावर उडवून घेत पडली होती, तिच्या अंगावर जवळपास आदळलोच. काही क्षणांतच झुडपांतून एक पूर्ण कळपच धूलिस्नानात सामील होण्यासाठी आला. हे प्रचंड प्राणी एकमेकांच्या ओल्या अंगावर रेती उडवीत असताना पाहणं मजेदार होतं. त्यांनी वातावरण थंड केलं होतं. तरी आम्ही रात्र तिथं काढावी लागण्यापेक्षा लँडरोव्हरपाशी पोचण्यास जास्त उत्सुक होतो. तिथून बाहेर पडण्यासाठी माझ्यापेक्षा लोकलच्या उपजत बुद्धीवर अवलंबून काळजीपूर्वक हत्तींना चुकवत आम्ही मोटारीच्या सुरक्षिततेत पोचलो.

आणखी काही दिवसांनंतर, दिवसभराच्या शोधानंतर घरी जात असताना वाटेत अडलो. बोरान प्रदेशाच्या सीमेवर आम्हाला तीन चित्त्यांच्या पाऊलखुणा आणि एका पडलेल्या झाडावर अगदी अलीकडील विष्ठा सापडली होती. पण अन्यथा पिल्लांचं कोणतंच चिन्ह नव्हतं.

परत पाच हत्तींनी रस्ता बंद केला होता, तेव्हा खूप संध्याकाळ झाली होती. त्यांनी तिथून हालावं म्हणून मी नेहमीच्या युक्त्या जशा–इंजिनचा जोरदार आवाज करणे आणि ओरडणे- वापरल्या; पण त्यांचं बाभळीचा झाडपाला खाणं असं चालू

होतं की, त्यांना जेवणासाठी भरपूर वेळ होता, म्हणून परत वळून लांबचा वळसा घालण्याव्यतिरिक्त काहीच करण्याजोगं नव्हतं. आम्ही छावणीत पोचलो, तेव्हा रात्र झाली होती.

या ऋतूत अनेक हत्ती सर्व उद्यानात पसरलेले होते, पण एकदा का पाऊस सुरू झाला की ते वालुकामय भूमीवर एकत्र येतील आणि कमी भुसभुशीत जमिनीवर अडकून पडणं टाळतील.

रोज आम्हाला कितीही नको वाटलं, तरी आम्ही त्यांच्यामध्ये जात होतो. एकदा सकाळी, चित्त्यांच्या ताज्या पाऊलखुणांमागे जाताना मुगवांगो टेकडीजवळच एक मोठा चुनखडीचा साठा सापडला. तो सर्व प्रदेश जमिनीतून झिरपणाऱ्या अनेक झऱ्यांभोवती केंद्रित झालेल्या सोड्याच्या स्फटिकांमुळे चमकत होता. ते झरे लहान ओहोळ बनून टेकडीखाली झिरपत होते. सोड्याच्या स्फटिकांनी त्याचे खिसे भरून घ्यायला लोकलने अजिबात वेळ घालवला नाही, जे तो अनेक वन्य प्राण्यांप्रमाणे अमूल्य समजत होता. इथल्या पाऊलखुणांच्या अंदाजाने अनेक प्राणी ही जागा खारचाटण म्हणून वापरत होते. त्यानंतर आम्हाला अतिशय काव्यात्म असं खडकातील तळं सापडलं, जे या झऱ्यांनी बनलेलं होतं. यातील पाणी भूमिगत वाहताना अनेक नैसर्गिक गाळण्यातून गेलेलं असल्यानं ते स्वच्छ आणि अंघोळ करायच्या मोहात पाडणारं होतं. दुर्दैवानं झुडपांतून पटकन बाहेर पडणाऱ्या एका हत्तीचीदेखील तीच कल्पना दिसली. लवकरच आम्हाला त्याला वाट करून द्यावीच लागली आणि पाणी बाहेर वाहत होते त्या वाटेनं खिंडीपर्यंत जावं लागलं. त्याच्या खडकाळ काठावरील मोठे वृक्ष आणि वेलींनी एकमेकांत मिळून अपारदर्शी पडदे बनले होते. त्यामुळे सभोवतालच्या मैदानावरील उष्णता आणि रखरखीत प्रकाश तिथं येत नव्हता. त्यामुळं मला अचानक एखाद्या पवित्र आश्रयस्थानात प्रवेश केल्यासारखं वाटलं. ही थंड जागा कितीही भूल पाडणारी, ज्यात दुपारच्या उन्हापासून लपता येईल, अशी वाटली तरी ती एका घुत्कार करणाऱ्या घुबडाखेरीज जीवनविरहित वाटली, ज्याने आमच्या आक्रमणामुळे तिथली चमत्कारिक शांतता भंग केली. त्या हिरव्या विचित्र रस्त्यावर मी सभोवार पाहिलं, ते एखाद्या ढाण्या वाघामुळे. त्या ठिकाणी इतर प्राणी नाहीत काय या संशयाने. ढाण्या वाघ किती चांगल्या प्रकारे स्वतःला लपवतात हे माहीत असल्यानं, मी एकही पाहण्याची अपेक्षा केली नाही.

जरा जास्त उघड्या मैदानात पोचल्याबरोबर आम्हाला एका रांगेत वीस हत्तींचा कळप त्या खारचाटणाजवळ पोचलेला दिसला. त्यांनी अनेक लहान पिल्लं त्यांच्यामध्ये संरक्षित केली होती. त्या लहान पिल्लांनी इतर मोठे हत्ती जे पाण्याजवळ घाईनं चालले होते, त्यांचा वेग कसा काय कायम ठेवला होता, ते वैशिष्ट्यपूर्ण

होते. लहान पिल्लं जवळ असतात तेव्हा हत्तिणी किती धोकादायक बनतात हे माहीत असल्यानं, आम्ही विरुद्ध दिशेनं माघार घेतली.

आता गवत जाळणं सुरू झालं होतं आणि वाळलेल्या गवताची आग भयानक वेगानं पसरत होती. त्यामुळे सर्व प्राण्यांचा नियमित परिपाठ तात्पुरता बिघडला होता आणि आम्हाला काही चित्त्यांचा परत माग काढणं अवघड झालं. दोन अतिशय फळ देणारी क्षेत्रं होती, मुगवांगो टेकड्यांभोवतालची दलदल आणि बोरान सीमेजवळची दलदल. याचं कारण या अवर्षणात बहुसंख्य प्राणी या भागात आकर्षित होतात. चित्तेदेखील इथंच केंद्रित झाले, तर ते इतर मांसाहारी प्राण्यांना, विशेषत: सिंह तेदेखील या दलदलीच्या प्रदेशात त्याच कारणास्तव येतात, त्यांना टाळण्यात ते कसे यशस्वी होतात, ही माझ्यासाठी कायमची काळजी होती.

एकदा सकाळी आम्ही मुलिकाशेजारून लाव्हा पठाराकडे मोटारने जात होतो. आमची मोटार पंक्चर झाली. मी काही चांगली मेकॅनिक नाही, त्यामुळे एका दोषपूर्ण हायड्रॉलिक पंपामुळे अयशस्वी झाले. मी लोकलला पायी उद्यानाच्या मुख्य कचेरीकडे कोणीतरी ती दुरुस्त करायला मिळवण्यासाठी पाठवलं. याचा अर्थ आमच्या शोधाला खूप उशीर होणार होता. कारण तो तीन तासांपूर्वी परतणं शक्य नव्हतं. त्याच्या गैरहजेरीत माझ्या दुर्बिणीतून आजूबाजूचा परिसर न्याहाळताना मला एक चित्त्याची मादी, चार महिन्यांच्या एका पिलासह, लाव्हा पठाराकडून येऊन टेकडीच्या माथ्याखालील मुलिकाकडे जात असलेली दिसली. कमीतकमी एक मैल दूर असूनदेखील नुकत्याच जाळलेल्या जमिनीच्या पार्श्वभूमीवर ते अतिशय सहज दिसले. पण त्याच्या बंदुकीसह माझ्या संरक्षणाला लोकल नसल्यानं मी, जिथं आमची वरचेवर एक गेंडा आणि रेडा यांची गाठ पडली होती, त्या झुडपं असलेल्या, मैदानापलीकडे जाण्याचा धोका पत्करण्याचं धाडस केलं नाही. ती चित्त्याची मादी न ओळखता येणं हे विशेषत: निराशाजनक होतं. कारण ती मादी सोम्बा होती, असा मला संशय होता. दहा महिन्यांपूर्वी जेव्हा तिला पाहिलं होतं, त्या वेळी ती गाभण राहिली असती, तर तिला साधारण या वयाचं पिलू असतं. हे क्षेत्र तिच्या आवडीचं होतं. म्हणून मला जवळपास खात्री वाटत होती, की ती सोम्बाच असावी. कारण तिचे बंधू अनेक वेळा बोरान सीमेजवळील दलदलीपाशी तिच्याशिवाय पाहिले होते.

लोकलने जॅक दुरुस्त करून आणल्यावर आम्ही शिलकी टायर काढून घेऊ शकलो नाही. कारण त्याच्या बिजागऱ्या अटकल्या होत्या. म्हणून दोन चित्त्यांचा तपास करण्यापूर्वी प्रथम मोटारनं प्रमुख कार्यालयाकडे जाऊन मदत घेण्याशिवाय दुसरा मार्ग नव्हता. आम्ही गॅरेजपाशी पोचायला आणि पहाऱ्यावरील जंगलटेहळे

घेऊन एक ट्रक तिथं यायला एकच गाठ पडली. त्यांनी आम्हाला एक चित्ता, बरोबर दोन पूर्ण वाढ झालेली पिल्लं, दहा मिनिटांपूर्वी पाहिल्याचं सांगितलं. तो चित्ता आम्हाला दाखवायला ते तयार होते. ते टाटू आणि तिची पिलं असतील अशा अपेक्षेनं मी त्याला अग्रक्रम द्यायचा ठरवला. कारण मी अंदाज केलेला सोम्बा चित्ता, जो मी दोन तासांपूर्वी पाहिला होता, त्यानं आता बरंच अंतर पार केलेलं असेल. त्या टेहळ्यांच्या मार्गदर्शनाप्रमाणे आम्हाला तीन चित्त्यांच्या पाऊलखुणा जॉर्जच्या जुन्या छावणीपासूनच्या अर्ध्या अंतरावर, त्या लहान प्रवाहाकडे जाणाऱ्या मिळाल्या. सर्व दुपारभर त्या पाऊलखुणांचा माग काढल्यावर, शेवटी आम्हाला एक जवळपास पूर्ण वाढ झालेल्या पिल्लाची ते जीव वाचवायसाठी पळताना, एक झलक पाहण्यास मिळाली. त्या वेळपर्यंत जवळपास काळोख पसरला होता. आम्हाला आमची सोम्बा शोधमोहीम दुसऱ्या दिवसापर्यंत पुढे ढकलावी लागली.

आम्ही त्यानंतर बरंच अंतर पार केलं. आम्हाला फक्त तोच गेंडा भेटला, ज्याला आम्ही एक वर्षापासून चांगला ओळखत होतो, जेव्हा सोम्बा आणि तिचे बंधू त्याच्या बरोबर त्या क्षेत्रात राहत होते.

स्वाभाविकपणे शेवटी चित्त्याची दोन कुटुंबं पाहिल्यामुळे, जी पिप्पाची पिलं असावीत, आम्ही खूप आनंदित झालो; जरी त्यामुळे आमचा शोध खूप गुंतागुंतीचा झाला, कारण तो उद्यानाच्या अतिशय टोकाच्या क्षेत्रात होता. त्यानंतर आम्ही आमचे दिवस सकाळी जॉर्जच्या छावणीजवळच्या दलदलीभोवताली आणि बोरान सीमेलगतची दलदल दुपारी असे विभागू लागलो. यासाठी अनेक तास मोटार चालवावी लागे, जी आमचा बराच अमूल्य वेळ खात असे. काटकसर करण्याच्या दृष्टिकोनातून आम्ही मध्यान्हीच्या उन्हात जास्त अंतर कापत होतो, जेव्हा सर्व वन्यप्राणी सावलीत असण्याची शक्यता होती आणि आम्ही पाऊलखुणांवरून माग काढण्यावर लक्ष केंद्रित करू शकत होतो. अनेक दिवसांनंतर आम्हाला कोणत्याही कुटुंबाचा माग लागला नाही, तेव्हा आम्ही आमचे प्रयत्न बोरान सीमेजवळ केंद्रित केले. एक पूर्ण दिवस आम्ही बिसनदीच्या दोन्ही किनाऱ्यांजवळून चाललो. एखादा आमचे प्रयत्न नदीजवळील दाट झुडपातून म्हणू शकेल. वेलींच्या जाळ्यांखालून आणि काटेरी खुरटलेली झाडे, यांच्याखालून हाता-पायांवर रांगत असताना आम्हाला बहुतेक वेळी, पुढचे काही फुटांपलीकडचे दिसत नसे. अगदी थोड्यादेखील आवाजाकडे, ज्यांच्या पाऊलखुणा सर्वत्र होत्या, त्या म्हशींच्या अस्तित्वाची सूचना देणाऱ्या, लक्ष देत, मगरींचा उपद्रव असलेल्या नदीतून चालत जात असताना आम्हाला अगदी वेळेवर एका ताडाच्या पानाखालून एका पाणघोड्याचे डोळे आमच्याकडे पाहत असलेले दिसले. त्याला आम्हाला वाटलं तेवढंच आश्चर्य वाटलं असावं. जोराने

फुरफुरत, नाकाने हवा सोडत तो परत पाण्याखाली गेला. त्यानंतर लवकरच आमची एका जिराफाच्या मादीबरोबर जवळपास टक्करच झाली. ती चरण्यात इतकी मग्न होती, की तिला आमच्या अस्तित्वाची जाणीवही नव्हती आणि आम्ही तिला पाहत स्तब्ध उभे होतो. मृदू नजरेनं आमच्याकडे पाहत तिनं तिची शक्तिशाली मान मागे फिरवली आणि ती धावत निघून गेली.

हे प्राणी कितीही शांतताप्रिय वाटो,जवळ जवळ प्रत्येक नवीन पाणी पिण्याच्या जागेवर नवीन किंवा टाकून दिलेले पिंजरे आणि अनेक वाळलेल्या फांद्या, या प्राण्यांच्या मार्गात, हे सापळे कसे लपविलेले आहेत हे पाहून आम्ही घाबरून गेलो. आपल्या कुशल नजरेनं यांपैकी बहुतेक सापळे ढाण्या वाघ आणि चित्त्यांना पकडण्यासाठी नमुनेदार असल्याचं लोकल म्हणाला. त्या सापळ्यांनी त्या प्राण्यांना जोरानं पाडण्याचे फायदे बोरान लोकांना चांगले समजतात. येथील दाट झुडपांचा पट्टा फक्त नदीच्या तीरापुरताच मर्यादित आहे. यापलीकडील प्रदेश हा पूर्णपणे चित्त्यांचा प्रदेश आहे, पण वन्य प्राण्यांना पाणी पिण्यासाठी या नदीवर यावंच लागतं. कारण या विशाल क्षेत्रात फक्त इथंच पाणी उपलब्ध होतं.

पिप्पाच्या पिल्लांना अशा सापळ्यात पाडून मारून टाकलं असेल या कल्पनेनं छळल्यामुळं (बोरान टोळीवाले त्या प्राण्याचं कातडं भाल्यांनी खराब होऊ नये म्हणून असं करतात. हे माहीत झाल्यामुळं) मी हौशी प्रवासी आणि वन्य जीवनाच्या मंत्र्यांना, बोरान टोळीवाल्यांबरोबर पूर्वी हा प्रदेश मेरू उद्यानात सामील करून घेण्यासंबंधी अयशस्वी झालेली बोलणी, परत सुरू करण्यासाठी विनंती करणारं पत्र त्वरित लिहिण्याचं ठरवलं. सध्याच्या व्यवस्थेत कोणाचाच ताबा नव्हता. बोरान टोळीवाल्यांनी बेकायदेशीर शिकार अतिशय सोपी केली होती. एवढंच नव्हे तर त्यांनी ताडाच्या तंतूंनी त्यांच्या झोपड्या बांधण्यासाठी अनेक राफिया ताडाची झाडं तोडली होती. या प्रकारची झाडं फक्त नद्यांच्या किनाऱ्यांलगतच वाढत असल्यामुळे,ते किनारे लवकरच झाडझाडोऱ्याविना होतील आणि ताडाच्या झाडांची तोड अशीच चालू राहिली, तर नदीचं पाणी संपून जाईल. या सर्व गोष्टींबाबत मी वनाधिकाऱ्यांबरोबर सर्वंकष चर्चा केली. त्यांनी मला पूर्ण पाठिंबा तर दाखविलाच आणि माझ्या पत्रामुळे हे सर्व अमूल्य क्षेत्र वाचविण्यात मदत होऊ शकेल, असं म्हणाले.

काही दिवसांनंतर एका चित्त्याची मादी आणि एका पिल्लाच्या पाऊलखुणांच्या मागे दलदल ओलांडून आम्ही बोरान सीमेपाशी गेलो. त्या पाऊलखुणा आम्हाला, नुकत्याच मारलेल्या, पण ज्याला खाण्यासाठी स्पर्शसुद्धा केलेला नव्हता अशा, हरणाच्या पिलापाशी घेऊन गेले. आमच्या जवळ जाण्यामुळे ती शिकार सोडून

देण्यात आली होती हे स्पष्ट होतं. चित्त्याची मादी परत येईल या आशेनं आम्ही तिथून लवकर निघालो. यानंतर लवकर एका झुडपाखाली झोपेत असलेल्या एका (Serval Cat) मांजरीला आश्चर्यचकित केलं. अडचणीत सापडल्याचं कळाल्यावर ती गारठली आणि मी तिच्यापासून तीन यार्डांपेक्षा जवळ असेपर्यंत ती अगदी पूर्ण स्तब्ध राहिली आणि नंतरच पळून गेली. एका झाडाखाली दोन सिंहिणी त्यांच्या तीन लहान छाव्यांसोबत झोपल्या होत्या, असं आम्हाला दिसलं. त्या कमी धैर्यशाली होत्या. आम्हाला पाहिल्याबरोबर त्या गुपचूप निघून गेल्या आणि दुसऱ्या एका झाडाखाली बसून, आमच्यावर पाळत ठेवू लागल्या. आपण मागे राहिलेल्या पिल्लांचा तपास करावा, असं लोकलनं मला सांगितल्यानं मला आश्चर्य वाटलं. त्यामुळे त्यांच्या मातेनं अतिशय शीघ्र कृती केली असती आणि ती आमच्या विरुद्धच होणार होती. म्हणून अतिशय काळजीपूर्वक एक एक पाऊल, सतत त्या सिंहिणीकडे पाहत आम्ही त्यांच्यापासून अदृश्य होईपर्यंत माघार घेतली.

अर्धाएक मैल पुढे गेल्यावर आम्हाला गिधाडं एका मृत (kongon) हरणाकडे घेऊन गेली. ते हरीण पाय अंगाखाली दुमडून बसले होते आणि त्याचं डोकं पुढे टेकलेलं होतं. त्याचं शरीर पूर्णतः अस्पर्श होतं. गिधाडांनी त्याची कातडी भेदायचा जिवापाड प्रयत्न केला होता, पण यशस्वी झाला नव्हता; जरी ती गिधाडं तिथं बऱ्याच काळापासून असली तरीही. त्या (heart beast) वन्य प्राण्याची स्थिती पाहता ते अचानक कोसळलं, असं दिसत होतं. कदाचित एखाद्या सर्पदंशामुळे असावं.

आता आमचा इथला वास्तव्याचा काळ संपत आला होता आणि उद्यान सोडण्यापूर्वी मला एल्साच्या कबरीकडे जायचं होतं. आतापर्यंत अधिकाऱ्यांबरोबरच्या व्यवस्थेनुसार हे क्षेत्र गुप्त ठेवण्यात आलं होतं आणि क्वचितप्रसंगी एखाद्या गस्त घालणाऱ्या शिकारी पथकाशिवाय फक्त आम्हीच त्याला भेट देत होतो. परिणामतः आत प्रवेश करायचा रस्ता झाडाझुडपांनी इतका आच्छादलेला होता, की तेथील प्रत्येक इंच जागा जाणणारी असूनही त्या जागेत प्रवेश करणं मला अवघड झालं. त्या कबरीचं प्रचंड नुकसान झाल्याचं मला दिसलं. एल्साच्या तीन पिल्लांचं प्रतीक म्हणून कबरीच्या वरच्या बाजूला आणि पायाजवळ उभ्या केलेली तीन (Euphorbias) विशिष्ट रोपटी उखडून टाकलेली होती. सिमेंटने जोडलेल्या भेगांना अनेक तडे गेले होते आणि कबरीभोवतालचं काटेरी कुंपण नष्ट केलं होतं. तिथल्या पाऊलखुणांवरून हे गेंडे, हत्ती आणि बेकायदेशीर शिकारी यांचं एकत्रित कार्य होतं. त्याच वेळी माझ्या माणसांनी (Euphorbias) कुंपण दुरुस्त केलं. मी अशा प्रकारे कामात गुंतलेली असताना मला मी एल्साजवळ असल्याप्रमाणं भास झाला. मी वरचेवर

तिचा विचार करते. त्यामुळे तिच्या छावणीत मला नेहमी अशी विचित्र समाधानाची भावना होते. एल्सा आणि पिप्पा यांच्या कबरी शाबूत ठेवण्याचे माझे प्रयत्न व्यर्थ होते. कारण मी मेल्यानंतर या दोन्हींची परिस्थिती खालावेल. तरीदेखील मी त्यांची काळजी घ्यायला अजून समर्थ होते, तेव्हा मला त्या चांगल्या राखलेल्या पाहिजे होत्या. जरी एल्सा आणि पिप्पा त्यांच्या पिल्लांतर्फेच नव्हे तर ज्यांना त्यांनी वन्य प्राण्यांचं खरं स्वरूप आणि स्वभाव समजण्यासाठी मदत केली, त्या लाखो लोकांच्या हृदयात जिवंत राहायला हवी होती. त्या दोन्ही कबरी त्यांच्या पूर्वसंचितावर सोडण्याच्या मी किती जवळ होते, हे मला दुसऱ्याच दिवशी कळलं.

दुसऱ्या दिवशी सकाळी लवकरच आम्हाला एक प्रवासी भेटला. त्यानं आम्हाला एक चित्ता आणि त्याचं पिलू नुकतंच रस्त्यावर पाहिल्याचं सांगितलं. ती माता विशेष मित्रत्वानं वागली आणि त्याला तिनं तिच्यापासून काही फूट अंतरावर खूप फोटो घेऊ दिले. त्यानं नंतर बोरान सीमेजवळच्या जागेचं वर्णन केलं, जिथं आम्हाला अलीकडेच एका चित्त्याची मादी आणि तिच्या पिलाच्या पाऊलखुणा सापडल्या होत्या. त्यांनी एका तरुण हरणाची शिकार केली होती.

अनेक तास आम्ही माग काढला. दुर्बिणीतून झुडपांची टेहळणी करत मी मोटारीच्या टपावर उभी होते. त्या वेळी लोकल लहान अंतरावरील काही संदिग्ध पाऊलखुणांवर लक्ष केंद्रित करून होता. जेव्हा तो मोटारीकडे पळता पळता अचानक ओरडला, तेव्हा मी एक हत्ती, पंधरा फुटांपेक्षा जास्त लांब नसेल, थेट आमच्या दिशेनं येताना पाहिला. मी तात्काळ टपावरून खाली उडी मारली आणि मोटारीत प्रवेश केला. दोघांनीही मोटारीचे दरवाजे एकाच वेळी बंद केले. त्या दरवाजांच्या आवाजाने, जो हत्ती अगदी आमच्या अंगावर येण्याच्या बेतात होता, तो घाबरला आणि जोरात तुतारी वाजवत, वळून नाहीसा झाला. एकमेकांकडं पाहत लोकल आणि माझी हसता हसता पुरेवाट झाली. ती प्रतिक्रिया आमच्या भीतीच्या अगदी विरुद्ध होती. आता मात्र आमची झालेली अगदी निसटती सुटका आम्हाला समजली. कारण आमच्या मोटारीची दारं एकदम बंद केल्याच्या आवाजाने हत्ती घाबरला नसता, तर आम्हाला सुटकेची कोणतीच संधी नव्हती. मला नंतर हेदेखील समजलं की मी टपावरून उडी मारली तेव्हा, मी माझ्या उजव्या गुडघ्याला किती भयंकर दुखापत करून घेतली होती. दुःखाकडं दुर्लक्ष करून मी बळजबरीनं चालले, या प्रकारे गुडघा ताठर होण्यापासून थांबवायची आशा केली. कदाचित मी योग्य मार्ग अवलंबला नसावा, कारण माझा गुढघा परत ठीक व्हायला पाच महिने लागले. कोणत्याही परिस्थितीत मला अडचणीत सापडणं परवडणारं नव्हतं आणि फक्त मनोनिग्रहानं मी सर्व दिवसभर चालत राहिले. त्या काळात फक्त एका ढाण्या

मी मेरू उद्यानाला दिलेल्या निष्फळ भेटी / १७७

वाघाचं गवतातून आमच्याकडं पाहत असलेलं आणि तात्काळ नाहीसं होणारं डोकं पाहण्याखेरीज काहीही घडलं नाही.

दुसऱ्या दिवशी सकाळी अगदी रस्त्यावर एका चित्त्याच्या आणि एका पिलाच्या ताज्या पाऊलखुणा त्या प्रवाशाने पाहिल्या. त्यापेक्षा मैलभराच्या आत सापडल्याने आम्ही जास्त नशीबवान ठरलो. त्या पाऊलखुणा आम्हाला एका मैदानात घेऊन गेल्या. तिथं खूप शोध घेतल्यानंतर आम्ही त्या हरवून बसलो. दुःसह उष्णता असूनदेखील आम्ही आणखी एक तास एका दिशेनं, ज्या दिशेनं ते गेले असावेत असं आम्हाला वाटलं, त्या दिशेनं शोध चालू ठेवला, तेव्हा फक्त नशिबानंच लोकलला त्या पाऊलखुणा परत सापडल्या. त्यानंतर लवकरच मला एक चित्ता एका झाडाखाली विश्रांती घेत असलेला दिसला. दुर्दैवानं तो दुर्बिणीनंही ओळखता येणं कठीण, इतका दूर होता. पण ती पिलाची माता असावी. असं मी समजले. आम्ही स्वत:ला शक्य तितकं लपवलं आणि त्या चित्त्याच्या दिशेनं गेलो. पण आम्ही जवळ जाण्यापूर्वी चित्ता निघून गेला होता. आम्ही जर आता त्याला मोकळं सोडलं, तर दुपारच्या उष्णतेत तो फार दूर जाणार नाही म्हणून चहाच्या वेळी परतायचा आणि नंतर ज्या दिशेनं तो त्या क्षेत्रात आला, त्या दिशेनं त्याच्याजवळ जाण्याचा निर्णय आम्ही घेतला. तिथं आम्हाला दहा महिन्यांपूर्वी व्हिटी भेटली होती.

माझा गुडघा खूप दुखत होता आणि मी लोकलच्या मागून फक्त लंगडू शकत होते. तो आम्हाला लांबच्या रस्त्यानं, ज्यामुळे आम्हाला दोन तास लागले, परत त्याच ठिकाणी, जिथं आम्ही चित्ता पाहिला होता, तिथं घेऊन गेला. आता आम्हाला ती जागा लहान पिलांसह, हत्तींच्या हालचालींनी जागृत वाटली. त्यामुळं आमचा चित्त्याचा शोध अशक्यच झाला. एवढंच नव्हे तर हत्तींना चुकवत त्यांच्या कळपासमोरून सुखरूपपणे जायला आम्हाला लोकलची जंगलाच्या जाणिवेची गरज लागली. मी जिवावर उदार झाले होते. हा चित्ता ओळखण्याचा निश्चय केला होता. ती व्हिटी असावी, असा माझा संशय होता. माझ्या नैवाशाला जाण्याला आधीच उशीर झाला होता. तरी मी मला स्वत:ला एक दिवस जादा दिला. तीन आठवडे चित्त्यांचा शोध घेतला. त्या वेळात खूप अंतरावरून सात चित्ते पाहिले आणि अनेक पाऊलखुणांचा मागोवा घेतला, तेव्हा हे अयोग्य वाटेल की कमीतकमी एका पिप्पाच्या पिलाला ओळखण्यासाठी मला एका प्रवाशाच्या फोटोंच्या दैवयोगावर अवलंबून राहावे लागणार होते. छावणीकडं परतताना मी त्या प्रवाशाला भेटले, त्याने घेतलेल्या फोटोंच्या प्रती मला पाठविण्याचं कबूल केलं.

नंतर मला त्या फोटोच्या प्रती मिळाल्या, तेव्हा मी सहजगत्या व्हिटीला

ओळखलं. तिच्याबरोबर एक वर्षापेक्षा कमी वयाचं एक पिल्लू होतं. दोघांची प्रकृती उत्तम होती. तेव्हा हे स्पष्ट झालं की झाडाच्या खाली आम्ही पाहिली ती व्हिटी होती. तिच्या पिल्लाच्या वयाच्या अंदाजानुसार आम्ही दहा महिन्यांपूर्वी भेटलो, तेव्हा तिनं ते आमच्यापासून लपवलं होतं, हेदेखील उघड झालं. म्हणून आता मी तिची तेव्हाची मित्रत्वाची भेट पूर्णपणे समजू शकले.

उद्यानातील आमचा शेवटचा दिवस उत्तम प्रकारे घालवण्यासाठी आम्ही सकाळी तांबडं फुटल्याबरोबर निघालो. रात्रीच्या वेळी जोरदार वाऱ्याने धुमसत्या गवतातून ठिणग्या उडून मैदानाचा बहुतांश भाग जळत होता. तरीदेखील आम्ही बोरान सीमेजवळील दलदलीपर्यंत सुरक्षितपणे पोचलो. पण आम्हाला पुढच्या मैदानी भागापर्यंत, जिथं आम्ही चित्त्याला सोडलं होतं, तिथं काळा धूर पसरलेला असल्यानं जाता आलं नाही. आता त्यांना तिथं पाहण्याची कोणतीच आशा नव्हती. कारण इतर सर्व प्राण्यांबरोबर तेदेखील त्यांच्या क्षेत्रात येण्यापूर्वी इतरत्र गेलेले असतील. ज्वालांतून वाचून उडणारे पक्षी आमच्या सभोवार खूप घाबरलेले पाहत असताना मी नवीन जन्माला आलेली (kongons) आणि (Waterbuck) (Impala) आणि (Grant) ग्रँट हरणांची पिलं, झेब्रांची पिलं, शहामृगांची लहान पिलं आणि छोटे सिंहाचे छावे, जे आमच्या अलीकडच्या शोधमोहिमेत पाहिले होते ते, या भराभर पसरणाऱ्या वणव्यात त्यांचं काय होत असेल, याचा विचार करत होते.

अनेक प्राणी पाऊस पडून चांगला चारा निर्माण होईपर्यंत नवीन पिलांना जन्म देणं पुढे ढकलू शकतात. परिणामत: त्यांच्या पिलांसाठी त्यांच्यापाशी भरपूर दूध असतं, हे सर्वविदित आहे. निसर्गानं प्राण्यांना हवामानाच्या परिस्थितीप्रमाणे जुळवून घेण्याची क्षमता दिली; पण मनुष्यनिर्मित गवताच्या आगीसाठी त्यांना काही दिलं नाही. अनेक प्राणी गाभण असताना या आगी लावल्या जातात. अशा आगींमुळे व इतर अनेक धोक्यांमुळे जास्त प्राण्यांचं मरण ओढवतं.

इथं आमचे चित्ते सापडण्याची शक्यता नसल्यानं, आम्ही मुगवांगो दलदलीकडं मोटारीनं गेलो, फक्त ते क्षेत्रदेखील तितकंच जळत असलेलं पाहण्यासाठी. आम्ही घरच्या मार्गावर असताना पिप्पाच्या छावणीच्या दिशेनं मी एक धुराचा ढग उठताना पाहिला, म्हणून आम्ही घाईनं तिकडे मोटार हाकली. म्हणजे, आमचं सगळं सामान जळून जाण्यापूर्वी आम्ही ते एकत्र करू शकलो असतो. आम्ही आमचे तंबू उखडून टाकत असताना झाडावरून पक्षी गोड घासाच्या अपेक्षेनं खाली उतरले. यापूर्वी ते दुपारी कधीही उतरले नव्हते आणि त्यांच्या मित्रत्वानं मला खूप समाधान वाटलं. पिप्पाची पिलं पाहण्याशिवाय निघावं लागल्यानं मला फार वाईट वाटत होतं. त्यामुळे या पक्ष्यांनी मला जास्तच समाधान दिलं. मी स्वत:ला समजावलं की त्यांना

जंगली ठेवण्यासाठी मी इतकी वर्षं आटोकाट प्रयत्न केला होता आणि आता जर ते अशी प्रतिक्रिया दर्शवत असतील, तर मला समाधान वाटलं पाहिजे. ते माझा इतका अविभाज्य भाग बनले होते, की त्यांचा त्याग करणं सोपं नव्हतं. पण टाटू आणि व्हिटी यांना त्यांची पिलं झाली आहेत आणि एम्बिली, सोम्बा, बिग बॉय आणि टायनी मी यापूर्वी पाहिलं तेव्हा उत्तम परिस्थितीत होते. त्या त्रिकुटाला लवकरच त्यांची स्वत:ची कुटुंबं असतील आणि ते सर्वजण लहान पिप्पांना जन्म देतील. अशा प्रकारे, पिप्पा फक्त तिच्या पिलांतच जिवंत राहणार नाही; पण ज्यांच्यासाठी तिनं जीवनभर पारतंत्र्यातून सुटण्याचा मार्ग मोकळा केला, त्या प्रत्येक चित्त्यामध्ये राहील.

मला परत मेरूला भेट देण्यापूर्वी नऊ महिने उलटले होते. १६ जुलै १९७१ रोजी, संध्याकाळी उशिरा मी पिप्पाच्या छावणीक्षेत्रात आले आणि लोकल आधीच माझी वाट पाहत असल्याचं आढळलं. पिप्पाच्या पिलांबाबत त्याच्याकडे काहीच बातमी नव्हती. पण त्यानं मला सांगितलं, की आता लहान पांढऱ्या गेंड्याचा ताबा त्याच्याकडे होता आणि ते पिल्लू जन्मलं तेव्हा तो एकटाच तिथं होता आणि तेव्हापासून त्यानं त्या मातेला पिलाची काळजी घ्यायला मदत केली होती. साधारण एक वर्षापासून सहा पांढरे गेंडे उद्यानात मोकळे फिरत होते जेव्हा एक मादी गाभण असल्याचं उघड झाल्यावर, पिलू जन्माला आल्यावर, तिला संरक्षण देणं जरुरीचं वाटलं, तर एक मोठा मेढेकोट उभारला होता.

लोकलनं सांगितलं की त्यानं आणि त्याच्या पत्नीनं गाभण गेंड्याच्या मादीची रखवाली सुरू केल्यापासून, प्रसववेदनेची पहिली चिन्हं त्याला दिसली. त्या वेळी ते मुख्य कार्यालयापासून तीन मैलांवर होते. लोकलने त्वरित उद्यानाधिकाऱ्यांना बोलावण्यासाठी त्याच्या पत्नीला पाठवलं. त्याच वेळी ती दुसरी मादी, गाभण मादीवर हल्ला करू लागली. तिच्यापासून लोकलनं गाभण मादीचं संरक्षण केलं. ती गाभण मादी जमिनीवर अर्धा तास पडून होती, तेव्हा वासरू जन्माला आलं. त्या वासराचे मागचे पाय प्रथम बाहेर आले. उद्यानाधिकारी आले तोपर्यंत सर्व काही सोपस्कार संपले होते आणि त्यांनी केनियात जन्मलेल्या पहिल्या पांढऱ्या मादी गेंड्याचं स्वागत केलं. सहा वर्षांपूर्वी जेव्हा गेंड्याच्या तीन जोड्या दक्षिण आफ्रिकेतून केनियात त्यांचं पुनर्वसन करण्यासाठी आणि त्यांची दुर्मीळ अवलाद या देशात निर्माण करण्यासाठी आणल्या होत्या, त्या प्रयोगाचं सार्थक झालं होतं.

दुसऱ्या दिवशी सकाळी लोकलनं अभिमानानं त्याच्याकडे असलेली नवीन जबाबदारी दाखविली. त्या पिल्लानं नुकतंच कुठे गवत चघळणं सुरू केलं होतं. या प्राथमिक वयातच तो छोटा गेंडा पूर्ण वाढ झालेल्या गेंड्यापेक्षा इतिहासपूर्वकालीन

प्राण्यासारखा दिसत होता. ती लहान मादी तिचा पुष्ट पार्श्वभाग दगडाला घासत होती. कदाचित गोचिडीपासून मुक्त व्हायला. नंतर ती तिच्या मातेमागे आणि लोकलच्या जागी आलेल्या टेहळ्यामागे मैदानात जाऊन आरामात फेरफटका मारायला गेली.

त्या छोट्या गेंड्याचे फोटो घेतल्यानंतर लोकल आणि मी पिप्पाच्या पिल्लांच्या शोधासाठी गेलो. आमचा परंपरागत नित्यक्रम पाळत. लोकल लँडरोव्हरच्या टपावर पाऊलखुणा पाहत बसला होता, त्याच वेळी मी अगदी हळू वेगानं आजूबाजूचा प्रदेश न्याहाळत गाडी चालवत होते. लोकलला पाऊलखुणांचं अस्पष्ट चिन्हदेखील सापडलं, की आम्ही पायी त्यांचा माग काढत असू. यापूर्वीचा पाऊस इथं जोरदार झाला होता त्यामुळे गवत अजून उंच होतं आणि पाऊलखुणा पाहणं नेहमी कठीण व्हायचं. तरीदेखील चिकाटीनं दिवसेंदिवस, जिथं आम्ही मोटारनं जाऊ शकत नव्हतो, त्या क्षेत्रात पण आम्हाला पिलं सापडतील असा संशय असलेल्या क्षेत्रात, पायी जाऊन पाहत होतो. जरी आम्ही पहिल्या आठवड्यात पहाटेपासून संध्याकाळपर्यंत बाहेर होतो, तरी आम्हाला फक्त घाईनं रस्ता ओलांडून दाट झुडपांत नाहीसे होणारे दोन चित्ते दिसले. त्वरित आम्ही त्यांच्यामागे तासन् तास रांगत, काटेरी गुंतागुंतीच्या रस्त्याने, संध्याकाळचा नाहीसा होणारा प्रकाश आमचा पराभव करेपर्यंत जात असू. एकदा, खडकाळ नदीची खिंड तपासताना, लोकलला एका झाडाच्या वरच्या बाजूला गेंड्याची दोन शिंगं, उघडच बेकायदेशीर शिकाऱ्यांनी तिथं ठेवली होती, दिसली. हे ठिकाण मुख्य रस्त्यापासून, जिथून रोजच्या रोज मोटारी भरून प्रवासी किंवा पहारा करणारे टेहळे जात असत, तिथून काही शेकडो यार्डांवर होतं. कदाचित त्या टेहळ्यांनी बेकायदेशीर शिकाऱ्यांना आश्चर्यचकित केलं असेल. त्यामुळं त्यांनी ती शिंगं झाडांत लपविली आणि काही अज्ञात कारणांनी ते अमूल्य जयचिन्ह परत घेतलं नव्हतं. लोकलने ती शिंगं उद्यानाधिकाऱ्यांना परंपरागत बक्षीस मिळवण्यासाठी देण्यापूर्वी त्या शिंगांचं संरक्षण केलं.

बेकायदेशीर शिकारी उद्यानाच्या अगदी मध्यावर काम करत होते, हे समजल्यावर मला सोम्बा, टायनी आणि बिग बॉयविषयी अतिशय काळजी वाटू लागली. त्यांना आम्ही पूर्वी बोरान प्रदेशात पाहिलं होतं. जिथं बेकायदेशीर शिकार विपुल होती.

अनेक दिवसांपर्यंत आमचा शोध, आम्ही बिसनदीच्या किनाऱ्यालगत सुरू ठेवला. पाण्यात काही अजगर पाहिले, पण पिल्लांचा मागमूस नव्हता. एकदा उष्ण वातावरणात सकाळच्या लांब प्रवासानंतर थकून जाऊन आम्ही नदीजवळच्या झुडपांच्या सावलीत जेवणासाठी विश्रांती घेतली. लोकलनं एका प्रकारच्या ताडाची पानं माझ्यासाठी लवंडायला सतरंजी म्हणून कापली होती. त्या वेळी तो एखादा प्राणी

पाणी प्यायला येतोय का त्याच्या सतरंजीवर हे पाहत बसला. काही काळ, आम्ही एका छाव्याबरोबर एका सिंहिणीच्या पाऊलखुणांचा माग काढत होतो. तिनं नदी पार केलीच असावी, कारण पलीकडील तीरावरून आम्हाला व्हर्वेट वानरांचा कलकलाट ऐकू आला, जी नेहमी शांत असतात आणि घाबरली तरच ओरडतात.

नंतर पाण्याचा आवाज आणि नदीच्या वरच्या बाजूला ताडाच्या पानांचा वाऱ्याने फडफडल्याचा आवाज याशिवाय परत सर्वकाही शांत होतं. शेवटी मला वाटलं, की मी स्वत: परत माझ्या जगात होते आणि चांगला, वयस्क लोकल या जगाचा एक भाग होता. आम्ही एकमेकांना चांगलेच जाणत होतो आणि जंगलात आम्ही पूर्णपणे समान, एकमेकांवर विश्वास असलेले आणि एकमेकांवर अवलंबून होतो. अलीकडंच त्यानं तो म्हातारा होत असल्याची आणि लवकरच निवृत्त होत असल्याची तक्रार केली होती. उद्यानाच्या सीमेबाहेर त्याची लहानशी जमीन होती, तिथं त्याच्या कुटुंबानं थोड्या बकऱ्या पाळल्या होत्या. तो त्या जमिनीत सहजगत्या जगण्याजोगं धान्य पैदा करत होता. मधूनमधून तो इथं सर्व आयुष्यभर राहिला होता. अत्यंत प्रिय असलेल्या गोष्टीबरोबर संबंध ठेवून राहण्यासाठी त्याला आवडतं, तरी मेरूची जलद प्रगती आणि त्याचे होणारे परिणाम यामुळे त्याला अस्वस्थ वाटायचं. शेवटच्या दिवसांत उत्तम नवीन रस्त्यांनी आम्ही मोटार चालवत होतो. या रस्त्यांनी सुदूर क्षेत्रं उद्यानासाठी मोकळी केली होती आणि उद्यानांच्या शानदार निसर्गाच्या देखाव्याचं उत्तम दृश्य उघड केलं होतं. मी आले त्या वेळी उद्यानाधिकारी आर्किटेक्टबरोबर चर्चा करत असताना मी पाहिलं होतं. राहण्याच्या नवीन ठिकाणाबाबत ते शेवटचे तपशील निश्चित करत होते. पुढच्या आठवड्यात त्या ठिकाणी इमारत बनवणं सुरू होणार होतं. एकाच वेळी नवीन (bandas) साधारण रुची असणाऱ्या प्रवाशांना राहण्याची सोय करणाऱ्या इमारतींचं बांधकाम लेपर्ड रॉकपाशी सुरू होतं. याशिवाय दोन तंबू असलेल्या छावण्या उभ्या करायच्या होत्या. एक केनमेअर स्थानाजवळ आणि दुसरी सुदूर दक्षिणेला ताना नदीलगत. नद्यांवरील जुन्या ओबडधोबड पुलांच्याऐवजी सिमेंटचे नदीपलीकडे पायी जाण्याजोगे पूल तयार केले होते आणि धीट प्रवाशांसाठी नद्यांच्या लगत अनेक छावण्या उभारण्याजोग्या जागा साफ करून ठेवल्या होत्या.

उद्यानाच्या प्रगतीसाठी जी काही वर्षं लागली. त्या वर्षांत वन्यप्राण्यांची संख्या आश्चर्यकारक रीतीनं वाढली. उदाहरणच द्यायचं झालं तर माणसाला टाळण्याचा प्रयत्न करणारी (Lesser kudu) हरणं जवळजवळ सर्व ठिकाणी पाहताना मला आश्चर्य वाटलं. फक्त एक वर्ष आधी ही सर्वोत्कृष्ट हरणं फक्त क्वचितप्रसंगी आणि मर्यादित क्षेत्रातच दिसायची.

या सर्व गोष्टींची लोकलबरोबर चर्चा केली. त्याला जॉर्ज आणि मी गेल्या तीस वर्षांपासून जाणतो. तो हसला आणि त्याच्या शांत स्वभावानुसार म्हणाला, ''हे सर्व खूप चांगलं आहे, पण खूप जुन्या काळापासून तू आणि मी हेच फक्त टिकून आहोत, 'कायम' आहोत.'' मला वाटतं की त्यानं एल्सा आणि पिप्पा यांचा संदर्भ दिला. त्या दोघींना त्याने माझ्याशी एकरूप केलं आणि त्या दोघी, आम्हा दोघांसाठी, मेरू उद्यानाच्या अविभाज्य भाग होतील.

गेल्या दोन आठवड्यांत पिप्पाची पिलं न सापडल्यानं मी काळजीत होते. या दोन आठवड्यांत आम्ही मोटारने दोन हजार मैल प्रवास केला होता. आणि रोज आम्ही निवडलेल्या क्षेत्रात आठ तास चालत होतो. कारण त्या क्षेत्रात, चित्ते ज्या प्राण्यांची शिकार करणं पसंत करायचे, ते प्राणी होते. त्याचप्रमाणे वालुकामय भूमी होती. उंच गवत असलेल्या क्षेत्रात त्यांना शिकारी प्राणी दिसत नाहीत. शेवटी आम्हाला असं सांगण्यात आलं, की सकाळी लवकर दोन चित्ते जॉर्जच्या पूर्वीच्या छावणीजवळ दिसले होते. आम्हाला असं सांगण्यात आलं, की त्या दोनपैकी मोठा चित्ता लोकांना घाबरत नव्हता असं दिसलं, जरी लहान चित्ता फार लाजाळू होता. आम्ही त्या ठिकाणी पोचल्यावर आम्हाला ताज्या पाऊलखुणा मुगवांगो टेकडी सभोवतालच्या खडकाळ भूमीकडे जात असलेल्या दिसल्या. त्या पाऊलखुणांच्या मागे जाण्याशिवाय आम्हाला पर्याय नव्हता. उघड्यावर चालणाऱ्या लोकांपासून वन्य प्राणी पळून जातात, पण मोटार त्यांना निरुपद्रवी वाटते. मित्रत्वानं वागणारा चित्ता जर पिप्पाचं एखादं पिलू असेल तर त्याला माझी आठवण असेल, अशी आशा मी केली होती. जर ते जंगली चित्ते असतील, तर त्यांच्या दुपारच्या झोपेत आम्ही त्यांना चकित करू आणि ते पळून जाण्यापूर्वी त्यांना ओळखू शकू. शांतपणे आम्ही पाऊलखुणांचा माग काढला, ज्यामुळे दोन्ही चित्ते जोरात पळत होते, हे लवकरच स्पष्ट झालं. मुगवांगो दलदलीपासून त्यांना मला हाकलून लावायचं नव्हतं, जिथं संध्याकाळी उशिरा तहानलेले प्राणी विपुल असतात. आम्ही आमचा शोध थांबवला आणि दुसऱ्या दिवशी सकाळी लवकर सुरू केला. दोन तास पाऊलखुणांचा व्यर्थ तपास केल्यानंतर मी अचानक एका चित्त्याचं डोकं दलदलीपासून जवळच्या एका छोट्या झुडपाखाली गवतातून वर आलेलं पाहिलं. नंतर दुसरं डोकं वर आलं. पण त्वरित आडोशाला खाली गेलं. मी लँडरोव्हर खूप हळू, जो चित्ता आमच्या समोर होता त्याच्याजवळ नेली. मी जेव्हा त्याच्या दहा यार्डांपेक्षा जवळ गेले, तेव्हा जवळपास पंधरा महिन्यांचं पिलू उठलं आणि गुरगुरत पळालं. त्याची माता हालली नाही. कोणताही जंगली चित्ता असं वागणार नाही. ती उघडच एखादी पिप्पाची मादी पिलू होती. पण तिच्या शेपटीच्या बुडालगतचे ठिपके मला पाहता

आले तरच फक्त ते मला नक्की करता येणं शक्य होतं. आम्ही एकमेकांकडं बराच वेळ पाहिलं. नंतर ते पिलू, गवतातून मार्ग काढत परतलं. व्हिटीबरोबर नऊ महिन्यांपूर्वी एका प्रवाशानं फोटो काढले होते, ते हेच पिलू असं मी सहज ओळखलं. ते पिलू बिग बॉयची हुबेहूब नक्कल होती आणि ते त्याचंच नरपिलू होतं काय, या विचारात मी पडले. ते शक्य होतं, कारण आम्ही त्यांना पाहिलं, तेव्हा व्हिटी आणि बिग बॉय यांचा बोरान सीमेपासच्या क्षेत्रात वरचेवर वावर होता. जेव्हा त्या पिल्लानं पाहिलं की त्याची माता आमच्या संगतीत स्वस्थ होती, तेव्हा ते पिलू त्याच्या मातेपाशी स्थिर झालं, पण ते आमच्याकडं संशयानं पाहत होतं. ते दोघंही त्यांच्या पाठीवर वळून दुपारच्या उष्णतेत झोपी जाण्यापूर्वी मी त्यांचे शक्य होते तितके फोटो घेतले. सूर्य थोडा कलल्यावर, व्हिटीनं थोडी जास्त सावलीची जागा शोधली. ती तिला एका छोट्या झुडपाखाली मिळाली. शेपटीच्या बुडाजवळील ठिपक्यांनी आता मी तिला स्पष्टपणे व्हिटी म्हणून ओळखलं. तिचं नरपिल्लू तिच्यामागून गेलं, पण थोडा वळसा घालून. कारण, त्याला आवडत होतं त्यापेक्षा आम्ही फार जवळ होतो. मी मोटार घेऊन, व्हिटीच्या मागे गेले, ते व्हिटीनं मनावर घेतलं नाही. तिचं पिलू आम्हाला थोडं घाबरतंय असं वाटल्यावर तिनं त्याला घट्ट धरूनदेखील ठेवलं. लोकल आणि मी मोटारमध्येच राहिलो आणि त्या पिलानं घाबरू नये म्हणून एकमेकांबरोबर फक्त कुजबुजलो. काही झालं तरी, व्हिटीला इतक्या सुंदर पिलाबरोबर आणि ती दोघंही इतक्या उत्तम परिस्थितीत पाहून आम्ही दोघंही किती आनंदात होतो, हे सांगायला आम्हाला शब्दांची गरजच नव्हती. एक पाय दुसऱ्याच्या अंगावर टाकून, ती माता-पुत्रांची जोडगोळी, जवळपासच्या कोणत्याही धोक्याकडे किंवा शिकारीकडे नजर ठेवून होती.

हे मला अर्थपूर्ण वाटलं, की ते पिलू जागरूकपणे सर्व बाजूंना लक्ष ठेवून होतं. व्हिटीनं आमच्या दिशेनं नजरदेखील टाकली नाही. जणूकाही आम्ही तिथं असताना ती सुरक्षित होती, हे तिला माहीत होतं. दिवसातील हे उष्ण तास आम्ही सर्वांनी एकतानतेत घालवले. चित्ते अर्धवट झोपेत होते आणि आम्ही मोटारीतील उष्णतेत जितकं शक्य होतं तितक्या आरामात होतो. मला अतिशय आनंद झाला. परत माझ्या जगात मी होते. लोकल आणि माझ्यातील सांस्कृतिक अंतरामुळे, जवळचं नातं जरी अशक्य होतं, तरी अशा क्षणी आमच्यात कोणताही भेद नव्हता आणि आम्हा दोघांचीही चित्त्यांच्या बरोबर इतकी एकतानता होती, जितकी कोणताही मानव कधीही आशा करू शकणार नाही.

व्हिटी तिच्या नरपिल्लाला कुरवाळत आणि चाटत असताना तिनं मला अगदी पिप्पाची आठवण करून दिली. ती आता पाच वर्षांची व्हायला एकच महिना

कमी होता. पिप्पा तिच्या मृत्यूच्या क्षणी होती, त्यापेक्षा थोडी जास्त वयस्क. आता साडेतीन वर्षांपासून व्हिटी एकटी जगत होती. महिन्यापूर्वी (डिसेंबर १९६९ मध्ये) आम्ही तिला प्रगत गाभण असताना पाहिलं होत. पिप्पानं तिची पिल्लं साडे सतरा महिन्यांची असताना त्यांचा त्याग केला होता. (चौदा महिन्यांची असतानाच ती शिकार करू शकत होती.) आणि जेव्हा पिप्पानं त्यांचा त्याग केला, तेव्हा पिप्पा स्वत: आधीच सहा आठवड्यांची गाभण होती, हे पाहिल्यानं, मी हिशेब केला की व्हिटीचं हे नरपिल्लू दुसऱ्या वितीचं असेल. व्हिटी तिच्या स्वत:च्या हिमतीवर राहत असल्यापासून आम्ही तिला दोन वेळा मुगवांगो टेकडीजवळ आणि दोन वेळा बोरान क्षेत्रात, त्याचप्रमाणे एकदा ५ मैलाच्या दगडापाशी पाहिलं होतं. हे क्षेत्र सतरा गुणिले बारा गुणिले दहा किलोमीटरचा त्रिकोण होता. पण या विविध ठिकाणी जायला ती कोणत्या मार्गानं गेली होती किंवा तिनं यासाठी जास्त अंतर पार केलं होतं का, हे माहीत नसल्यानं मी तिच्या क्षेत्राचा आकार निश्चित करू शकले नाही.

संध्याकाळी पाच वाजेपर्यंत उष्णता कमी झाली आणि चित्त्यांनी त्यांची शरीरं ताणली, जांभया दिल्या. नंतर ते एकमेकांना घट्ट पकडून काही वेळ जमिनीवर लोळले. शेवटी ते उठले आणि त्यांनी त्यांच्याभोवती झोपाळूपणे नजर टाकली. मला व्हिटीच्या स्मृतीची परीक्षा घेण्यात उत्सुकता होती. म्हणून साडेतीन वर्षांपूर्वी ती वापरत असलेल्या डब्यामध्ये थोडं पाणी तिला दिलं. जणूकाही ती एक अतिशय स्वाभाविक गोष्ट असल्याप्रमाणे ती डब्याजवळ येऊन पाणी पिऊ लागली. मी मोटारबाहेर पाऊल ठेवल्याबरोबर तिचं पिलू पळून गेलं. पण व्हिटीच्या माझ्यावरील विश्वासाची आणखी एक परीक्षा घेण्यासाठी मी हळूच चालत जाऊन त्या पाण्यात आदर्श दूध टाकलं. त्या पाण्यात आदर्श दुधाचा डबा रिकामा करेपर्यंत ती थोडी थांबली आणि नंतर परत पिणं सुरू केलं. मी मोटारीत परतल्यावर ते पिलू गुपचूप आलं आणि पिण्यासाठी दुधाजवळ आलं, त्या वेळी व्हिटीनं त्याच्या तोंडावर लहानसा चिमटा घेतला, म्हणून ते काही फूट अंतरावर जाऊन बसलं. त्याच्या मातेचं दूध पिणं झाल्यावर ती निघून गेल्याबरोबर, त्यानं सावधगिरीनं त्या दुधाचा स्वाद घेतला. पण त्याला ते आवडलं नाही आणि ते त्याच्या मातेच्या मागे गेलं. एकमेकांचा पाठलाग करत, एकमेकांना फटके मारत ते दोघं काही काळ खेळले. नंतर पळत दृष्टिआड झाले.

लोकल आणि मी एकमेकांकडं पाहिलं. किती आश्चर्यकारक चांगल्या रीतीनं व्हिटीनं तिच्या पिलाची काळजी घेतलीय, सिंह आणि इतर धोक्यांपासून "त्यांचं संरक्षण केलंय, जरी या सर्व धोक्यापासून तिला शिकवायला कोणीही नव्हतं. 'याचं स्पष्टीकरण एकच ते म्हणजे ती परिपूर्ण माता होती, जिची वैशिष्ट्य वंशपरंपरेनं

तिच्या पिलात आलीत'', मी म्हणाले. लोकलनं ते ऐकलं आणि थोडा वेळ शांत राहिल्यावर म्हणाला, ''मानवप्राण्यांनाही ते लागू होतं. जर माता ही चांगली माता असेल, तर मुलंदेखील चांगले पालक होतील.''

नंतर संध्याकाळी दिवसभराच्या आठवणी जागवत मी पिप्पाच्या कबरीपाशी बसले. दीड वर्षांपूर्वी मी मेरू सोडल्यापासून, परत, मी खरीखुरी आनंदी असण्याची ही पहिलीच वेळ होती. व्हिटी आणि मी गेली साडेतीन वर्षे वेगवेगळ्या राहत होतो, तरी तिनं अजूनही मला मित्रवत वागणूक दिली आणि तिचा माझ्यावरील विश्वास तिच्या जंगली पिलातदेखील स्थलांतरित केला. कदाचित, दोघांनाही माझं त्यांच्यावरील प्रेम जाणवलं आणि त्यांनी प्रत्युत्तर दिलं. निश्चितच प्रेमाच्या शक्तीनंच आम्हाला एकत्र ठेवलं; जरी ते चित्ते, लोकल आणि मी स्वत: आम्ही सर्व वेगवेगळ्या जगांतील होतो. अशा प्रकारे चिंतन करत असताना मला क्षितिजावरील चमचमणाऱ्या ताऱ्यामधून एक लाल प्रकाश, काळ्या आकाशात वरवर जात असताना दिसला. तो कक्षेतील एखादा उपग्रह असेल काय? समगतीनं वरवर जात असताना पाहत, मी स्वत:लाच विचारलं, जसं मी पूर्वी अनेक वेळा विचारलं होतं. आपण जिथं जीवन अस्तित्वात नाही त्या आकाशात का शोधतो आहे, त्याच वेळी आपण आपल्या उपग्रहावरील जीवन आपल्याला शक्य आहे तेवढ्या जलद गतीनं नष्ट करत आहोत? उत्क्रांतीनं आपला सर्व प्राण्यांपेक्षा अतिशय प्रगत मेंदू एकमेकांविरुद्ध कार्ये असणाऱ्या दोन भागांत विभाजित केलाय. एकाचं स्थान मेंदूच्या स्कंधाजवळ आहे,जो आपलं सेंद्रिय जीवन, उपजत स्वभाव आणि भावना, ज्यांना उत्साह आणि प्रेम यांची जरूरी असते, ते ताब्यात ठेवतो. त्याचवेळी आपल्या मेंदूच्या कवचीचा विशेष व्यासंग, ज्यात बुद्धी आणि आध्यात्मिक प्रगती केंद्रीभूत झाल्या आहेत, यांनी आपल्याला जिथं सेंद्रिय जीवन नाही, प्रेम सोडून द्या,अशा क्षेत्रात नेऊन सर्व प्राथमिक गरजांपासून वेगळं केलंय. आजचा मानवप्राणी हा असा दुफळीचा बळी आहे, असं आपण समजू शकतो. आपली बुद्धी आपल्या उपजत स्वभावावर वाढता प्रभाव टाकत आहे, खऱ्या प्रेम आणि आनंदापासून दूर नेत आहे. याची आपल्याला जाणीव आहे. वन्य प्राणी त्यांचं जीवन बाह्य परिस्थितीशी सुसंगत ठेवणं कोणत्या मार्गानं शक्य करतात. ते शोधून काढायला आपल्या मेंदूच्या कवचीचा उपयोग का करून घेत नाही? कदाचित, वन्य प्राणी आपल्याला आंतरिक शांती, जी आपल्याला कधीही मिळत नाही ती, देऊ शकतील. अंतरिक्षातील ग्रहापाशी पोचण्यापेक्षा हे जास्त उपयोगी होणार नाही का?

उपग्रह ढगात अदृश्य होत असताना पाहत, मी आज जे काही अनुभवले, त्याविषयी परत विचार केला आणि एल्सा व पिप्पा यांनी मला त्यांच्या जीवनात

भागीदार होऊ दिलं त्याविषयी. माझं जग कुठं होतं; हे मला माहीत होतं ते निश्चितच अवकाशात नव्हतं.

नंतरच्या दोन दिवसांत आम्ही व्हिटी आणि तिच्या नरपिलाचा व्यर्थ शोध घेतला. जे दोन सिंह आम्ही दलदलीजवळ शिकार करताना पाहिले, त्यांनीच त्या दोघांना दूर हाकललं होतं. त्या सिंहांची तोंडं अजूनही मेजवानीमुळे रक्तानं माखलेली होती. मांसानं फुगलेली पोटं सांभाळत ते निघून गेले. मला फक्त एका वयस्क (Oryx) हरणाचं शिर आढळलं. ही हरणं चारशे पौंड वजनाची असतात, म्हणून ज्यांनी मेजवानीत भाग घेतला असा इतर एकही मांसाहारी प्राणी तिथं आढळला नसल्यानं आणि गिधाडं नुकतीच तिथं अवतरली असल्यानं, प्रत्येक सिंहानं त्या मोठ्या भक्ष्याचा अर्धा भाग खाल्ला होता.

व्हिटीबरोबर पुनर्मिलन होऊनदेखील, सोम्बा, टायनी आणि बिग बॉय न सापडल्यामुळं मी काळजीत होते. आतापर्यंत मी मेरू उद्यानात राहू शकत होते ते अठरा दिवस संपत आले होते. आम्ही बोरान सीमेनजीक परत शोध घेतला. तिथं आम्हाला एक बोरान भेटला. त्याने अनेक वेळा या क्षेत्रात दोन चित्ते पाहिले होते. मी त्याला उदारपणे बक्षीस दिल्यावर, त्यानं दोन आठवड्यांपूर्वी त्या चित्त्यांना जिथं पाहिलं होतं ते ठिकाण दाखवलं. ज्या झुडुपाखाली त्या बोराननं त्यांना पाहिलं होतं तिथं आम्ही त्यांच्या पाऊलखुणा शोधल्या, पण त्या पंधरवड्यापूर्वीच्या होत्या. आम्ही त्यात हरवलो आणि आम्हाला परत कधीही ती पिलं सापडली नाहीत.

❑

- १५ -
पुरवणी

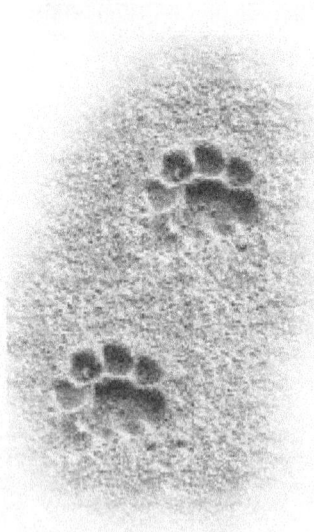

वन्य प्राण्यांच्या बाबतीत माझा कल भावनिक दृष्ट्या अतिशय गुंतलेला वाटतो, असा दोषारोप माझ्यावर अधूनमधून केला जातो आणि परिणामत: माझी निरीक्षणं वैज्ञानिक मूल्य असलेली मानली जाणार नाहीत, असं सुचवलं जातं. तरी वन्य प्राण्यांच्या शुद्ध वैज्ञानिक, पूर्णपणे वस्तुनिष्ठ अभ्यासाचे कोणते निष्कर्ष आपल्याला मिळतात? मला विज्ञानाबद्दल खूप आदर आहे आणि माझ्या विद्यापीठीय प्रशिक्षणाच्या उणिवेबद्दल मला खेद वाटतो. पण प्रत्येक क्षेत्रात विशेष ज्ञान प्राप्त करण्याच्या आजकालच्या कलामुळे, सर्वसाधारण ग्रहणशक्ती हरवण्याच्या धोक्याची जाणीव मला झाली आहे. वन्य प्राण्यांवर संशोधन करताना, विद्यापीठीय शिक्षणाचे कडक कायदे आणि परिभाषा निरीक्षणार्थींच्या निर्णयशक्तीवर मर्यादा आणतात; एवढंच नव्हे तर प्राण्यांच्या वागण्याचा अर्थ, त्याची तत्त्वं प्राणी काही शिकवतील त्यानुसार परत जुळवून घेण्याऐवजी त्याला शिकवल्या जाणाऱ्या तत्त्वानुसार लावण्यालासुद्धा प्रवृत्त करतात. प्राणी कशामुळे प्रवृत्त होतात हे न जाणता प्राण्यांच्या

बाह्य कृती आणि सवयींची नोंद करणे याला काही मूल्य असेल, असं मला वाटत नाही. मानवाच्या कृतीचा, त्या कृतीला प्रवृत्त करणाऱ्या कारणांची माहिती नसताना, निर्णय करण्यासारखं हे काम आहे.

एक शुद्ध वैज्ञानिक मार्ग, स्वतंत्र वस्तुनिष्ठतेची मागणी करणारा केलेला अभ्यास निश्चितपणे संख्याशास्त्राची अतिशय अमूल्य आणि सर्वसामान्य माहिती देऊ शकेल; पण तो वन्य प्राण्यांच्या मानसशास्त्राचं, त्यांच्या अंतरंगाचं सखोल अंतर्ज्ञान आपल्याला देऊ शकणार नाही. ते प्राणी त्यांच्या जातकुळीच्याच संपर्कात ते उघड करतील. म्हणून त्या प्राण्यांनी एखाद्याला त्यांच्या बरोबरीचा म्हणून स्वीकारलेलं नसतं, तोपर्यंत त्यांना पूर्णपणे ओळखणं जवळपास अशक्य असतं. यासाठी त्यांच्या निकटच्या सहवासात त्याचे मूड्स आणि प्रश्नांत सहभागी होऊन राहणं आवश्यक असतं आणि परिणामत: एकमेकांशी प्रेमानं बांधलं जाणं, असा विश्वास, प्रेम, आणि त्या प्राण्यांच्या आयुष्यात भागीदार होण्याची तयारी, जे माझे फार मोठे मित्र बनले, त्यांच्याबाबत संपादन करण्यात मला किती विशेष हक्क प्राप्त केल्यासारखं वाटतं, हे मी सांगण्याची गरज नाही. माझ्या पुस्तकांचे वाचक म्हणून मला आशा वाटते, की वन्य प्राणी किती अति संवेदनाक्षम, भावना जागृत असणारे आणि युक्तिवादसंपन्न असू शकतात हे त्यांना समजेल आणि जणूकाही त्यांना संवेदना, प्रेम आणि विचार करणं शक्य नसतं, अशी वागणूक देणं न समजण्यात ते कदाचित माझ्याशी सहमत होतील.

मानवाविषयीच्या संशोधनात जर आपण शुद्ध वस्तुनिष्ठ मार्ग अवलंबू, तर मानवाकडून त्याला कोणतंही सहकार्य मिळणार नाही, हे आपल्याला माहीत आहे. वन्य प्राणी लहान पिलांना जन्म देणं कसं साधतात, ते दळणवळण कसं साधतात, ते त्यांची क्षेत्रं कशी स्थापन करतात, आणि त्यांचा आदर कसा करतात, जे अवघड प्रश्न आपण सोडवू शकलेलो नाही, ते प्रश्न हे प्राणी कसे सोडवतात, असा अभ्यास करून आपण त्यांच्यापासून शिकण्याचा प्रयत्न का बरे करत नाही?

प्राचीन काळच्या माणसाने, खडकावर खोदकाम करून आणि प्राचीन कोरीव काम करून अभिव्यक्ती केली, त्या वेळी त्यांच्या आकांक्षांची खूण म्हणून प्राणी का निवडले? इजिप्त आणि असीरियाच्या खूप संस्कारित वंशाच्या लोकांनी त्यांचे देव म्हणून प्राण्यांची प्रतीकं का निवडली? आज लोक पाळीव प्राणी का ठेवतात? अगदी सुखी कुटुंब, ज्यांना भावनिक उपासमारींपासून बचावाची गरज नसते आणि आपल्या पाळीव प्राण्यांच्या बाबतीतील दु:खद प्रसंगाबाबत आपल्याला खूप दु:ख का होतं? आपल्या मुलांना प्रथमत: जी खेळणी देतात, ती प्राण्यांचं प्रतिनिधित्व करणारी का असतात? प्राण्यांना आपली गरज असण्यापेक्षा, आपल्याला

प्राण्यांची गरज जास्त आहे, यासाठी आणखी पुराव्यांची गरज आहे का? प्राणी आपल्याला असं काहीतरी देतात, जे आपण त्यांना देऊ शकत नाही.

वन्य प्राण्यांच्या संशोधनासाठी वस्तुनिष्ठ वैज्ञानिक पद्धतीही महत्त्वाचा पाया ठरू शकते; जसं वाचता आणि लिहिता येणं मानवामधील दळणवळण सुलभ करतं. पण यांपैकी कोणतीही एक गोष्ट म्हणजे शेवटचं टोक नाही आणि बहुतांश प्राणी हे आपण आहोत तसेच गरम रक्ताचे आहेत आणि हे लक्षात घेऊन आपण त्यांच्याशी वागलो, तर ते प्रतिसाद देतील.

हौशी माणसाची निरीक्षणं विश्वसनीय तर आत्मनिष्ठ आणि वस्तुनिष्ठ निरीक्षणांच्या एकीकरणानं वन्य प्राण्यांच्या संशोधनात उत्तम निकाल मिळतो, अशा निष्कर्षाप्रत मी आले आहे. संकटग्रस्त वन्य प्रजातींना नष्ट होण्यापासून वाचवायचं असेल, तर त्यांच्या आयुष्यात सहभागी होणं आवश्यक आहे हे, विशेषकरून सत्य आहे; कारण त्यानंतरच ते आपल्याला मार्ग दाखवू शकतील. पिप्पाच्या बाबतीत हे विशेषकरून महत्त्वाचं होतं. साडेचार वर्षांपर्यंत तिच्या जीवनात सहभागी होण्यामागे माझा प्रमुख उद्देश एका पाळीव चित्त्याचं पुनर्वसन करून त्याला जंगली बनवणं, बंदिवासात चित्त्यांचं प्रजोत्पादन इतकं अवघड का असतं, हे समजणं आणि या उत्तम मांजरांना नष्ट होण्यापासून वाचवण्याचा मार्ग शोधणं. पिप्पाने पूर्ण बिघडलेल्या पाळीव प्राण्याच्या अस्तित्वापासून ते नैसर्गिक जीवनापर्यंत परत नीट जुळवून घेऊन सर्व प्रश्नांना उत्तरं दिली आणि तिनं जंगली पिलांना वितामागून वितातून जन्म दिला. हे सर्व तिनं पूर्ण नैसर्गिक परिस्थितीत केलं.

चित्त्यांचा सर्वनाश होण्यापासून वाचवण्याचा माझा प्रस्ताव असा : दोन पिढ्यांपर्यंत चित्त्यांची नैसर्गिक परिस्थितीत अवलाद निपजवणे, निरोगी अवलाद निपजवणं चालू ठेवण्याची हमी घेणे आणि नंतर त्या चित्त्यांना लपण्यासाठी पुरेशी झुडपं वगैरे असणारी उघडी मैदानं वस्तीसाठी निवडायची.

संकटग्रस्त असलेल्या प्राण्यांच्या अवलादी प्राणिसंग्रहालयात निर्माण करून वाचवू शकू, या मुद्याच्या उत्तरात मला दाखवून द्यायचंय, की वन्यप्राण्यांना त्यांच्या मूळच्या वसतिस्थानापासून प्राणिसंग्रहालयात हालवणे, जिथं त्यांना अनैसर्गिक परिस्थितीशी जुळवून घ्यावं लागेल, नंतर परत वन्य होण्यासाठी त्यांचं जंगलात पुनर्वसन करणे हा वेळखाऊ आणि अतिशय खर्चिक प्रयोग असून, या प्रयोगाच्या यशाची खात्री नाही. हे असं प्राण्यांना दोन दोन वेळा परिस्थितीशी जुळवून घ्यायला लावण्यापेक्षा आणि त्याचबरोबर अनावश्यक खर्च टाळण्याकरिता त्या प्राण्यांची सरळ अशा प्रदेशात बदली करायची, की जिथं ते नवीन वातावरणाला जुळवून घेण्यापूर्वी ते अर्धवन्य परिस्थितीत राहू शकतील, स्थानिक रोगांच्या जंतूपासून

संरक्षित बनतील आणि त्यांची वेगवेगळी क्षेत्रं स्थापित करतील. एकदा का त्या प्राण्यांनी लहान पिलांना जन्म दिला, की त्यांच्या मानवी मदतगारांनी माघार घ्यावी. त्यामुळे त्यांच्यानंतरच्या पिढ्या पूर्णपणे वन्य वाढतील आणि त्यांची अवलादनिर्मिती चालू राहील आणि अशा प्रकारे त्यांच्या जातीची जिवंत सुरक्षित संख्या परत प्राप्त करतील. 'विविध जातींच्या प्राण्यांची अवलाद नैसर्गिक परिस्थितीत निर्माण करण्यातील धोक्यासाठी', त्यांना भरपूर जमीन आवश्यक असेल; म्हणून जास्त संरक्षित अभयारण्यांना नद्या, जंगल आणि प्राण्यांच्या संरक्षणासाठी या योजनेत अग्रस्थान दिलं गेलं पाहिजे.

❏

www.ingramcontent.com/pod-product-compliance
Lightning Source LLC
LaVergne TN
LVHW092353220825
819400LV00031B/353